கினு கோனார் சந்து

ஸந்தோஷ் குமார் கோஷ்

தமிழாக்கம்

திருமதி பானு பந்த்

பரிசல் புத்தக நிலையம்

கினுகோனார் சந்து

ஆசிரியர் : ஸந்தோஷ் குமார் கோஷ்

மொழிப்பெயர்ப்பாளர் : திருமதி பானு பந்த்

முதல் பதிப்பு : 1972

பரிசல் முதல் பதிப்பு : ஏப்ரல் 2025

வெளியீடு : பரிசல் புத்தக நிலையம்

நெ.47, B1-பிளாட், தாமோதர் பிளாட் ஐஸ்வர்ய அபார்ட்மெண்ட்
ஓம் பாராசக்தி தெரு, விஓசி நகர், பம்மல், சென்னை - 600 075

பேச: 9382853646, 8825767500

மின்னஞ்சல்: parisalbooks2021@gmail.com

பக்க வடிவமைப்பு: யு.நிலா

அச்சாக்கம்: தி பிரிண்ட் பார்க், சென்னை 600 117.

பக்கம்: 202   விலை: ரூ.250 /-

KINU KONAR SANTHU

Author : Santosh Kumar Ghosh

Translator by : Mrs Banu bandh

First Edition : 1972

Parisal First Edition : April 2025

Published by: Parisal Putthaga Nilayam

No.47, B1 Flat, First floor,
Dhamodar Flat Aiswarya Apartment, Om Parasakthi St,
Voc Nagar pammal, Chennai - 600 075

Mobile: 93828 53646

E-mail: parisalbooks2021@gmail.com

Designed by: Y.NILA

Printed at: The Print Park, Chennai 600 117.

ISBN: 978-81-19919-17-8

Pages:202   Price: Rs. 250 /-

முன்னுரை

இன்றைய இலக்கிய உலகில் எழுத்தாளர்களின் மனநிலையை விளம்பரப்படுத்தும் முக்கியக் கருவியாகத் திகழ்வது நாவல். ஜேம்ஸ் ஜாய்ஸ், தாமஸ் மான், மார்ஸல் ப்ரூஸ்ட், ஃப்ரான்ஸ் காஃப்கா, அல்பேர் கமூ, ஜா. பால் ஸார்த்ர், ஃப்ரான்ஸோவா மோரி ஆக், எர்னெஸ்ட் ஹெமிங்வே, லாக்ஸனேஸ், பாஸ்தேர் நாக் என்ற பத்து எழுத்தாளர்களும் மேல்நாட்டில் இன்றைய எழுத்துப் பாணிக்கு வழிவகுத்து விட்டிருக்கின்றனர். இலக்கியத்தின் மூலம் உலக இயலின் உண்மையையும், தனி எழுத்தாளனின் தன்மையையும் ஒருங்கே ஆராய முற்பட்டனர் இவ்வழிகாட்டிகள்.

வங்க இலக்கியத்தில் ரவீந்திரநாத டாகுர் 'சதுரங்கம்' என்ற நாவலில் இம்முறையைக் கையாண்டிருக்கிறார். வெளி உலக நடப்பிலிருந்து உள் மன நிகழ்ச்சிகளுக்குத் தாவியது அவருடைய எழுத்து. கதாநாயகன் சதீஷின் மனநிலையும் உணர்வும் குறிப்பான பொருளிலிருந்து புலனைக் கடந்த, உருவமற்ற கருத்துக்கும், வெளிப்புற யதார்த்தத்திலிருந்து உட்புற யதார்த்தத்துக்கும் (inner reality) மாறியவாறு இருக்கின்றன. வாழ்க்கையின் உண்மையைத் தேடி அலைகிறது அவன் மனம். டாகுரின் இந்த வழி வங்க இலக்கிய உலகில் வரவேற்கப்படவில்லை. நூற்றாண்டின் முதற் பகுதியில் வெகு சிலரே இவ்வழியைப் பின்பற்றினர். அப்போது வங்க இலக்கியத்தில் ஒரு புதிய நடை புகுந்திருந்தது. கன்ஃபெஷன், டிடெக்ஷன், ஸெல்ஃப் ப்ரொஜெக்ஷன் அதாவது, குற்றத்தை ஒப்புக்கொள்ளுதல், வாழ்க்கையின் உண்மையைத் தேடியறிதல், ஆத்ம வாழ்வின் அந்தரங்கத்தை அறிதல். இந்த முறைகள் நாவலாசிரியர்களுக்கு உகந்ததாக இருந்தன. உட்புற யதார்த்தத்தைத் தேடும் வழி படிப்படியாகக் கடினமாகவும் குரூரமாகவும் ஆயிற்று. வடிவங்கள் எளிமை குறைந்து மேன்மேலும் சிக்கலானவை ஆயின.

மொழிநடையில் ஒரு மெருகு தோன்றியது. கதையின் முக்கியத்துவம் குறைந்து கதாபாத்திரங்களைச் சுற்றி நாவல் எழுதப்பட்டது; பின் ஆத்மாவை மையமாக வைத்து. இவ்விதம் நாவலின் உருவம் மாறுதல்களுக்குட்பட்டது.

ஸ்ரீ ஸந்தோஷ் குமார் கோஷின் நாவல்களை நாம் ஆராயப் புகும் போது உலக இலக்கியத்தின் மதிப்பீடு அவசியமான பீடிகை ஆகும். அதுபோலவே அவர் எழுத ஆரம்பித்த சமயத்தில் நிலவியிருந்த சூழ்நிலையையும் நோட்டம் விடுதல் நல்லது. அப்போது வங்காளத்தின் பொது வாழ்வில் அசாதாரண திருப்பம் ஒன்று நேர்ந்துகொண்டிருந்தது. 1920-லும் அதனை அடுத்தும் பிறந்தவர்கள் யாவருமே இச்சமயம் (1940 - 50) எழுதத் தொடங்குவது இயல்பு. சரத் சந்திரருடைய ரொமான்டிக் யுகம் முடிந்து விட்டது. கல்லோலின் பொஹீமியன் (Bohemian) வழியும் மறைந்து விட்டது. விபூதிபூஷன் பந்தோபாத்யாயாவின் இயற்கைப் பாணியும் தங்கவில்லை. இதுதான் வங்க நாவலின் நிலை.

ஸந்தோஷ் குமாரும் அவரை ஒத்த பிற இளம் எழுத்தாளர்களும் (நாராயண் கங்கோபாத்யாய, நரேந்திரநாத் மித்ரா, நரேந்திர கோஷ், ஜோதீந்திர நந்தி, ஸமரேஷ் பஸு, ரமாபத சௌதுரி, விமல கர் முதலியவர்கள்) அரங்குக்கு வந்தபோது வங்கத்தில் விபரீதமும் நிராசையும் தாண்டவமாடின. சமூகத்தின் கோட்பாடுகள் அலட்சியப் படுத்தப்பட்டன; அரசியலில் அமைதி மறைந்தது; பொருளாதார நிலை தலைகீழாகி வந்தது. இந்தச் சூழ் நிலையில் இளம் எழுத்தாளர்கள் இலக்கிய உலகில் அடி எடுத்து வைத்தனர். அவர்களுக்கு வழிகாட்ட மாணிக் பந்தோபாத்யா யாவைத் தவிர வேறு யாரும் காணப்படவில்லை. அவர் எழுதிய 'புதுல் நாசேர் இதிகதா' ('பொம்மை ஆட்டத்தின் கதை' 1936) என்ற நாவல் இந்தக் கிளப் நாவலாசிரியர்களுக்கு ஆதரிச நூலாகத் தோற்றமளித்தது.

நாட்டில் விபரீதப் போக்குகள் வளர்ந்துகொண்டிருந்தன; பொறுப்பும் உடைமைகளும் கைமாறிக்கொண்டிருந்தன; அடிப்படையான கொள்கைகள் உருமாறின; முரண்பாடுகளும் அலட்சியமும் எங்கும் பரவி வளர்ந்தன. நாட்டின் சுதந்தரத்தை

ஒட்டி வங்காளத்தில் அரசியல் முதன்மையும் பொருளியல் வன்மையும் மறைந்தன. இந்தச் சித்திரம் இளம் எழுத்தாளர்களின் மனத்தையும் கவனத்தையும் கவர்ந்தது. அதையே அவர்கள் எழுத்துமூலம் வடித்தனர் என்பது மட்டும் அல்ல; வறட்சியால் துன்பப்படும் தங்கள் நாட்டையும் அதன் துரதிர்ஷ்டங்களையும் கண்டு நிராசையால் வாடினர்.

ஸந்தோஷ் குமார் பிறந்து வளர்ந்தது ஃபரீத்புர் அரண்மனையில் (இப்போது பாங்களா தேசத்தில் உள்ளது). கிராமத்தில் பிறந்து வளர்ந்தவர் என்றாலும், இயற்கையின் வசீகரத்தில் தம்மை இழக்கக்கூடியவர். ஆனாலும், அவருடைய நாவல்களில் கிராம மணத்தையே நுகர முடியாது. முழுமனத்துடன் பட்டண வாழ்வையே பல கோணங்களிலிருந்தும் கண்டு வடித்தார். அரண்மனை வாழ்வின் சாயலையும் அவர் நூல்களில் காணமுடியாது.

1936-இல் மெட்ரிகுலேஷன் பரீட்சையை முடித்துக் கொண்டு ஸந்தோஷ் குமார் கல்கத்தாவுக்கு வந்துவிட்டார். அப்போதிலிருந்தே அங்கு நிலையாக வசிக்க ஆரம்பித்து விட்டார். 18-ஆம் வயதிலிருந்து 27-ஆம் வயதுவரை (1938-47) அவருக்கு ஏற்பட்ட அநுபவங்கள் கடைசிவரை அவருடைய நாவல்களிலும் கதைகளிலும் அவருக்கு உதவின. இந்த வருஷங்களில் வாழ்க்கையின் மூல உண்மையை ஆராயும் பண்பினராய்த் தம்மைத் தயார் செய்து கொண்டார். அவருடைய முதல் நாவலான ‘கினு கோயலார் கலி’யில் (1950) வாழ்க்கை ஆராய்ச்சியாளராகவே நாம் அவரைக் காண்கிறோம். அவருக்கு அப்பொழுது வயது முப்பது. கதாசிரியராக அவருடைய வாழ்வு தொடங்கிவிட்டது.

பிறவியிலிருந்தே கல்கத்தா, ஸந்தோஷ் குமாரின் மனத்தைக் கவர்ந்துவிட்டது. குழந்தைப் பருவத்தில் ஆறு மாதங்களுக்கொரு முறை அவர் கல்கத்தாவுக்குச் செல்வதுண்டு. பதினாறாவது வயதில் மேற்படிப்புக்காகக் கிராம வாழ்வையும் குடும்பப் பாசங்களையும் துறந்து கல்கத்தா வந்தவர் அங்கேயே நிலைத்துவிட்டார்.

வாழ்க்கையின் இரண்டாவது பருவம் ஆரம்பித்துவிட்டது. தரித்திரம் ஒரு புறமும் மனச்சாட்சி மறுபுறமும் அவரைத் துளைத் தெடுத்தன. தம்முடனேயே போராட வேண்டியிருந்தது;

சூழ்நிலையை எதிர்க்கவும் நேர்ந்தது. இலக்கியச் சம்பிரதாயமும் ருசியுங் கூடச் சில வேளைகளில் பிற்போக்கானவையாகத் தோன்றின. வடக்குக் கல்கத்தாவில் ஒரு குறுகலான சந்தில் பாதி அறையில் எப்படியோ வாழ்ந்தார். வசதியற்ற குடும்ப நிலை. யாராவது விருந்தினர் வந்தால் பெற்றோர்கள் முகம் கவலையால் கூம்பிப் போகும். குடி தண்ணீருக்கும், குளி தண்ணீருக்கும் என்றும் பூசலும் சண்டையுந்தான். தரித்திர சுயநலமும், கபடமும் நிரம்பிய கல்கத்தாவின் சகிக்கமுடியாத வாழ்க்கைச் சூழல் எழுத்தாளனைப் படைத்து உருவாக்கிற்று.

ஸந்தோஷ் குமாரின் நாவல்களிலிருந்து கல்கத்தாவின் விசித்திரமான, சிக்கலான வாழ்வைப்பற்றிய நுண்ணறிவு பெறலாம். அந்த வாழ்வின் சிக்கல்களும், விசித்திரங்களும் அவருடைய ஆராய்ச்சிப் பொருள். கதையை அவர் முக்கியமாகக் கருதவில்லை. பேச்சையும் மொழியையுமே அவர் அதிகமாகக் கவனித்தார். ஏனென்றால், இவை வாழ்க்கையை ஒட்டியவை; மிகவும் அரிதாகவே ஆன்மாவுடன் சம்பந்தம் கொண்டவை.

வாழ்க்கை கடினமாகிக் கொண்டிருந்தது. 1940-இல் நாடெங்கும் அமைதி குலைந்துவிட்டிருந்தது. ஸந்தோஷ் குமார் பொருளாதாரத்தில் எம்.ஏ. படித்துக்கொண்டிருந்தார். அதைப் பாதியிலேயே விட்டுவிட்டுப் பிகாரில் ஒரு சாதாரண வேலையை ஏற்றுக்கொண்டார். சீக்கிரமே அதையும் விட்டுக் கல்கத்தாவில் 'ரைட்டர்ஸ் பில்டிங்'கில் குமாஸ்தாவாகப் பணியேற்றார். அதுவும் நிலைக்கவில்லை. நாற்பத்தைந்து ரூபாய் சம்பளம் வந்த குமாஸ்தா வேலையை உதறிவிட்டு முப்பத்தைந்து ரூபாய் சம்பளத்தில் ப்ரத்யாஹு என்ற பத்திரிகையின் துணையாசிரியரானார். அது தான் அவருடைய எழுத்தாள வாழ்வின் ஆரம்பம். அதற்குப் பிறகு டெல்லியிலும் கல்கத்தாவிலும் ஆங்கிலம், வங்காளி இரு மொழிகளிலும் பெருமையுடன் பணிபுரிந்தார். இப்பொழுது அவர் 'ஆனந்த பாஜார்' தினசரியின் துணையாசிரியர். அநேக நாடுகள் சுற்றி வந்துள்ளார். ஆங்கிலம், வங்காளி இரண்டிலும் பேசுவதிலும் எழுதுவதிலும் வல்லவர்.

ஸந்தோஷ் குமார் எழுதியிருக்கும் நாவல்களின் எண்ணிக்கை குறைவுதான். 23 வருஷங்களில் (1950-72) எட்டு நாவல்களே

வெளியிட்டுள்ளார். அவையாவன: 'கினு கோயலார் கலி' (1950), 'நாநா ரங்கேர் தின்' (1952), 'மோமேர் புதுல்' (1958), 'முகேர் ரேகா' (1959), ''ஜல் தாவ் ஜல்' (1967), 'ஸ்வயம் நாயக்' (1969), 'ஸேஷ் நமஸ்கார்' (1971), 'ஸமய் அமார் ஸமய்' (1972). இரண்டு குறு நாவல்களும் எழுதியுள்ளார் 'ரேணு, தொமார் மன்' (1959), 'ஸ்கால் தேகே ஸகால்' (1969).

ஸந்தோஷ் குமார் ஜனரஞ்சகமான எழுத்தாளர் அல்ல. அது அவருக்குத் தெரியும். மக்கள் ஏற்கவேண்டும் என்பதற்காகத் தம் கொள்கைகளைத் தியாகம் செய்ய அவர் தயாராயில்லை. உண்மையைச் சொல்லப் போனால் அவர் தம் மன வாழ்வின் உன்னதத்துக்கு இலக்கியத்தின் உதவியையே நம்பியிருந்தார். மனோதிடம் குறையாமல் தம் வழியையே பின்பற்றினார். அவருடைய ஆராய்ச்சிக்கு வாழ்வையே விஷயமாகவும், முயற்சிக்கு ஆதாரமாக ஆத்ம வாழ்வின் தெளிவையும் ஏற்றுக் கொண்டார். அவர் தம் கருத்துக்களை எழுத்து வழியாக எப்படிச் சொல்ல விரும்புகிறார் என்று புரிந்துகொள்ள அவருடைய நாவல்களையே கூர்ந்து பார்க்க வேண்டும்.

'ஸேஷ் நமஸ்காரி'ன் முன்னுரையில் அவர் சொல்லியிருப்பதைக் கவனிப்போம். 'எழுத்தாளர் எல்லாருமே வாழ்நாள் எல்லாம் முயன்று ஒரு பெரும் நூலைத்தான் எழுத விரும்புகின்றனர். நானும் அதையேதான் விரும்புகிறேன். ஆனால், முடியவில்லை. என்னையும் மீறி நாவல்கள் ஒன்றைத் தொடர்ந்து மற்றொன்றாய் வெளிவந்துள்ளன. கடைசியாக, 'ஸேஷ் நமஸ்கார்' ('கடைசி நமஸ்காரம்') என்ற இந்த நாவலை அர்ப்பித்து விடைபெற விரும்புகிறேன். ஆனால், முடியுமா? தெரியவில்லை!'

அவர் தேடி எடுத்த உண்மையை வாழ்நாளெல்லாம் முயன்று எங்கேயாவது தெளிவாக்க முடிந்ததா? அவருடைய கதைகளில் புலன் விசாரிப்போம், வாருங்கள்.

முதல் நாவல் 'கினு கோயலார் கலி'யில் (கினு பால்காரன் தெரு) அவருடைய எந்த உணர்வு நன்றாய்த் தெரிகிறது? ஆனால், அதில் அவருடைய சிறப்புத் தன்மையைக் காண்பதற்கில்லை. இந்நூலில் எழுத்தாளன் பட்டண வாழ்வைச் செதுக்கிக்

காட்டுகிறான். ஆசைக் காதலி கல்கத்தா, நானாவித ரூபம் எடுத்து அவரை மயக்கினாள்.

'கினு கோயலார் கலி', பெயரில் ரவீந்திர நாதம் ஒலிக்கிறது. அந்தச் சந்தில் வீட்டுச் சுவர்கள் காரை பெயர்ந்து பரிதாபமாய்க் காட்சியளித்தன. நகரச் சௌகரியங்கள் எதுவும் இங்கே கிடையா. வெளிச்சமும் காற்றும் புகா. வண்டிகளும் கார்களும் இத் தெருவுக்குள் வரா. கடைகள்கூட இல்லை. ஆனால், மழை வெள்ளப்பெருக்கு வஞ்சமில்லாமல் அழுக்கையும் சாணியையும் சேர்த்துக் கொண்டு இத்தெருவுக்குள் பாய்ந்து சேரும். இந்தப் பரிதாப நிலையிலும் அந்தச் சந்தில் வாழ்க்கை நடந்துகொண்டு தான் இருந்தது. சௌரங்கியின் டம்பமும் பளபளப்பும் இங்குக் காணமுடியாது. புலி, கரடியைப் போன்ற அச்சுறுத்தும் பயங்கர ஜீவனும் கிடையாது. மயிலைப்போல் ஆடும் கவர்ச்சியில்லை. மானைப்போல் மயக்கும் மருள் இல்லை. ஆனால், கட்டாயம் உயிர் இருக்கிறது. தன் நெஞ்சின் மேலேயே ஊர்ந்து செல்லும் நத்தையைப்போல் இங்கும் வாழ்வு தன்னையே வருத்திக் கொண்டு இழைந்துகொண்டிருந்தது.

இந்தச் சந்தில் வாழ்பவர்களின் நிலையும் அதுவே. பகட்டில்லாத, கவர்ச்சியில்லாத நிலை மத்தியதரக் குடும்பத்தினரின் நிலை. இருண்ட, வறண்ட வாழ்வு. படிப்பற்ற, ருசியற்ற சூழ்நிலை. இங்கு வசிக்க வந்தார் சிவவிரத பாபு. பாப்புலர் பார்க்கிலிருந்து பவானிபுருக்கும். அங்கிருந்து பௌபஜாருக்கும், கடைசியாய்க் கினு கோயலார் கலியில் ஓர் இருண்ட வீட்டுக்கும் படிப்படியாய் இறங்கி வந்தனர் நீலாவின் குடும்பத்தினர். ஒரு மத்தியதரக் குடும்பத்துக்கு ஏற்படும் இன்னல்களும் இடர்களும் கவலைகளும் தெளிவாய் வரையப்பட்டிருக்கின்றன. இந்த வர்ணனை நமக்கு ஒருவித மூச்சடைப்பைத் தருகிறது. இந்தக் குறுகிய சூழ்நிலையிலிருந்து வெளியேறவே முடியாதா? தப்பித்துப் போகவே முடியாதா? ஆசிரியர் நம்மை உடனேயே வீட்டின் திறந்த மேல் தளத்துக்கு அழைத்துப் போகிறார். சுத்தமான காற்றில் மூச்சுவிட்டுப் பிழைத்துக்கொள்ளலாம்.

ஆனால், இந்த ஆறுதல் தாற்காலிகமானது. வாழ்க்கை மென்னியைப் பிடிக்கிறது; கசப்பு மேலோங்குகிறது. தாய்

ஆஸ்துமா வியாதிக்காரி. தந்தை வாழ்க்கைப் போரில் தோல்வியுற்றுத் தளர்ந்து போனவர். தமையன் தேவவிரதனும், மதனி அமிதாவும் இந்தச் சூழ்நிலையிலிருந்து தப்ப ஏற்ற வாய்ப்பை எதிர் பார்த்திருப்பவர்கள். மணீந்திரன், அவன் மனைவி சாந்தி, அவன் சிநேகிதன் இந்திரஜித், அமிதாவின் பணக்காரச் சிற்றப்பன்- எல்லாருமே வாழ்க்கைச் சுழலில் அகப்பட்டுத் தவிப்பவர்கள். ப்ரமோத பத்தரும், சிவவிரத பாபுவும் சதுரங்கம் விளையாடிக் குதிரையின் தாவலில் தோல்வியைக் காண்பதுபோல் இவர்களும் வாழ்க்கை என்னும் சதுரங்கத்தில் தோல்வியை எதிர் பார்ப்பவர்கள்தாம்.

தெருவின் எதிர்ச்சாரியில் குடியிருக்க வந்தனர் சில நர்ஸ் பெண்கள்-சகுந்தலா, லலிதா, கீதா, அனிமா, ஸ்டெல்லா. 'சேவா சத்திரம்' என்ற பெயருடன் இவர்கள் ரோகிகளை எதிர் பார்த்து வாழ்ந்தனர். நீலா இவர்களுடன் நட்புறவுகொண்டு அந்தக் குறுகிய சந்தில் வாழ்க்கையை ஓட்டினாள். வாழ்க்கையின் இனிமையை நுகரும் முயற்சியில் வெற்றிபெற முடியாமல் மனங் கசந்து நீலா, சாந்தியிடம் வெறுப்பும் இந்திரஜித்துடன் கோபமும் கொள்ளுகிறாள்.

சீக்கிரமே கினு கோயலார் கலியில் குடி ஏறினவர்கள் ஒவ்வொருவராய் வெளியேற ஆரம்பித்துவிடுகிறார்கள். தேவ விரதனும் அமிதாவும், மணீந்திரனும் சாந்தியும் போய் விட்டார்கள். சேவா சத்திரத்துப் பெண்களும் தங்கள் தங்கள் வீடு, குடும்பம் என்ற ஆசையில் புறப்பட்டுவிடுகிறர்கள். இந்திரஜித் மாத்திரமே பின் தங்குகிறன். அவனைச் சுற்றித் தன் ஆசைகளையும், கனவுகளையும் எழுப்புகிறாள் நீலா. கவிதை எழுதுவதை விட்டுவிட்டு ஒரு அச்சாபீஸில் புரூஃப் ரீடர் வேலைக்குப் போகிறான், நீலாவுடன் சேர்ந்து வாழ்க்கையை ஆரம்பிக்க விரும்புகிறான், புதியதாய் வாழ்க்கை ஆரம்பிக்க விரும்பினான் இந்திரஜித். ஆனால், அதற்கு முதல் **25** ரூபாய் மட்டுமே!

1945-46 -இல் கல்கத்தாவில் வாழ்க்கைப் போராட்டம் எந்த நிலையிலிருந்தது என்பதை நினைவுபடுத்திக் கொள்ள வேண்டும். கவலை, கஷ்டம், தலைக்குனிவு, பணமுடை முதலிய பலவித எதிர்ப்புகளையும் அமுக்கிக்கொண்டு எழும்பியது நீலா, இந்திரஜித் இவர்களுடைய பரஸ்பரப் பரிவு. அதுதான் அவர்களுடைய புதிய

வாழ்வின் அஸ்திவாரம். புதிய வாழ்க்கை ஆரம்பிக்கும் ஆசையுடனும் நம்பிக்கையுடனும் முடிகிறது இந்த நாவல். மத்தியதரக் குடும்பத்துக்கு ஏற்படும் கவலைகளையும் கஷ்டங்களையும் மீறி நீலாவும் இந்திரஜித்தும் தோழமை பூண்டனர். இந்தத் தோழமையில் கவர்ச்சியும் இல்லை; கசப்பும் இல்லை. பரஸ்பர நம்பிக்கையின் மேல் எழுந்த இந்த வாழ்க்கைத் தோழமையை உவப்புடன் வரவேற்கிறார் கதாசிரியர்.

அடுத்ததாக, ஸந்தோஷ் குமார் எழுதிய நாவல் 'நாநா ரங்கேர் தின்' ('பல வர்ண நாள்'). இங்கேயும் அவர் முதல் நாவலில் கடைப்பிடித்த வழியிலேயே முன்னேறுகிறார். கினு கோயலார் கலியில் வெளி உலகத்தையும் சம்பவங்களையும் வைத்தே கதையை உருவாக்கினார். இரண்டாவது புத்தகத்திலும் அப்படியே உள் மனநிலையைத் தொடாமல் கதை எழுதியிருக்கிறார். **1927-33**-க்குட் பட்ட சமயத்தில் கல்கத்தாவிலும், பிற வங்க நகரங்களிலும் ஒரு வகுப்புப் போர் நடந்துகொண்டிருந்தது. அந்த நெருக்கடியில், அரசியல், சமூகம், குடும்பம் எல்லாமே குழம்பிக் கிடந்தன. பகுத்தறிவு முற்றாத ஒரு வாலிபனை இச்சூழ்நிலை எப்படிப் பாதிக்கிறது என்ற ஒரு சாதாரண நிலையை வைத்துக் கதையை எழுப்பி இருக்கிறார். உணர்ச்சி வசப்பட்டு நிலை தடுமாறும் இளம் சுபாஷிஸ் வேகமாய் யௌவனப் பருவத்தைக் கடந்து கொண்டிருக்கிறான். சூழ்நிலையும் அதற்கு உதவி செய்கிறது. சுபாஷிசின் உருவத்தில் கதாசிரியரின் ஆரம்ப அரண்மனை வாழ்வின் சாயலும், தொடர்ந்த வாலிபப் பருவக்களையும் பதிந்திருக்கின்றன. ஆசிரியரின் உள் மனக் கருத்து இங்குத் தெளிவாயில்லை. இலேசாகக் குறிப்பு தரப்பட்டிருக்கிறது. கதாநாயகனின் பெற்றோர் குணத்தில் எழுத்தாளருடைய பெற்றோரின் சாயல் தெரிகிறது. சுயசரிதையைக் கதையில் புகுத்தியிருக்கிறார் எழுத்தாளர்.

ஸந்தோஷ் குமாரின் மூன்றாவது நாவல் 'மோமேர் புதுல்' (மெழுகு பொம்மை). இதில் ஆசிரியரின் சிற்பத் திறனும், வாழ்க்கை உள்ளறிவும் முழுமையை நோக்கி முன்னேறி இருக்கின்றன. அவருடைய மனத்தைக் கவர்ந்த கல்கத்தா வாழ்வே இந்தக் கதையின் கருப்பொருள். கிராமத்துப் பெண்ணான சுதாவின் கண்கள் வழியே எழுத்தாளர் கல்கத்தாவைப் பார்க்கிறார். அந்தப் பகட்டும் மினுக்கும்

அந்தப் பெண்ணை அடிமையாக்கிக் கொண்டனவா அல்லது அவற்றையும் மீறிச் சுதா வெற்றி பெறுகிறாளா என்று பார்ப்போம்.

சுதாவின் கண்களில் கல்கத்தாவின் வாழ்க்கை பெருமைக்கும் கம்பீரத்துக்கும் சின்னமாய்த் திகழ்ந்தது. சுதாவை விழுங்கிச் சீரணித்துக் கொண்டது அந்த மாநகர். அங்கே சில மாதங்கள் வாழ்ந்ததில் அவளுடைய அறிவும், திடமும் பல வருட வளர்ச்சியைப் பெற்றுவிட்டன. கிராமத்துக்குத் திரும்பிய சுதாவுக்குப் பெற்றோர், சகோதர சகோதரிகள் எல்லாருமே அந்நியராய்த் தோன்றினர். அவர்களுக்கும் சுதா வேற்று மனுஷியாய்த் தென்பட்டாள். அவளுடைய வாழ்க்கைக் கொள்கைகள் மாறிவிட்டன.

இந்த மாற்றத்தை வைத்துக்கொண்டு கதை பிறக்கிறது. அவளுடைய மாறிய மனப்போக்கும், கிராம வாழ்வு மற்றும் குடும்பத்தினரிடம் தோன்றிய விலகிய போக்குமே கதையின் சாரம். நாகரிகத்தின் வெற்றி இக்கதையின் கதை. சுதாவின் கைகளில் மாலையைக் கொடுத்து, தம் பிறவிக் காதலியான, மோஹினி கல்கத்தாவை வரிக்கிறார் கதாசிரியர். அவருடைய வாழ்க்கை ஆராய்ச்சியை வேட்டைக்கு ஒப்பிடலாம். நாகரிகம் எனப்படும் ஜீவனைக் குறி வைத்து, தொடர்ந்து ஆராய்வது அவருடைய வழி. அந்தப் பிரம்மாண்டமான ஜீவனிடம் அவருக்குப் பயமும் வெறுப்பும் இருந்தன; ஆனால் தள்ளமுடியாத ஒருவித வசீகரமும், அளவற்ற காதலும் கூடவே நிலவின.

நான்காவது நாவல், 'முகேர் ரேகா' (முகத்தின் கீற்றுகள்). இங்கு அவர் வழக்கமான பாணியிலிருந்து மாறுபட்டு எழுதுகிறார். வெளி உலகிலிருந்து உள் நிலைக்கும், சம்பவங்களை ஒட்டின கதையிலிருந்து உணர்ச்சியை முக்கியமாய்க் கொண்ட கதைக்கும், வெளி வாழ்க்கைச் சம்பந்தமான ஆராய்ச்சியிலிருந்து உள் மன வாழ்க்கையின் ஆராய்ச்சிக்கும், மதிய உக்கிரத்திலிருந்து மாலையின் அமைதிக்கும் அவர் தம்மை மாற்றி மாற்றி அமைத்துக் கொண்டிருக்கிறார். நிகழ்கால நவீன கதாசிரியராக முழுமை பெறுகிறார். ஆத்ம ஆராய்ச்சிக்குக் கருவியாக மன நிலையின் சோதனையையும், தவறுகளை ஒப்புக்கொள்ளுதலையும் கையாண்டுள்ளார். உலக நியதியின் தடுக்க முடியாத வேகத்தில் அகப்பட்டுத் தவிக்கும் மனித இயல்பே அவர் ஆராய்ச்சி விஷயம்.

ஆத்மாவுக்கு உயர்வைத் தரும் பாணியே அவருடையது. தம் தவறுகளை ஆராய்ந்து ஒப்புக்கொள்ளுதலால் மனம் சுத்தப்படுகிறது.

அவருடைய கதைகளில் மீண்டும் மீண்டும் நிழலாடும் சுயசரிதை இங்கே தெளிவாய்த் தெரிகிறது. குழந்தைப் பருவத்தைத் தாண்டி வளர்ந்து மனிதனாகிறான் ஒருவன். வாலிபப் பருவத்தில் தெளிவாய்த் தெரிந்த பாதை அவனுக்கு மறந்து விடுகிறது. தன் தவறுகளுக்காக முதலில் வெட்கிக் குறுகும் வாலிபன் மெள்ள மெள்ள மானம் மரியாதையற்ற கயவனாகி விடுகிறான். கடைசிக் காலத்தில் தன் ஆத்மாவின் சுத்தியை நாடி வேதனையில் உழலுகிறான். நினைவுச் சுழலில் நீச்சலடித்து ஒருவித மன அமைதியுடன் கரை ஏறுகிறான். வாழ்க்கை திரும்ப ஆரம்பம் ஆகிறது. இந்த வாழ்க்கைக் கதை முதல் மூன்று நாவல்களில் நிழலாடுகிறது; நான்காவது நூலில் முழுமை பெறுகிறது.

இப்போது முதல் ஸந்தோஷ் குமார் நவீன இலக்கியப் படைப்பில் முழு மனத்துடன் இறங்கிவிட்டார். 'முகேர் ரேகா', 'ஜல் தாவ் ஜல்', 'ஸ்வயம் நாயக்', 'ஸகால் தேகே ஸகால்', 'ஸேஷ் நமஸ்கார்'-ஆகிய நூல்கள் மூலம் ஒவ்வொரு தடவையும் தம்மை நிகழ்காலச் சிற்பியாய் ஸ்தாபித்துக்கொண்டார். அவருடைய சிற்பத் திறனின் முதல் பரிசயம் 'முகேர் ரேகா' என்ற நாவலில் நமக்குக் கிடைக்கிறது. தம்மையே உருவாக்குவது, வாழ்க்கையை நுட்பமாய் ஆராய்வது, அதன் பொருள் பொதிவைத் தேடுவது, குற்றத்தை ஏற்றுக்கொண்டு மனத்தெளிவு பெறுவது இவை எல்லாம் அவர் வழியில் வந்தவை. அவருடைய நாவல்களின் நாயகர் களெல்லாம் உள் ஆத்மாவைத் தேடுபவர்கள். ஸ்வீகார மனப்பான்மை மூலம் அதைக் கரை ஏற்ற முயலுபவர்கள். சுரேஷ் (முகேர் ரேகா), திமிர்பரன் (ஜல் தாவ் ஜல்), அனாமா நாயக் (ஸ்வயம் நாயக்), கனா, ஃபனா, நீலகண்ட், பாஸவ் (ஸகால் தேகே ஸகால்), தாயைத் தேடும் நாயகன் (ஸேஷ் நமஸ்கார்) எல்லாரும் கதாசிரியரின் ஆத்ம உயர்வின் சின்னங்கள்.

'ஸேஷ் நமஸ்காரி'ன் முதல் கடிதமே 'ஸ்ரீ சரணேஷூ மாகே' (தாயின் சரணங்களை ஸ்மரிக்கிறேன்) என்று ஆரம்பிக்கிறது. அதிலிருந்தே விஷயம் புலப்படுகிறது. இவ்விதம் கடிதம் எழுதும்

உத்தமன் யாரென்று தெரியவில்லை. 'கதையின் உத்தம புருஷனின் பாஷை இது. அவரை நான் அப்புறம் காணவில்லை. நம்முடன் கலந்துவிட்டிருப்பார் அல்லது நம் நடுவில் தனியராய் நடுமாடவும் செய்யலாம்.'

கதாநாயகனின் அன்னை ஆராய்ச்சியும் ஆத்ம ஆராய்ச்சியும் வேறு வேறு அல்ல. ஒன்றாய் நடப்பவை; எல்லைக்குள் அடங்கியவை. பெற்றவளுக்குத் தொடர்ச்சியாய் எழுதிய கடிதங்கள்மூலம் கதா நாயகனின் உள்ளுணர்வு உயர்வு அடைகிறது. தாயுள்ளத்தைக் குறியாய்க் கொண்ட நாயகனின் ஆராய்ச்சி உண்மையில் சத்தியத்தையும் ஆத்மாவையும் தேடும் முயற்சியாய் அமைகிறது. அவனுடைய நினைவுக் கோவையும், ஆத்ம ஆராய்ச்சியும் கடைசிவரை சத்தியத்தைத் தேடும் வகையினதாகவே தெரிகின்றன. வாழ்க்கையின் ஒவ்வொரு கட்டத்திலும் விதவிதமான மனிதர்களுடன் கதாநாயகனுக்குப் பரிசயம் ஏற்படுகிறது. தாயின் நண்பன் சுதீர் மாமா, பிராயஜனுரஜனிபுலா, லீலா மாமி, அரிந்தம், பன்ஷி-இத்யாதி.

தாயைப்பற்றிய ஆராய்ச்சி தந்தையையும் தழுவுவதாக இருக்கிறது. வாழ்க்கைப் போரில் தோல்வியுற்று மனமுடைந்து வாழும் தகப்பனிடம் பிள்ளைக்கு மிகுந்த வெறுப்பு. ஆனாலும், கடைசியில் எழுத்தாளனான பிள்ளையின் நேர்மை மோகத்தில் தகப்பனுக்குத் தான் வெற்றி. அந்த வெற்றியை இறக்கும் முன்பே அவரால் காணவும் முடிந்தது. எல்லாவற்றுக்கும் மேலாகவும், கடைசியாகவும், தாய்-அவளைச் சுற்றியே நாயகனின் ஆத்ம சோதனையும் சத்திய சோதனையும் நடக்கின்றன. 'ஸேஷ் நமஸ்கார்' தாய் ஆராய்ச்சி மட்டுமல்ல, ஆத்ம ஆராய்ச்சியும் ஜீவனின் சத்திய சோதனையுங்கூட, இங்கேதான் நாவலின் புதுமைப் பாணி தெளிவாகிறது.

ஸந்தோஷ் குமாரின் கடைசி நூல் 'ஸமய் அமார் ஸமய்' (எங்கள் காலம்). நிகழ்காலத்தின் கதை. 1970-71-இல் நிறுவப் பட்ட கடினமான சூழ்நிலையில் விபரீத ஆசைகளும், ஏக்கங்களும், மனக் குழப்பமும் நிரம்பி வழிந்தன. அந்த நிலைமையையே கடைசிக் கதையில் வரைந்திருக்கிறார் எழுத்தாளர். உயிருக்குப் பயந்து கதாநாயகன் ஒரு வீட்டின் மேல் தளத்தில் அபயம் தேடி

ஒளிந்துகொள்ளுகிறான். இம்மனிதனின் பயந்த மனக் கலக்கத்தை அடிப்படையாய்க் கொண்டிருக்கிறது கதை. யார் இவன்? இவன் வாழ்ந்த காலம் எது?

"1970-ஆம் வருடத்தில் துவங்கிய காலகட்டத்தில் கணக்கற்றவர்கள் பயத்தால் பீடிக்கப்பட்டு, பேடிகளாய்த் தங்கள் முகத்திலேயே கரியைப் பூசிக்கொண்டனர். அந்தப் பயத்தை மறைத்து, தங்களையும் பிறரையும் ஏமாற்றிக்கொண்டு பொய் வாழ்வு வாழ்ந்தனர் பலர். இவர்களுடைய அந்தரங்கம் எப்போதாவது வெளிப்பட்டால் உலகமே திடுக்கிடும்."

ஆனால், எழுத்தாளன் நிகழ்காலத்தின் போலித்தனத்தை அம்பலப்படுத்துவதை மட்டுமே இலக்காகக் கொள்ளவில்லை. வாழ்க்கையைச் சித்தரிக்கவும் முற்பட்டுள்ளான். பயத்தால் பீடிக்கப் பட்டுக் குற்றமனப்பான்மையால் அரிக்கப்படும் கதாநாயகனின் பேச்சு அவனுடைய தோல்வியை விளம்பரப் படுத்துகிறது. அவனுடைய நினைவுகளும், எண்ணங்களும், பயங்களும், கண்முன் திகழும் அநியாயங்களும் அவனுடைய பலவீனத்தைப் பறை சாற்றுகின்றன. பயத்திடம் தோல்வியை ஒப்புக்கொள்ளுவதா கதையின் முடிவு? ஆத்மாவின் அவமானமும் ஏமாற்றமுந்தானா முடிவு? இந்த இருள் விலகவே விலகாதா? குருதி தோய்ந்த சூழ்நிலையா வெற்றி மாலை சூட்டிக்கொள்ளப் போகிறது? கிடையாது என்று திடமாய் நம்புகிறார் கதாசிரியர். நற்புத்தி கடைசியில் தலை தூக்கி வெற்றி பெறும் என்று அடித்துச் சொல்லுகிறார். ஒரு கதாபாத்திரத்தின் (மணிமயன்) பேச்சு அதை நிரூபிக்கின்றது. 'இச்சமயம் நாங்கள் இறங்க வேண்டியதாயிருக்கிறது. வேளை சரியாயில்லை, பின்வாங்குவது தான் சரி. நடக்கட்டும். ஆனால், காலம் மாறும். திரும்பவும் முன் ஏறுவோம்.'

கடைசிவரை ஸந்தோஷ் குமார் கோஷின் நாவல்களில் வாழ்க்கையிடம் அவருக்குள்ள ஆழ்ந்த பரிவும் அநுதாபமுமே பிரதிபலிக்கின்றன.

டாக்டர் அருண் குமார் முகோபாத்யாய

I

தெருக் கோடியிலேயே பஸ் நின்றுவிடும். அங்கிருந்து சுமார் பத்து நிமிடங்கள் நடந்தால் கினு கோனார் சந்திற்கு வந்து சேரலாம். வழியில், முதலில் மஹேஷ் ஆடிட் தெரு; சுமாரான பெரிய தெருதான். மருந்துக் கடைகள், ஒரு டிபார்ட்மென்ட் ஸ்டோர், "ஸர்வ சுக்ல" என்ற பெயருடன் ஒரு சலவைக் கடை இவ்விதச் சௌகரியங்கள் எல்லாம் இங்கு உண்டு.

இன்னும் கொஞ்சம் போனால் ஹரிமோஹன் முகர்ஜி ரோடு. ஆரம்பத்திலேயே பெரிதாய்த் தெரியும், ஒரு பள்ளிக்கூடக் கட்டிடம். எஸ். எம். எச். ஹைஸ்கூல்-ஸுர்பாலா மெமோரியல் ஹைஸ்கூல். பழைய கட்டிடந்தான்; அதன் பெயர்ப் பலகையில் தேதி முதலிய விவரங்கள் அழிந்துபோய் விட்டிருந்தன.

இந்தத் தெருவுக்கு அப்புறம் கங்காராம் வஸாக் தெரு. ஏழைமையைப் பறைசாற்றும் களை அற்ற வீடுகள், சுண்ணாம்பு அழிந்துபோன சுவர்கள், சிறிய ஓட்டை போன்ற ஜன்னல்கள், பார்க்கவே பரிதாபம்! இங்கேயும், ஆனால், மலிவாய் உணவு பரிமாறும் கடைகள், ஒரு சலவைக் கடை எல்லாம் உண்டு. அப்புறம், நீங்கள் நம்பவே மாட்டீர்கள், ஒரு பூங்காகூட உண்டு. இந்த ஏழைமையிலும் ஒரு பார்க்-ஆச்சரியந்தான்! பசுமையற்ற புல்தரை, உடைந்துபோன அழிகள், கை அகலம் பூமி ஆனாலும் கட்டாயமாய் அது பூங்காதான். இங்கு வந்து உட்கார்ந்து கொண்டால் நாளெல்லாம் உழைத்த களைப்பு, மன உளைச்சல் எல்லாமே காற்றுடன் பறந்துவிடும். நல்ல சுத்தமான காற்று.

இன்னும் ஒன்றிரண்டு திருப்பங்கள்தாம்; இதோ வந்து விட்டோம் கினு கோனார் சந்திற்கு. குறுகிய பாதை; நான்கு பேர்கள்தான் ஒன்றாய் நடக்கமுடியும் அங்கே. கார் முதலிய

வாகனங்கள் நுழையவே முடியாது. மிகவும் ஒதுக்கப்பட்ட தெரு; டிராம், பஸ்களின் ஓசைகூட இங்குவரை எட்டுவதில்லை, சகடா வண்டி, ரிக்ஷா முதலிய வண்டிகள் உள் நுழைந்தாலும் எவ்வளவுக் கெவ்வளவு வேகமாய் வெளியேறலாமோ அவ்வளவுக்கவ்வளவு துரிதமாய் அந்தப் பாதையைக் கடந்து பறந்துவிடும். சைக்கிள் போக்கு வரத்து தாராளமாய் உண்டு. ஆனால், அவைகூட மின்னல் வேகத்தில்தான் செல்லும். அவசியத்துக்குமேல் ஒரு நிமிஷங்கூட அங்கே தங்குவது யாருக்கும் பிடிக்காது.

காரை பெயர்ந்து நடுநடுவே உடைந்து விரிசல் கண்ட சுவர்கள். ஐயோ பாவம்! இங்கு அநேகமாய் மண் வீடுகள்தான், ஓட்டுக் கூரைகளுடன். காற்று, வெளிச்சம், கடை, வண்டி எதுவுமே இங்கே கிடையாது. எப்பொழுதும் தாராளமாய் அந்த தெருவில் உலாவுவது நீர்ப்பிரவாகம் மட்டுந்தான். தெருக் குழாய்கள் திறந்தபடி இருக்கும். நடக்கும்பொழுது உடையைத் தூக்கிப் பிடித்துக் கொண்டால்தான் சௌகரியம். அப்புறம் மழைக் காலத்திலோ கேட்கவே வேண்டாம். ஒரே சேறுதான். பசுமையையும், வர்ணஜாலங்களையும், வாசனையையும் மற்ற இடங்களுக்கு அள்ளிச் சொரியும் புது மழை இந்தச் சந்தில் நுழையும்போது மாத்திரம் ஊரிலுள்ள துர்நாற்றத்தையும் அழுக்கையும் குப்பையையும் திரட்டிக் கொண்டு நுழையும். அந்தோ, கினு கோனார் சந்து.

ஏனோ இவ்வளவு பாராமுகம்! எந்த நகரசபை அங்கத்தினர் கண்ணிலும் இந்தத் தெருவின் நிலைமை உறுத்தவில்லை. ஆனால் எவ்விதச் சௌகரியமற்ற, அழுக்கு மிகுந்த, தரித்திரம் பிடித்த இந்தத் தெருவில்கூட உயிர் நடமாட்டம் இருக்கத்தான் செய்தது. சௌரங்கியில் காணும் தளுக்கும் மினுக்கும் இங்கே எப்படி இருக்க முடியும்? புலி, கரடியின் வேகத்தையும் உக்கிரத்தையும் இங்குக் காணமுடியாது. மயிலின் வசீகரமும், மானின் துள்ளலும் இங்குக் கட்டாயம் கிடையாது. ஆனால் வாழ்க்கை நடக்கத்தான் செய்தது. புழுவின் வேகம் என்று வைத்துக்கொள்ளுங்களேன். தரையோடு தரையாய்த் தன் உடம்பையே தேய்த்துக் கொண்டு ஊர்ந்து செல்லும் புழுவைப் போலவே இந்தச் சந்தில் வாழ்க்கை நடந்தேறியது. இந்த மாதிரி சந்துகளும் புழு நெளிவுகளும் கல்கத்தாவைப் போன்ற

நகரில் கணக்கற்றவை உள்ளன. ஆனால் கூடக் கினு கோனார் சந்தின் கோலமும் நிலைமையும் அலாதிதான்.

கினு கோனார் சந்திலிருந்து கிளை ஊர்ந்து செல்லும் பூக்கோட்டை முடுக்குகள் இன்னும் எவ்வளவோ! அவற்றைப்பற்றி நமக்கென்ன?

2

கினு கோனார் சந்தில் நுழைந்ததும் தென்படுவது பிள்ளைகளின் தேகப்பயிற்சிக் கூடம். குடி வந்த புதிதில் இந்தக் கூடத்தைத் தாண்டிப் போக மிகவும் கூச்சப்பட்டாள் நீலா. அவளைக் கண்டவுடன் பிள்ளைகள் தங்கள் தேகப்பயிற்சியின் நடுவில்கூடச் சீட்டி அடிக்க ஆரம்பித்துவிடுவார்கள். நாளாக ஆகக் கூச்சம் நீங்கி எரிச்சல் பற்றிக்கொண்டது. அவர்களைப் பிடித்து நன்றாய் மிரட்டி விட வேண்டும்போல் இருந்தது நீலாவுக்கு. ஆனால் யாருக்குத் தைரியம் அப்படிச் செய்ய? பழகப் பழக எரிச்சல் தணிந்து அலட்சியம் மேலோங்கியது. போகட்டும். சீட்டிதானே அடிக்கிறார்கள்!

பயிற்சிச் சாலையைத் தாண்டின உடனேயே வாடகை வீடுகளின் வரிசை ஆரம்பமாகிவிடும். பழைய வீடுகள். கீழே காலித் தகரங்கள், மரப்பெட்டிகள் முதலிய தட்டுமுட்டுச் சாமான்களின் கிடங்குகள். மேலே நிறைய குடித்தனங்கள். இங்கு வாடகை குறைவுதான். தகுந்தாற்போல் வெளிச்சமும் காற்றுங்கூடக் குறைவுதான். எப்போதும் பாதி இருளிலேயே அமிழ்ந்திருக்கும் இந்தச் சந்திலிருந்து வெளிப்பட்டுப் பெரிய வீதிக்கு வரும்போது கண் கூசும்.

பயிற்சிச் சாலைக்கு அப்புறமே பிரமோத் பத்தரின் நகைக் கடை, "பாரீஸ் ஜுவல்லரி." அழியிட்ட கதவின் பின்னால் குறுகிய ஓர் அறையில், மந்த வெளிச்சத்தில் உட்கார்ந்து கொண்டு தலைதூக்காமல் வேலையில் ஈடுபட்டிருக்கும் அந்த மனிதரே ஒரு விநோதப் பிரகிருதிதான். எந்த வேலை மும்முரத்திலும் வீதியில் காலடிச் சத்தம் கேட்டால் சட்டென்று நிமிர்ந்து பார்ப்பார்; ஒவ்வொரு வேளை பேசவும் செய்வார். நீலாவுடன் இப்படித்தான் பரிசயம் செய்துகொண்டார். ஜன்னல் அழியின் பக்கமாய் வந்து

உட்கார்ந்து கொண்டு, முகத்தை அழிகளில் பதித்தபடி பேச ஆரம்பித்தார்.

வேர்வை கசகசக்கும் மயிரடர்ந்த வெற்றுடம்பு, கம்பிகளினூடே பளபளக்கும் இரு சிறு கண்கள், அழகற்ற சப்பை மூக்கு. நீலாவுக்கு அவரைப் பார்க்கவே அருவருப்பாயிருந்தது. மிருகச் சாலையில் அழிகளின் பின்னே காணும் ஏதோ மிருகத்தைப் போல் தோன்றினார் பத்தர். ஒருவித அசட்டுச் சிரிப்புடன் பேச ஆரம்பித்தார்:

"ஏனம்மா, நீங்கள் இங்கே புதிது போலிருக்கிறதே?" என்று நீலாவை வினவினார். குரல் கேட்டுத் தயங்கி நின்றாள் அவள்.

"ஆமாம்" என்றாள் நீலா.

"எந்த வீடு? 6 எஃப் தானே?"

"ஆமாம்."

"மாடியில் மூலையிலிருக்கும் இரண்டு அறைகளில்தானே நீங்கள் குடி ஏறியிருக்கிறீர்கள்?" இவருக்குத் தெரியாத விஷயம் இல்லை போலும். "அப்புறமாய் உங்கள் வீட்டுக்கு வருகிறேன்" என்று அவளுக்கு விடை கொடுத்து அனுப்பினார்.

வேகமாய் நடந்தாள் நீலா. பல் நடுவில் மணல் அரையுண்டது போல் உடம்பெல்லாம் கூசிற்று. ஏதோ அசுத்தமான, அருவருக்கத் தக்க விலங்கைக் கண்டுவிட்டதைப் போல் ஒருவித வெறுப்புப் பற்றிக் கொண்டது.

இந்தப் பத்தர் எவ்வளவு விஷயம் தெரிந்தவர் என்று நீலா சீக்கிரமாகவே புரிந்துகொண்டாள். இரும்பழிகளின் காவலுடன், காற்றுப் புகாத அறையில் உட்கார்ந்துகொண்டு நாளெல்லாம் பொன்னும் வெள்ளியும் நிறைபோடுவதுதான் அவருடைய வேலை. ஆனால் அந்த வீதியில் நடக்கும் ஒவ்வொரு விஷயமும் அவருக்குத் தெரியும். முன் காலத்துக் கணித நிபுணர் ஒருவர் தம் அறையிலேயே அமர்ந்தபடி, ஒரு பொறியின் உதவியுடன் உலக நடவடிக்கைகளை எல்லாம் அறிந்து சொல்வாராம். அதே திறமை பத்தரிடமும் உண்டு. பத்தரின் அறைக்கு வெளிச்சமும் ஓசையும் உயிரசைப்பும்

இல்லாவிட்டாலும் வெளி உலகத்தில் நடக்கும் கோபதாபங்கள், அன்புப் பிணைகள், நிலைமை பேதங்கள் எல்லாம் அங்கு நிழலாடும்.

அவருடைய வயதை நிச்சயமாய்ச் சொல்லமுடியாது. வெயில் படாமல், வெளிச்சம் படாமல் இருட்டறையிலேயே அடைந்து கிடைக்கும் ஒருவருடைய வயதை எப்படிக் கணிப்பதாம்? நெற்றியில் சுருக்கங்களுக்குக் குறைவில்லை. கண் ஓரங்களில் வலைபோல் பின்னிக்கொண்டிருந்தன எண்ணற்ற சுருக்கங்கள். அவருடைய வயது முப்பத்தெட்டா அல்லது தொண்ணூற்றெட்டா என்று சொல்லமுடியாது.

சொன்னபடி நீலாவின் அகத்துக்கு ஒரு நாள் வந்து சேர்ந்தார் பத்தர். நீலாவின் தந்தையுடன் பரிசயம் செய்து கொண்டார். நீலா டீ கொடுத்தாள்.

“என் பெண் இவள்” என்று சிவவிரத பாபு நீலாவை அறிமுகம் செய்வித்தார், ஓசையுடன் டீயை உறுஞ்சியவாறு.

“தெரியும் எனக்கு. உங்கள் பெண் ஸ்கூலுக்குப் போய் வரும் பொழுது பார்த்துப் பேசியிருக்கிறேன்” என்றார் பிரமோத்.

“ஸ்கூல் அல்ல, காலேஜ் இரண்டாவது வருடம்” என்று திருத்தினார் தந்தை.

“அதேதான். அந்தக் காலத்திலேயே நாலாம் கிளாஸ் பெயில் நான். ஸ்கூல் காலேஜ் எல்லாம் ஒரே மாதிரிதான் எனக்கு” என்றார். சிரிப்பை அடக்கமாட்டாமல் மறுபுறம் திரும்பிக் கொண்டாள் நீலா.

“இருட்டறையில் தான் நான் வசிப்பது, ஐயா. ஆனால் இந்தச் சந்தில் நடக்கும் ஒவ்வொரு சிறு விஷயமும் எனக்குத் தெரியும்” என்று பெருமை அடித்துக்கொண்டார் பத்தர்.

நீலா வெளியே வரும்பொழுது அவருடைய பேச்சு காதில் ஒலித்தது.

“வயசுப் பெண்ணை வீட்டில் வைத்துக்கொண்டு காலேஜுக்கும் அனுப்புகிறீர்களே; உங்களுக்கு நல்ல தைரியந்தான்.

முன் காலமாக இருந்தால் எப்பொழுதோ கல்யாணம் ஆகியிருக்கும்.''

நீலாவுக்குக் கோபம் பற்றிக்கொண்டு வந்தது. ''படிப்பற்ற, அறிவற்ற இந்த மனிதருடன் அப்பாவுக்கு என்ன பேச்சு வேண்டி யிருக்கிறது?'' என்று அலுத்துக்கொண்டாள்.

மற்ற அறைகள் எல்லாமே காலி. நீலாவின் குடும்பத்தினர் மட்டுந்தான் இதுவரையிலும் குடி ஏறியிருந்தனர்.

''நீலா, உனக்குத் தெரியுமா இந்த வீட்டின் புராணம்?'' பத்தர் புறப்பட்டுப் போனதும் சிவவிரத பாபு நீலாவை வினவினார். பதில் சொல்லாமல் முறுவலித்தாள். புராணத்துக்கு என்ன குறைவு? எவ்வளவோ புராணம், எவ்வளவோ வரலாறு! வாழ்வை இழந்தவர்கள்தாம் இறந்த கால விஷயங்களைப்பற்றி நினைத்துக் கொண்டும், அந்த நினைவுகளில் திளைத்துக் கொண்டும் தங்கள் வெற்று நாட்களைப் போக்குவர். நீலாவின் தந்தையும் அந்த ரகத்தைச் சேர்ந்தவர்தாம்.

ஒருகாலத்தில் செழிப்பாய் வாழ்ந்தவர். பாப்புலர் பார்க்கிலிருந்து தெறித்துக் கினு கோனார் சந்தில் வந்து விழுந்தார். பாப்புலர் பார்க் எங்கே, கினு கோனார் சந்து எங்கே? ஆகாயத்துக்கும் பாதாளத்துக்கும் உள்ள வித்தியாசம். நடுவில் பவானிபூரில் ஒரு வாடகை வீட்டில் சில வருடங்கள் தங்கினார் குடும்பத்துடன். அப்புறம் சில மாதங்கள் பௌபஜாரிலும் கழிந்தன. அங்கிருந்தும் வழுக்கி இப்பொழுது இந்த இருட்டுச் சந்தில் ஓர் அறைக்குள் அடங்கி விட்டார். எங்கும் நிலைக்க முடியாமல் கால் வழுக்கியது.

பாப்புலர் பார்க்கைப்பற்றிய இன்ப நினைவுகள் மெள்ள மெள்ள காற்றோடு கலந்துகொண்டிருந்தன. அந்த அருமை பெருமை எல்லாம் போய் எவ்வளவோ காலமாகிவிட்டது. இன்னும் கொஞ்சம் நாட்களில் நினைவிலிருந்தும் மறைந்து விடும், அந்த ஆடம்பர வாழ்க்கை.

ஒற்றைப் பின்னலுடன், சொந்த வண்டியில் ஸ்கூல் போய் வந்த பெண் எங்கே, இப்பொழுது அழுக்குப் புடைவையும் குழி

விழுந்த கன்னங்களுமாய் நடந்து காலேஜ் போய் வரும் நீலா எங்கே? யாராலும் அடையாளம் கண்டுபிடிக்கவே முடியாது.

கினு கோனார் சந்தின் நேர்த்தியையும், 6 எஃப்பின் அழகையும் முதலில் பார்த்தபொழுது நீலாவுக்கு மனம் சுருங்கிவிட்டது. துர்நாற்றமோ சகிக்க முடியவில்லை. மூக்கைத் துணியால் பொத்திக் கொண்டால்தான் மேலே நடக்க முடியும் என்று தோன்றிற்று அவளுக்கு. இவளுடைய அவஸ்தை பத்தருக்கு வேடிக்கையாக இருந்தது. "இப்பொழுது மூக்கைப் பொத்திக்கொள்ளுகிறாயா? செய், செய். ஆனால், இன்னும் எவ்வளவு நாள் இதெல்லாம்? எல்லோருக்கும் முதலில் இப்படித்தான் அருவருப்பாயிருக்கும். அப்புறம் இந்த நாற்றமும் சாதாரணமாய் விடும். ஐம்புலன்களுமே மரத்துப் போகும்" என்று தன் மனத்துக்குள் சொல்லிக் கொண்டிருக்கலாம்.

தெரு நடையைக் கடந்து வீட்டுக்குள் நுழைந்ததும் ஒரு திண்ணை, அதைச் சேர்ந்தாற்போல் ஓர் இருண்ட நீண்ட பாதை, பாதையின் முடிவில் மாடிப் படி. புதிதில் இந்தப் பாதையைத் தாண்டுவதற்கு நீலா மிகவும் பயப்படுவாள். காலடியின் எதிரொலி, முற்றத்தின் மூலைகளிலிருந்து பறந்து வரும் சிறு வௌவால்கள் எல்லாமே அவள் பீதியைக் கிளப்பிவிட்டன.

அந்தக் காலத்துக் கட்டிடம். அப்பொழுதெல்லாம் இது சதிர் மண்டபமாக இருந்ததாம். ஆதிவாசியான பத்தரைக் கேட்டால் கதை கதையாய்ச் சொல்வார். நவராத்திரி பூஜை சமயத்தில் ஒவ்வொரு நாள் மாலையிலும் இங்கு நாட்டியம், நாடகம் எல்லாம் நடக்குமாம். நாலு பக்கமும் தட்டிகளால் தடுத்து அரங்கம் தயார் செய்வார்களாம்.

அப்புறம் வசாக் பாபுவுக்குக் கஷ்டம் வந்துவிட்டது. கூட்டாளிகளுடன் சண்டை, வியாபாரத்தில் மந்தம் எல்லாமாக அவரைத் தலை எடுக்க விடவில்லை. கடைசியில் பூஜைகூட நின்றுவிட்டது. அதற்கப்புறம் கொஞ்சநாள் வரையில் அவருடைய சந்ததிகள் மொட்டை மாடியில் பாட்மின்டன் விளையாடிக் கொண்டிருந்தார்கள். பளிச்சிடும் மின்சார விளக்கொளியில் இரவில்கூட ஆடுவார்கள். அதெல்லாமும் போய் புல் முளைத்து

விட்டது. வசாக் பாபுவின் குடும்பத்தினர் ஒவ்வொருவராய் எங்கெங்கேயோ மறைந்து விட்டனர். அறைகள் எல்லாம் பூட்டப்பட்டன. வீடு பாழடைய ஆரம்பித்துவிட்டது. உட்புறம், வௌவால்கள் குழந்தை குட்டிகளுடன் சுயேச்சையாய்ச் சம்சாரம் நடத்த முற்பட்டன. சுவர்கள் சுண்ணாம்பு உதிர்ந்து தேய ஆரம்பித்தன. கதவு, ஜன்னல் சட்டங்கள் கூட ஆட்டம் கண்டுவிட்டன.

கவனித்துப் பார்த்தால் அந்த வீடு மொத்தமாகப் பூமிக்குள் புதைந்து போகிறதுபோல் தோன்றும். இதற்குள்ளேயே திண்ணையும் முற்றமும் கீழிறங்கிவிட்டிருந்தன. ஒவ்வொரு மழைக் காலத்திலும் அங்கு நாய்க்குடைகள் நிரம்பிவிடும். சுவரெல்லாம் பாசி படிந்து ஏதோ நோய்வாய்ப்பட்ட பசுமையுடன் விளங்கும். கூடவே வீடும் கொஞ்சம் கொஞ்சமாய்ப் புதையும். பூமியின் உள்ளுக்குள்ளே, சுண்ணாம்பும் கல்லும் மரமும் சேர்ந்த இந்த உருவத்துக்கு ஏதோ விசேஷமான சமாதி தயாராகிக் கொண்டிருந்தது போலும்.

படி ஏறும்பொழுது நீலாவுக்கு ஓர் ஆச்சரியம் காத்திருந்தது. படிக்கட்டின் அடியில் இருந்த அறையில் விளக்கு வெளிச்சம் தெரிந்தது. கடந்த ஆறு மாத காலமாய் நீலாவின் அறைகளில் மாத்திரமே விளக்கு எரிந்ததுண்டு. மற்ற அறைகளில் எல்லாம் பூட்டுத்தான் தொங்கியது. இன்று யாரோ புதுக் குடித்தனம் வந்திருக்கிறாற்போல் தெரிந்தது.

நீலா வீடு வந்து சேர்ந்தாள். நடுவே திரை தொங்கவிட்டு அறை இரண்டாய்த் தடுக்கப்பட்டிருந்தது. உட்புறப் பகுதி, அந்தப் புறம். நீலாவின் தாய் அங்கே தான் படுத்திருந்தாள். ஆஸ்துமா நோயாளி

"எப்படி இருக்கிறாய் அம்மா?" என்று விசாரித்தாள் நீலா தன் புடைவையை மாற்றியபடி. பதிலுக்கு நிபானனி மெள்ளச் சிரித்தாள். வியாதியின் மும்முரம் நடு இரவில் அல்லவா ஆரம்பிக்கும்!

"கீழே அறையில் விளக்கு எரிகிறது, நான் பார்த்தேன்." நீலா செய்தியைச் சொன்னாள். "அப்படியா? யாராவது புதுக் குடித்தனம் வந்திருப்பார்கள்."

ஹரிக்கேன் விளக்கின் திரியைத் தூக்கி விட்டுக்கொண்டு படிக்க உட்கார்ந்தாள் நீலா. படிக்க உட்கார்ந்துவிட்டாயா நீ? தாய் வினவினாள்.

தர்க்க சாஸ்திரத்தில் ஒரு சிக்கலை ஆராய்வதில் ஈடுபட்டிருந்த நீலா "ஹும்" கொட்டினாள். "திரியிட்டு இலட்சுமி படத்தின் முன் விளக்கை ஏற்றிவிடேன்" என்றாள் தாய்.

"மன்னி எங்கே, காணோம்?"

"எனக்கொன்றும் தெரியாது நீலா. அம்பி ஆபீஸிலிருந்து வந்ததுமே அவளையும் அழைத்துக்கொண்டு எங்கோ போய் விட்டான்."

ஊர் சுற்றப் போயிருப்பார்கள். நீலாவின் நெற்றி இலேசாய்ச் சுருங்கிற்று. புத்தகத்தை மூடிவிட்டு எழுந்து நின்றாள். இன்றைய படிப்பு ஆயிற்று.

வீட்டு வேலைக்காகவே என்று ஒதுக்கியிருந்த பழைய ஒரு புடைவையைக் கட்டிக்கொண்டு சமையலறையில் நுழைந்தாள். அடுப்பை மூட்டி உலை வைத்துவிட்டு அங்கேயே உட்கார்ந்து விட்டாள். ஏதோ யோசனையில் ஆழ்ந்து விட்டவளுக்குப் பின்னால் எழுந்த காலடி ஓசை கேட்கவில்லை. நிழல் தெரியவே திடுக்கிட்டுத் திரும்பிப் பார்த்தாள். வியப்பில் அவளுடைய கண்கள் கொட்ட மறந்தன. பழக்கமில்லாத பெண் ஒருத்தி அங்கு நின்றாள்.

மெலிந்த நீளவாட்ட முகம்; சாதாரணத் துணிப் புடைவை தான் உடுத்திருந்தாள். ஆனால், வெகு நாகரிகமாக உடுத்திருந்தாள். மங்கலான வெளிச்சத்தில் அந்தப் பெண் வெளுப்பா, மாநிறமா என்று சரியாகத் தெரியவில்லை.

"தட்டு ஒன்று தரமுடியுமா? நாங்கள் இன்று மத்தியானந்தான் குடி வந்தோம். இன்னும் சாமான்களைப் பிரித்து எடுக்கவில்லை" என்று வினயமுடன் கேட்டாள்.

பதில் ஒன்றும் சொல்லாமல் தட்டு ஒன்றை அவள் பக்கமாய்த் தள்ளிவிட்டாள் நீலா. அந்தப் பெண் அதை எடுத்துக்கொண்டு உடனே இறங்கிப் போய் விட்டாள். அப்புறமே நீலாவின் உணர்வு தெளிந்தது. "மரியாதைக்கு ஒரு வார்த்தைகூடப் பேசாமல், ஒன்றும்

விசாரிக்காமல் மட்டித்தனமாய் நடந்து கொண்டு விட்டோமே. உட்காரக்கூடச் சொல்லவில்லையே. புதிதாய் வந்தவள் தட்டு கேட்பதை ஒரு முகாந்தரமாக்கிக் கொண்டு பரிசயம் செய்து கொள்ள வந்திருக்கலாம். மரியாதை இல்லாமல் நடந்துகொண்டு விட்டோமே!" என்று பச்சாதாபப் பட்டாள்.

"காலையில் கீழே போய் அவளுடன் சிநேகம் செய்து கொள்ள வேண்டும்" என்று தீர்மானித்துக் கொண்டாள்.

காலையில் நீலா குழாயடிக்குப் போனபோது அங்கே அந்தப் பெண்ணும் இருந்தாள். நீலாவை அடையாளம் தெரிந்து கொண்டு பேச ஆரம்பித்தாள். "இப்போதுதான் உங்களுக்குத் தூக்கம் கலைந்ததுபோலும்" என்றாள்.

"இல்லையே" கொட்டாவி விட்டபடி நீலா மறுத்தாள். "அப்பொழுதே எழுந்துவிட்டேன். நீங்கள் குளித்துக்கூட முடித்து விட்டீர்கள் போலிருக்கிறது."

"ஆமாம், சீக்கிரமாகவே முடித்துக்கொண்டேன் வேலையை. குளியல் அறை இல்லையே இங்கு. நாழியானால், குழாயடியில் குளிப்பது கஷ்டமாய் விடும்" என்று அந்தப் பெண் விளக்கினாள்.

"புதிதில் எல்லாருக்கும் கஷ்டமாய்த் தான் இருக்கும். எனக்கும் அப்படித்தான் இருந்தது. இப்பொழுது பழகிப் போய்விட்டது" சிரித்தபடி நீலா பதில் அளித்தாள்.

துவைத்த துணிகளை ஒரு கையிலும், ஒரு சிறு வாளித் தண்ணீரை மறு கையிலும் ஏந்தியவாறு புறப்பட்டு விட்டாள். "நான் போய் வருகிறேன். கொஞ்சம் பொறுத்து நீங்கள் எங்கள் வீட்டுக்கு வருவீர்கள் இல்லையா? ஆனால், ஒருவேளை இப்பொழுது காலேஜ் போகவேண்டுமோ?" என்றாள்.

"எப்படித் தெரியும் உங்களுக்கு?" என்று நீலா ஆச்சரியத்துடன் கேட்டாள்.

மெள்ளச் சிரித்தாள் அந்தப் பெண். "எல்லா விஷயமும் தெரியும். நேற்று மத்தியானம் இங்கே குடி வந்தோம். சாயங் காலமே இவர், உங்கள் தந்தையுடன் பரிசயம் செய்துகொண்டார். உங்கள் பெயர் நீலா, இல்லையா?

தலை அசைத்தாள் நீலா.

“என் பெயர் சாந்தி” என்றாள் அந்தப் பெண்.

ஏதாவது சொல்லவேண்டுமே என்று “அழகான பெயர்” என்று சொல்லி வைத்தாள் நீலா.

“ஆமாம், அழகிய பெயர்தான். ஆனால், பழைய காலப் பெயர் இல்லையா?”

“அப்படி ஒன்றும் பழைய காலமாய்த் தெரியவில்லையே” என்று நீலா சமாதானம் செய்தாள்.

சிறிது மனத்தாங்கலுடன் பெருமூச்சு விட்டவாறே, “எந்தப் பெயரானால் என்ன? சிறு வயதில் என்னை எல்லோரும் அழைத்த பெயர்-சாந்தி-எப்பொழுதோ சுவடு தெரியாமல் மறைந்து விட்டதே” என்றாள்.

“பெயர் எப்படி மறையுமாம்? நீங்கள் சொல்வது வேடிக்கையாக இருக்கிறதே” என்றாள் நீலா.

வாளியை வைத்துவிட்டுத் தலைப்பால் நெற்றியைத் துடைத்துக் கொண்டாள் சாந்தி. பின்பு வியப்புடன், நீங்கள் சொல்வதுதான் வேடிக்கையாயிருக்கிறது. பெயர் அழியாமலா இருக்கும்? உங்களுக்கு இன்னமும் கல்யாணம் ஆகவில்லை. உங்கள் புத்தகங்களில் எழுதியிருக்கும் பெயராலேயேதான் எல்லாரும் உங்களைக் கூப்பிடுகிறார்கள். அதனால்தான் நான் சொல்வது உங்களுக்குப் புரியவில்லை. நான் இப்பொழுது மணி பாபுவின் மனைவி என்று மாத்திரமே அழைக்கப்படுகிறேன். வாய் நிறையச் சொல்ல வேண்டுமானால் மணீந்திர பாபுவின் மனைவி-மேல்நாட்டு வழக்கப்படி மிஸஸ். ஸன்யால். கல்யாணம் ஆன புதிதில் அவர் என்னை சாந்தி என்றே கூப்பிடுவார். இப்பொழுது அவருக்கும் அந்தப் பெயர் மறந்து விட்டது என்று பேசி நிறுத்தினாள் சாந்தி.

மத்தியானம் ஒரு மணிக்குக் காலேஜில் பாடம். போகும் வழியில் சாந்தியினுடைய அறையின்படியிலிருந்தே எட்டிப் பார்த்தாள் நீலா. ஜன்னல் பக்கமாய் உட்கார்ந்து கொண்டு அவள் ஏதோ பின்னிக் கொண்டிருந்தாள். தன் வேலையை நிறுத்திவிட்டு, “வாம்மா, காலேஜுக்குப் புறப்பட்டு விட்டாயா?” என்று

வரவேற்றாள். ஏக வசனம் பாந்தமாயிருந்தது. ஆனால், பதிலுக்கு நீலா எப்படிப் பேசுவது? சாந்தி விவாகமானவள்; வகிட்டில் சிந்தூரம், தலையில் முக்காடு -எல்லாமாய்ப் பார்க்கக் கம்பீரமாய் இருந்தாள். மேலும் வயதிலும் பெரியவள். அவளை "நீ" என்று சொல்லமுடியாதே.

நீலா அறையுள் புகாமலேயே, "இன்று உட்காரவில்லை. நேரமாய் விட்டது. உங்கள் சமையல் காரியமெல்லாம் ஆகி விட்டதா?" என்று கேட்டாள்.

"சமையல் ஆகவில்லை இன்னும்."

"ஆகவில்லையா? என்ன விஷயம்?" என்று நீலா வினவினாள்.

"எங்களுக்கு ஹோட்டலிலிருந்து தான் உணவு வரவேண்டும். அவர் காலையிலேயே புறப்பட்டுப் போனவர் இன்னமும் வீடு வந்து சேரவில்லை."

"அம்மாடி! இதுவரையிலுமா சாப்பிடாமல் பட்டினி கிடக்கிறீர்கள்?" நீலா ஆச்சரியப்பட்டாள்.

"அப்படி ஒன்றும் நேரம் ஆகவில்லையே. இதோ வந்து விடுவார்" என்று சமாதானமாகச் சொன்னாள் சாந்தி.

அவள் பேசிமுடிக்கும் முன் செருப்பு ஓசை கேட்டது. வேட்டியும் ஜிப்பாவும் அணிந்து, நீண்ட தலைமுடியுடன் கூடிய ஒருவர் எந்தப் பக்கமும் பார்க்காமல் நேரே அறைக்குள் நுழைந்தார். ஒரு கையில் சில பாத்திரங்களுடனும், மற்றக் கையில் ஒரு டிபன் காரியருடனும் வந்து சேர்ந்தார்.

நீலா விலகி நின்றாள். சாந்தி தன் முக்காடை நன்றாய் நெற்றி வரை இழுத்து விட்டுக்கொண்டாள். அதனடியிலிருந்து அவள் கண்கள் நீலாவுக்குச் செய்திகள் கூறின. வந்தவர்தாம் சாந்தியின் கணவர் என்று நீலா புரிந்துகொண்டாள்.

3

அவசரமாய்ப் பஸ்ஸிலிருந்து இறங்கப் போய்ப் புடைவைக் கரை செருப்பில் மாட்டிக்கொண்டு நீலா விழவிருந்தாள். எப்படியோ சமாளித்துக்கொண்டு இறங்கினாள். அவமானமாய்ப் போய்விட்டது. நாற்சந்தியில் ஏகப்பட்ட கூட்டம். எல்லோருமே பார்த்திருப்பார்கள் நீலாவின் தடுமாற்றத்தை. அவர்களுள் சிலருடைய போலி அனுதாபம், பிறருடைய கேலிப் பேச்சு இரண்டையுமே சகிக்கமுடியவில்லை. கையிலிருந்து சில புத்தகங்கள் தெறித்து விழுந்தன. யாரோ ஒருவர் பொறுக்கிக் கொடுத்தார். ஒன்றும் பேசாமல் அவற்றை வாங்கிக் கொண்டாள். எப்படியோ சமாளித்துக்கொண்டு நடந்தாள். கால்கள் நடுக்கத்தில் தள்ளாடின. "சீ! என்ன அவசரம் வேண்டிக் கிடக்கிறது! கவனம் வேண்டாமா?" என்று நீலா தன்னையே கடிந்துகொண்டாள்.

"என்ன இது அம்மணி! புடைவை ஏன் கிழிந்திருக்கிறது? தடுக்கி விழுந்தாய்ப் போலிருக்கிறது!" பிரமோத் பத்தரின் குரல். சட்டென்று குனிந்து பார்த்தாள். ஆமாம், கணுக்காலுக்கு மேல் புடைவைக் கரை நன்றாய்க் கிழிந்திருக்கிறது. இந்தப் பத்தரின் கண்ணுக்குத் தெரியாதது ஒன்றுமேயில்லையா? கூனிக் குறுகி, கிழிசல் வழியாய் உடம்பு தெரியாதபடி சமாளித்துக்கொண்டு வேகமாய் நடந்தாள்.

வீட்டுக்குள் நுழைந்ததுமே அங்கே வித்தியாசம் தெரிந்தது. தூசியும் ஒட்டடையுமாய்த் திகழும் அந்த நடை இன்று பளிச்சென்று இருந்தது. சாதாரணமாய் அதைத் தாண்டும்பொழுது புடைவையைத் தூக்கிக்கொண்டுதான் நடக்கவேண்டும். இல்லாவிடில் அங்குள்ள தூசி எல்லாம் அதில்தான் படியும். ஆனால், இன்று அதுகூட அவசியப் படவில்லை. நீலா, சாந்தியின் அறையில் எட்டிப் பார்த்தாள். வெளியில் குழாயடியில் படர்ந்திருந்த பாசியை

அலம்பிக் கொண்டிருந்தாள் அவள். பேச நிற்கவில்லை நீலா. ஒருவரைப் பார்த்து ஒருவர் சிரித்துக்கொண்டார்கள்.

படி ஏறினதுமே இருந்த முதல் அறை, நீலாவின் அண்ணா, மன்னியுடையது. உள்ளே குரல் கேட்டது. இன்று அவர்கள் எங்கேயும் உலாவப் போகவில்லை போலும்.

தங்கள் அறையில் நுழைந்ததுமே நீலாவுக்குத் தாயின் இருமல் ஓசை கேட்டது. யார் நீலாவா? எனக்குக் கொஞ்சம் தண்ணீர் கொண்டு தாயேன் என்றாள் நிபானனி. "இன்று உனக்கு ஜூரம் ஏறியிருக்கிறதா அம்மா?" என்று நீலா கவலையுடன் விசாரித்தாள். பதில் சொல்லாமல் இருமிக்கொண்டே இருந்தாள் தாய். அப்புறம் விரக்தியுடன் அழுந்திய குரலில், "சாயங்காலந்தான் சுரம் ஏற ஆரம்பித்தது. மிகத் தாகந்தான் அப்போதிலிருந்தே, நாக்கு வறண்டுபோய் விட்டது" என்றாள்.

தண்ணீர் கொண்டு கொடுத்தாள் நீலா. கொஞ்சம் கோபத்துடன், "உன் மருமகள் வீட்டில்தானே இருக்கிறாள். அவளை ஏன் கேட்க வில்லை நீ?" என்றாள்.

ஒரு டம்ளர் தண்ணீரையும் குடித்துவிட்டுக் காலி டம்ளரைக் கீழே வைத்தாள் நிபானனி. பலவீனக் குரலில், "அவள் இந்த அறையிலா இருந்தாள் நான் கேட்பதற்கு?" என்றாள்.

நீலா உடுத்திருந்த புடைவையை அவிழ்த்து நன்றாய் மடித்து வைத்தாள். கரை ரொம்பக் கிழிந்திருந்தது. சரி செய்ய முடியுமா என்பது சந்தேகந்தான். புடைவையைப் பத்திரமாய் மெத்தை அடியில் அமுக்கி வைத்தாள். மாற்றுப் புடைவை இது ஒன்றே மிஞ்சி இருந்தது. எல்லாவித ஆடம்பரத்தையும், வசதியையும் எப்போதோ விட்டுத் தொலைத்தாயிற்று. ஆனால், வெளியே போனால் உடுத்திக்கொள்ளச் சுமாராய் ஒரு புடைவையாவது வேண்டாமா? காலேஜுக்குத் தினமும் போக வேண்டியிருக்கிறதே! "காலேஜ் படிப்புக்கூட ஒருவித அநாவசியச் செலவுதானே? அதையும் நிறுத்தி விட்டால் என்ன?" என்று நீலா தன்னையே கேட்டுக்கொண்டாள்.

அமிதா கொஞ்சம் பொறுத்து வந்தாள். உப்பின கண்கள், கலைந்த தலைமயிர், சோம்பேறிக்களை. வந்ததும் இங்கேயும்

அங்கேயுமாய் எதையோ தேடுவதுபோல் துறுதுறுக்க ஆரம்பித்தாள். நீலா தன்னையே முறைத்துப் பார்ப்பதை அறிந்து, சிரித்தவாறு, "எப்பொழுது வந்தீர்கள் காலேஜிலிருந்து?" நாத்திக்கு மரியாதை கொடுத்துப் பேசினாள்.

நாளெல்லாம் பஸ், டிராம் பிரயாணம்; காலேஜ் படிப்பு-எல்லாமாக நீலாவின் மனநிலை சரியாயில்லை. அமிதாவுக்கு நேரே பதில் சொல்லாமல், "நீ எதைத் தேடுகிறாய்?" என்று எதிர்த்துக் கேட்டாள்.

"கொஞ்சம் பால் வேண்டும். நேற்றிலிருந்தே எனக்கு நல்ல ஜலதோஷம். சூடாய் டீ குடிக்கலாம் போலிருக்கிறது. எங்கு வைத்திருக்கிறீர்கள்?" என்றாள் அமிதா.

"நீ இந்த வீட்டு மருமகள். பால் எங்கே இருக்கும் என்று கூடவா தெரியாது உனக்கு?" கடினமான குரலில் நீலா கேட்டாள்.

தலைப்பில் முகத்தைப் புதைத்துக்கொண்டு இரண்டு மூன்று முறை தும்மினாள். யாரால் மறுக்கமுடியும், அவளுக்குச் சளி பிடித்திருக்கும் விஷயத்தை! ஒருவிதப் பிடிவாதக் குரலில், "ஜலதோஷம் நன்றாய்ப் பிடித்துக்கொண்டு விட்டது" என்றாள் மறுபடியும்.

"அதோ அந்த மூலையில் வைத்திருக்கிறது பால் எடுத்துக் கொள். அம்மாவுக்குக் கஞ்சியில்விட கொஞ்சம் மிச்சம் வை."

"அண்ணாவுக்கும் சளி பிடித்திருக்கிறதா? அவனுக்கும் டீ வேண்டாமா?" இலேசாய் ஏளனம் ஒலித்தது நீலாவின் குரலில்.

"உங்கள் வீட்டுக்குவந்துவிட்டால் ஜலதோஷங் கூட வரக் கூடாதா, நீலா?" பாலை எடுத்துக்கொண்டபடி பதில் அளித்தாள் அமிதா. "என் சித்தப்பா வந்திருக்கிறார். அவருக்காகத்தான் டீ போடப் போகிறேன். எனக்கென்று அவசியப்பட்டுப் பால் கேட்க வருபவள் அல்ல நான்."

நீலா ஏதாவது காரசாரமாய்ப் பதில் சொல்லுவாள் என்று சில விநாடி காத்து நின்றாள். பிறகு ஒருவித அலுப்புடன், "நாம் எப்படி இருந்தாலும் சரி, பிறந்த வீட்டாரின் முன் நம் தரித்திரம் தெரியலாகாது. நிலைமையைச் சமாளிக்கத்தான் வேண்டும். இல்லா விட்டால்..." பேசியவாறே அமிதா வெளியேறிவிட்டாள்.

இந்த வீட்டுக்கும் ஒரு மொட்டை மாடி இருந்தது. ஏறிப்போகப் படிகளும் இருந்தன. அங்கே போய்விட்டால் போதும் நீலாவுக்கு இவ்வுலக நினைவே மறைந்துவிடும். வரம்பற்ற வெளி, விளிம்பு தெரியாத வானம். இந்த உயரத்தில், தனிமையில், எந்தவித ஆரவாரமுமற்ற சூழ்நிலையில் நீலாவுக்கு அவள் சொந்த மன ஓலம் பதின் மடங்காய்த் தெளிந்து கேட்கும். இங்கே அற்பத்தனத்துக்கு இடமே இல்லை. கண்ணுக்குத் தெரிகிற மட்டும் வெளி, தலைக்குமேல் மனத்தைக் கவரும் இள நீலம். உயரம் தெரியாத ஆகாயம். குளுமையான காற்று. இந்தச் சந்து கினு கோனாரைச் சேர்ந்ததாக இருக்கலாம். ஆனால், இந்த மொட்டை மாடி அவர்களுடையது அல்ல; ஊரைச் சேர்ந்தது. இன்னும் சொல்லப் போனால் ஊருடன் நிற்பானேன்? இங்கே வீசும் காற்றைப் பிடித்துக்கொண்டு நகர எல்லையைத் தாண்டி, நதியின் ஊற்றின் வழியே வரம்பற்ற சமுத்திரத்துக்கே போய்ச் சேரலாம் அல்லது கிழக்கு வடக்கில் நீண்டு கிடக்கும் மலைத்தொடரை அடையலாம். இந்த மாடியின் எல்லை எந்த வரம்புக்கும் அடங்காதது.

இவ்வளவு விசால சூழ்நிலையில் நீலாவின் மனம் குறுகுறுக்க ஆரம்பித்தது. ஏதோ அற்ப விஷயத்துக்காக மன்னியிடம் சண்டை போட்டுவிட்டோமே என்று உறுத்தியது. எவ்வளவு எளிதில் மனம் வேறுபட்டு, கசப்பும் கரிப்பும் இடம் பெற்றுவிடுகின்றன! நீலாவுக்கு வேதனையாயிருந்தது. மன்னியிடம் போய் ஒரு வாய் சூடான டீ கேட்டால் சந்தோஷமாய்த் தரலாம். ஆனால் அதற்குமேல்?

அமிதாவைப்பற்றி நீலாவுக்கு எப்பொழுதுமே ஒருவித அவ நம்பிக்கை உண்டு. எவ்வளவோ காரணம். இந்தக் குடும்பத்தில் தன் அண்ணாவைத் தவிர மற்றெவராலும் அமிதாவை மனப்பூர்வமாய் ஏற்றுக்கொள்ள முடியவில்லை என்பதை நீலா அறிந்திருந்தாள். அமிதாவுக்கும் இந்த விஷயம் தெரிந்திருந்தது. அதனால் அவளும் விலகிப் போய்விட விரும்பினாள். அவள் மாத்திரம் போவதானால் பரவாயில்லை, தன் கணவனையும் அல்லவா கூடவே இழுத்துக் கொண்டு நகருவாள்!

தாய் தந்தையின் மனத்தாங்கலுக்கும் காரணம் இருந்தது. குடும்பத்தில் கஷ்ட காலம் தலைகாட்டியபோது தங்கள் பிள்ளை சந்தர்ப்பத்துக்கு ஏற்றாற்போல் வேண்டிய திடத்துடன் நடந்து

கொள்வான்; கைகொடுத்துத் தூக்கிவிடுவான் என்று நம்பினார்கள். ஆனால், அவனால் ஒன்றும் அதிகமாய்ச் செய்ய முடியவில்லை. ஏதோ ஒரு வேலையைத் தேடிக்கொண்டதுடன் அவன் முயற்சி ஓய்ந்து விட்டது. அவனால் உபயோகம் மிகவும் சொற்பம்.

அப்புறம் சீக்கிரமாகவே கல்யாணமும் செய்துகொண்டான் தேவவிரதன். சுமாராய்ப் பணம் படைத்த வீட்டுப் பெண் அமிதா; கஷ்டம் தெரியாதவள். அதனால்தானோ என்னவோ அவளால் புக்ககத்தில் அனுசரணையாய் நடந்துகொள்ள முடியவில்லை. ஆனால், தேவவிரதனுக்கு என்ன? அவன் இந்தக் குடும்பத்தைச் சேர்ந்தவன் தானே. இப்படி ஒட்டாமல் ஒதுங்குவானேன்? நீலாவுக்கு வியப்பாய்த்தான் இருந்தது. பெண் மயிலை வசீகரிக்க ஆண் மயில் தோகை விரித்தாடுவது இயல்புதானே. ஆனாலும், இப்படியா மனைவியின் இழுப்புக்கெல்லாம் இழுபடுவது? வெட்கம், வெட்கம்! அவனுக்கு இந்த வீட்டுக்குள் நுழைவதே அவமானமாய் இருந்தது. மாமனார் வீட்டார்முன் தன் மானம் போய்விடுமோ என்ற கிலியில் பதுங்கிப் பதுங்கி வந்து போனான். அவன் இனிமேல் இந்த வீட்டில் தன் குடும்பத்தாருடன் அதிக நாள் தங்கமாட்டான் என்பது நீலாவுக்குத் தெரியும். இங்குக் குடியேறியிருந்த தரித்திரத்தை அவனால் பொறுக்க முடியவில்லை.

அவனால் முடிந்தாலும் அமிதாவால் கட்டாயம் முடியாது. பிறந்தகத்தில் அப்பா, மாமன், சித்தப்பா எல்லாருமே நல்ல நிலையில் இருப்பவர்கள். மாப்பிள்ளையை இந்தத் தரித்திரக் குழியிலிருந்து தங்கள் வசம் கட்டாயம் இழுத்துக்கொண்டு விடுவார்கள். அவனும் இழுபடத் தயாராய் இருந்தான்.

அமிதா அப்படி ஒன்றும் புத்திசாலி அல்ல. முதலில் அவளைப் பார்த்தபொழுது சூதுவாதற்ற குழந்தைபோல்தான் தோன்றினாள். ஆனால், அப்பொழுதும் அவளால் மனம் திறந்து, சகஜமாய் நடந்துகொள்ள முடியவில்லை. நீலாவுடன் சிரித்துப் பேசிப் பழக முயற்சி செய்தாள் அமிதா. ஆனால், சிரிப்பு உதட்டுடன் நின்றுவிடும். ஒருதரங்கூட மனம் விட்டு, உடல் குலுங்கச் சிரிக்க முடியவில்லை அவளால். வீட்டு வேலையிலோ ரொம்பவும் மந்தம். தேநீர் தயாரிக்கப் போனால் எதையாவது போட்டு உடைப்பாள். அடுப்பு மூட்ட உட்கார்ந்தால் கையைச் சுட்டுக் கொள்வாள்.

ஆரம்பத்தில் மன்னியின் அசட்டுத்தனம் நீலாவுக்கு வேடிக்கையாயிருந்தது. நாள் போகப் போக இந்த அசட்டுத்தனம் நடிப்பாக இருக்கலாம் என்ற சந்தேகம் வலுத்தது. "பிறந்த வீட்டில் வேலை செய்து பழக்கமில்லை. இங்கு வந்துதான் இந்த மாதிரி கஷ்டப்பட வேண்டியிருக்கிறது" என்று சொல்லாமல் சொல்ல விரும்பினாள் போலும் அமிதா.

கிருஹப்பிரவேசத்தன்றே அமிதாவின் அதிருப்தி வெளிப்பட்டு விட்டது. அப்பொழுது பௌபஜார் வீட்டில் இருந்தார்கள். குறுகிய வீதியில் ஒரு பழைய வீடு. கார் நுழைய முடியாது அந்தத் தெருவில். பிள்ளையும் மருமகளும் வந்த கார் வெளியிலேயே நின்று குரல் கொடுத்தது. அதன் குரல் கேட்டு வீட்டினுள் மங்களமாய்ச் சங்கு ஊதி புதுப்பெண்ணை வரவேற்றார்கள். மணையில் அமர்ந்த பெண் தலையைத் தூக்கவு மில்லை; நாற்புறமும் நடந்த கேலிப் பேச்சிலும் சிரிப்பிலும் கலந்துகொள்ளவுமில்லை. "உம்" என்று உட்கார்ந்திருந்தாள் எதிலும் பட்டுக்கொள்ளாமல். அக்கம் பக்கத்துப் பெண்களை வழி அனுப்பிக்கொண்டிருந்த தாயைக் கூப்பிட்டு நீலா, புதுப்பெண் இது வரையில் ஒரு வார்த்தைகூடப் பேச வில்லையே, அம்மா என்றாள்.

"ரொம்பச் சங்கோஜி போல் இருக்கிறது. மேலும் பிறந்தகத்து மனிதர்களை எல்லாம் பிரிந்து வந்திருக்கிறாள்; வருத்தமாயிருக்கும்." தாய் சமாதானம் சொன்னாள்.

நீலாவுக்குக் கோபம் வந்துவிட்டது. நிஷ்டூரமாய்ப் "புரியா விட்டால் பேசாமல் இரு. விஷயம் என்னவென்றால், உன் மருமகளுக்கு இங்கு ஒன்றுமே பிடிக்கவில்லை" என்றாள்.

"அப்படி என்றால் என்ன அர்த்தம்? தேவுவைப் பிடித்துத் தானே கல்யாணம் செய்துகொண்டாள்" என்றாள் நிபானனி உலர்ந்த குரலில்.

"சரிதான். இவ்வளவு கூடவா உனக்குப் புரியவில்லை? வரன் பிடித்திருக்கிறது உன் மருமகளுக்கு. ஆனால், இந்த வீடும் பிடிக்கவில்லை அவளுக்கு, அதன் தரித்திரமும் வேம்பாய்க் கசக்கிறது. இங்கு நுழைந்ததுமே அவள் பெருமூச்சு விட்டாளே, நீ கவனிக்க வில்லையா?" நீலாவின் பேச்சில் கசப்பு வழிந்தோடியது.

பழைய நினைவுகளில் மூழ்கியிருந்த நீலாவுக்குக் காலடி ஓசை கேட்கவில்லை. "நீலா, கொஞ்சம் கீழே வருகிறாயா?" என்று அழைத்த தமையனின் குரல் கேட்டுத் திடுக்கிட்டுத் திரும்பினாள். எத்தனை நாழியாய் அவளைக் கவனித்துக் கொண்டிருந்தானோ அவன். தாழ்ந்த குரலில், "கீழே வருகிறாயா? சித்தப்பா உன்னைக் கூப்பிடுகிறார்" என்று மறுமுறையும் சொன்னான்.

அவனைப் பார்த்தால் பாவம் என்றிருந்தது நீலாவுக்கு. தலை வாரிக்கொண்டு, புதுச் சட்டை அணிந்து கண்ணுக்கு நன்றாய்த் தான் இருந்தான், அண்ணா. ஆனால், ஆண்மைக்குரிய எடுப்பும், தைரியமும் இல்லை. ஏதோ சேவக மனப்பான்மை வந்து விட்டிருந்தது, அவனிடம். அவன் தன் மனைவியுடன் பேசும்பொழுது தலைதூக்கவே மாட்டான். அதுவே வழக்கமாய் விட்டது போலும்.

"அது யார் சிற்றப்பா?" என்று கொஞ்சம் அழுத்தலாய் விசாரித்தாள்,

"அவர்தான் உன் மன்னியின் சிற்றப்பா, அவிநாச பாபு. நினை வில்லையா உனக்கு?" குரலில் தாழ்மை ஒலித்தது.

"ஓ! அப்படியா? என்னைக் கூப்பிடுவானேன் அவர்?"

"நீ பாடிக் கேட்கவேண்டுமாம் அவருக்கு. உன் குரல் இனிமையைப்பற்றிக் கேள்விப்பட்டிருக்கிறாராம் அவர்."

"உன் மாமனார் வீட்டார் இங்கு வரும்பொழுதெல்லாம் ஏதோ முள்ளின்மேல் நிற்பதுபோல் தவிப்பார்கள். இவர் பரவாயில்லையே! கொஞ்ச நேரம் தங்கக்கூடத் தயாராயிருக்கிறார். சங்கீத ஞானம் அபாரந்தான்!" என்று இடக்காகப் பேசினாள் நீலா.

"உன் வாய்த் துடுக்கு இருக்கவே இருக்கிறது. மரியாதை துளிக் கூட இல்லை. எவ்வளவு பெரிய மனிதர், உன் பாட்டுக் கேட்க ஆசைப்படுகிறார் என்றால்..." வறண்ட குரலில் அவளை இலேசாப் மிரட்டினான் தேவவிரதன்.

படி இறங்கிக்கொண்டே "பக்" என்று சிரித்துவிட்டாள் நீலா.

"பெரிய மனிதரானால் எனக்கென்ன, அண்ணா? உன் சிறிய மாமனார் என்னைக் கல்யாணமா பண்ணிக்கொள்ளப் போகிறார்?"

நீலா கேலி செய்கிறாள் என்று புரிந்தது தேவவிரதனுக்கு. "உன் பேச்சு எப்பொழுதும் இப்படித்தான். சரி, புடைவையை மாற்றிக் கொண்டுவிடேன், அவரைக் காணும் முன்பு. இது ரொம்ப அழுக்காய் இருக்கிறதே" என்றான்.

இல்லை என்று சைகை செய்தபடி, "புடைவை கிடைவை ஒன்றுமில்லை. அழுக்குப் புடைவை உடுத்திய பெண்ணின் குரல் பிடிக்காது என்றால் விட்டுவிடு. அவருக்கு டீ மாத்திரம் கொடுத்து அனுப்பி வை" என்றாள். பிறகு, "நான் இப்படியே பாடுகிறேன் அண்ணா. அவருக்கு மனம் குளிர்ந்தால் இனாமாய் ஒரு புடைவை கேட்டு வாங்கிக்கொள்ளுகிறேன். எப்படி என் யோசனை?" என்று மேலும் கேலி செய்தாள்.

காலைத் தொட்டு வணங்கிய நீலாவை அவிநாச பாபு தூக்கி விட்டார். "இருக்கட்டும், உட்கார் நீ" என்றார்.

அந்த அறையில் வெப்பம் மூச்சை அடைத்தது. கீழே பாயில் உட்கார்ந்திருந்தார் அவர். வேர்வை வெள்ளத்தில் நீந்திக் கொண்டிருந்தார். முகத்துப் பவுடர் கரைந்து வேர்வையுடன் கலந்து இங்கேயும் அங்கேயுமாய்க் கட்டிக் கட்டியாய் உறைந்து நின்றது. இரண்டு தரம் க்ஷவரம் செய்து நரை மயிர் தெரியாமல் மறைத்துக் கொண்டிருந்தார். தலைமயிரில் சாயம் ஏற்றியிருந்தார். வேர்வையில் அந்தக் கறுப்புக் கரைய ஆரம்பித்துவிட்டால்? நீலாவுக்கு அப்படி நினைக்கும்பொழுதே சிரிப்பு பொத்துக் கொண்டு வந்தது.

மன்னியின் இந்தச் சிற்றப்பா தாரம் இழந்தவர். பண பலத்தால் மனைவியின் பிரிவை மறக்கடித்துக்கொண்டார். ஆனால், ஏறிக் கொண்டே போகும் மூப்பை நிறுத்த முடியவில்லை அவரால். மூப்பின் ரேகைகள் முகத்தில் தெளிவாய்த் தெரிந்தன.

என்ன பாடுவது என்று சற்று நேரம் யோசித்த பிறகு பக்தி கீதம் ஒன்றை மிகவும் உருக்கமாய்ப் பாடினாள்.

"ஆஹா! என்ன குரல், என்ன உருக்கம்!" என்று இசையில் மயங்கிவிட்டார் அவிநாச பாபு; "காதல் ரஸம் பொங்கி வழிகிறதே?"

“காதலா? நான் பாடியது பக்தி கீதம் அல்லவா!” என்று வியப்புடன் கூறினாள் நீலா.

“காதல் என்றால் கடவுளிடம் காதல் என்று வைத்துக் கொள்ளேன்.” நெகிழ்ந்த குரலில் தொடர்ந்தார். “எங்கே பாடக் கற்றுக் கொண்டாய்? இங்கே ஒரு ரேடியோகூடக் காணோமே?”

“ரேடியோவும் இல்லை; ஏன், கிராமபோன்கூட இல்லை” என்று நீலா விளக்கினாள். “எப்படியோ கற்றுக்கொண்டேன், இங்கேயும் அங்கேயுமாய்.”

நீலாவுக்குக் கிட்டியிருக்கும் பரிசுகளைப்பற்றித் தேவவிரதன் பெருமையாய்ச் சொல்ல ஆரம்பித்தான். ஆனால், அதொன்றும் பெரியவர் காதில் ஏறவில்லை. “என்னிடம் கேட்பாரற்று இரண்டு ரேடியோப் பெட்டிகள் கிடக்கின்றன. ஒன்றை இங்கே அனுப்பி வைக்கிறேன்” என்றார்.

“இந்த வீட்டில் மின்சாரம் இல்லையே, ரேடியோ ஊமையாய்த் தான் இருக்கவேண்டும்” என்று நீலா தடை சொன்னாள்.

“அப்படியா?” என்று விஷயம் தெரியாதவர்போல் வியந்தார். “பாட்டரி ஸெட் அனுப்பினால் போச்சு, சரிதானே?” என்றவாறே விடை பெற்றுக்கொண்டார்.

“சிற்றப்பா ரொம்ப நல்லவர்.” அமிதா பெருமைப்பட்டுக் கொண்டாள். “என்னிடம் அவருக்கு எப்பொழுதுமே அன்பு அதிகம். இங்கு வந்து நிலைமையைப் பார்த்துப் புரிந்து கொண்டார். இப்பொழுது உன் அண்ணாவைத் தம் பிஸினஸில் சேர்த்துக் கொள்ளுவதாகச் சொல்லுகிறார்.”

“அப்படியா சமாசாரம்! அதனால்தான் இவ்வளவு உபசாரம்!” என்று மனத்தில் சொல்லிக்கொண்டாள் நீலா. அவளும் தன் பங்கிற்கு இன்னிசையால் தேவாதி தேவனின் மனத்தைக் குளிரச் செய்தாயிற்று. செழிப்பாய் நடக்கும் தொழில் துறையில் தமையனுக்குக் கிடைப்பது நல்ல விஷயந்தான். ஆனால், அதைத் தொடர்ந்து என்ன நடக்குமோ? நீலாவுக்குக் கவலையாய்த் தான் இருந்தது.

* * *

சாந்தி தன் அறையைக் கவர்ச்சியாய் ஒழுங்குபடுத்தி வைத்திருந்தாள். ஜன்னல், வாசல் இரு சட்டங்களிலிருந்தும் பளிச்சென்று திரைச்சீலைகள் தொங்கின. ஒரு பக்கமாய் மரக்கட்டில், மெத்தை விரிப்புடன். தரையில் ஜமுக்காளம். ஒரு மூலையில் மேஜை நாற்காலி, ஜன்னல் பக்கம் முக்காலியில் தண்ணீர்ப் பானை.

ஆனால், வெளிச்சமே இல்லை இந்த அறைக்கு. பகல் வெளிச்சம் வருவதில்லை. இரவில் சாந்தி விளக்கு ஏற்றுவதில்லை. கேட்டால் வெறுமனே சிரிப்பாள். "இரவில் இருட்டாய் இருக்க வேண்டும் என்பதுதானே தெய்வ சங்கல்பம்? அநாவசியமாய் விளக்கேற்றிக் கடவுளின் விருப்பத்துக்கு எதிராய்க் காரியம் செய்வானேன்?" இப்படியும் தர்க்கம் செய்வாள் சாந்தி.

"விஷயம் தெரியுமா நீலா? என் கண்கள் மிகவும் பலவீனம். பளீரென்று எந்த ஒளியையும் தாங்கமுடியாது. அதனால் மெழுகுவத்தி ஏற்றி வைத்திருக்கிறேன், பார்! போதாதா வெளிச்சம்?" என்பாள்.

"சமையல் செய்ய?"

"சமையல் வேலைதான் கிடையாதே! பகலிலும் இல்லை, இரவிலும் இல்லை. ஹோட்டலிலிருந்துதான் இரு வேளை உணவும். செலவு அதிகந்தான். ஆனால் தொந்தரவு இல்லையே." எப்பொழுதோ சாதம் வடிக்கும்பொழுது கையைச் சுட்டுக் கொண்டு விட்டாளாம் சாந்தி. அதிலிருந்தே ஹோட்டலில் ஏற்பாடு செய்துவிட்டான் மணீந்திரன்.

"அருவருப்பாயில்லையா ஹோட்டல் சாப்பாடு?" என்று நீலா கேட்டாள்..

"அருவருப்பா? எதற்காக? அவ்வளவு பார்த்தால் முடியுமா? இந்த வீட்டில்கூட இருக்கப் பிடிக்குமா அழுக்கு, நாற்றம் என்றெல்லாம் சிணுங்கினால்? எல்லாந்தான் சமாளித்துக் கொள்ளவேண்டும்" என்று சாந்தி பதில் அளித்தாள்.

"ஹோட்டல் சாப்பாட்டில் தினுசு அதிகம். இன்று சாதமும் மீன் கறியுமானால், நாளைக்குப் பூரியும் கிழங்கும். கையில் பணம் தாராளமாய்ப் புரளும்பொழுது கோழிக்கறியும் ரொட்டியுங்கூடச் சாப்பிட முடியும். அலுப்புத் தட்ட வழியே இல்லை."

எல்லாம் புரிந்ததுபோல் இருந்தது நீலாவுக்கு. ஆனால் மணீந்திர ஸன்யாலுக்கு என்ன வேலை என்று மாத்திரம் தெரியவில்லை. சில நாள் அவன் வீட்டுக்கு வருவதே கிடையாது. பகல், இரவு எல்லாம் வீட்டிலேயே அடைந்து கிடக்கும் சமயங்களும் உண்டு. கேட்டால் சாந்தி நேராய்ப் பதில் சொல்வதில்லை. "யாருக்குத் தெரியும், புருஷர்களின் வெளி விவகாரங்களைப்பற்றி! வீடு உண்டு, நான் உண்டு; அதற்குமேல் எனக்கு அக்கறை இல்லை" என்பாள்.

சாந்தியின் அறையும் இரு பாகங்களாய்த் தடுக்கப் பட்டிருந்தது. அந்தப்புறமும், வெளி அறையுமாய். அன்றொரு நாள் அப்படித்தான் அந்தப்புறத்துள் சாந்தியுடன் பேசிக் கொண்டிருந்தாள் நீலா. மறு பக்கத்தில் ஏதோ ஓசை கேட்கவே நீலா புறப்பட்டு விட்டாள். "இப்பொழுதுதானே வந்தாய் நீலா, என்ன அவசரம்?" சாந்தி அவளைத் தடுத்து நிறுத்தினாள்.

"யாரோ விருந்தினர் வந்திருக்கிறாப்போல் இருக்கிறதே. நான் போய்விடுகிறேன்" என்று சொன்னாள் நீலா.

அது யார் விருந்தினர்? அப்படி யாரும் இல்லையே. அந்தப் பக்கம் இவர் மட்டுந்தானே இருக்கிறார் என்றாள் சாந்தி.

ஏதோ பேச்சுக் குரல் கேட்கவில்லை?" என்று நீலா வினவினாள். சாந்திக்குச் சிரிப்பை அடக்க முடியவில்லை. அந்தப் பக்கம் இவர் தான் அருந்ததியுடன் இருக்கிறார். தெரியாதா உனக்கு?

"அது யார் அருந்ததி புதிதாய்?" நீலா திடுக்கிட்டுக் கேட்டாள். "அவள்தான் இவருடைய காதலி. இப்பொழுது அவளுடன் தான் நாளெல்லாம் செலவிடுகிறார்" என்று கேலியாய்ச் சொன்னாள் சாந்தி. பிறகு நீலாவின் பிரமையை மாற்ற, "அவள்தான் அவருடைய புதிய கதாநாயகி. புதிய புத்தகம் உருவாகிறது. எழுத்தில் நடு நடுவே தமக்குத் தாமே படித்தும் பார்த்துக்கொள்வார். இந்தச் சமயத்தில் நான்கூட அந்தப் பக்கம் போகக்கூடாது என்ற தடை உத்தரவு போட்டிருக்கிறார்" என்று விளக்கினாள்.

மணீந்திரன் எழுத்தாளன்! "உனக்கு இவரைப் பற்றித் தெரியாது? புதுமை எழுத்தாளர்களில் முன் வரிசையில்

இருப்பவராயிற்றே இவர்! நீ அவர் பெயர்கூடக் கேள்விப்
பட்டதில்லை என்கிறாயே!" தன் கணவன் எழுதிய இரு புத்தகங்களை
நீலாவுக்கு வாசிக்கக் கொடுத்தாள் சாந்தி.

அன்று விடுமுறை. ஒரே மூச்சில் இரண்டையும் படித்து
முடித்தாள் நீலா. பச்சை பச்சையாய் அமைந்திருந்தது நடை.
அவளை அறியாமலேயே முகம் சிவந்துவிட்டது. வாசிக்கும்
பொழுது, வெட்கத்தில் கண்களும் மூடிக்கொண்டன. ஆனால்
அவளுடைய ஆர்வம் குறையவில்லை. அதிகமே ஆயிற்று.
அப்பாவியைப் போலிருந்த இந்த மனிதன் இவ்வளவு விஷயம்
தெரிந்து வைத்திருக்கிறாரே; நல்ல ஆள்தான்!

படித்து முடித்ததும் சரசரவென்று படி இறங்கிச் சாந்தியின்
அறையுள் நுழைந்தாள். அப்பொழுது மாலை வேளை. அந்தப்
புத்தகங்களைப் பற்றிச் சாந்தியுடன் பேசவேண்டாம் என்ற
நினைப்புடன் வந்தாள் நீலா. அப்பொழுதும் சாந்தி ஜன்னல்
பக்கத்தில் பேசாமல் உட்கார்ந்திருந்தாள். மறுபுறத்தில்
முணுமுணுக்கும் ஓசை.

"எழுத்து முடியவில்லையா இன்னமும்?" இரகசியமாய்க்
கேட்டாள் நீலா. "அப்புறமாய் வருகிறேன்" என்று புறப்பட்டாள்.

"ஏன் போகவேண்டும்? நீ உட்கார்." உலர்ந்த சிரிப்புடன்
சாந்தி வரவேற்றாள்.

"சாப்பிட்டு முடிந்ததும் திரும்பவும் எழுத உட்கார்ந்து
விட்டார் போலிருக்கிறதே?" என்றாள் நீலா.

"சாப்பாடு இன்னும் ஆகவில்லை."

"இது என்ன கூத்து?" திடுக்கிட்டுக் கூவினாள் நீலா.

நீலாவின் கையிலிருந்த புத்தகங்களைச் சட்டென்று பிடுங்கி
அடுக்கி வைக்கும் சாக்கில் முகத்தைத் திருப்பிக் கொண்டாள் சாந்தி.
"கதை எழுதி முடியவேண்டும். அப்புறம் அதை எவன் தலையிலாவது
கட்ட வேண்டும். அப்பொழுதுதான் கையில் பணம் வரும், சாப்பாடு
வாங்க! புரிந்ததா?"

சாந்தி பேசி முடிக்குமுன்பே திரையை அகற்றிக்கொண்டு மணீந்திரன் உள் நுழைந்தான். நீலாவைப் பார்த்துத் தயங்கினான்; பிறகு தன் அறைக்கே போய்விட்டான். மங்கிய ஒளியில் நீலா அவனைப் பார்த்தாள்; குளியல் இல்லை, க்ஷவரமும் இல்லை, கண்களோ சிவப்பேறியிருந்தன. இப்படியும் ஒரு பிரகிருதி!

அன்று அந்தக் கதை எழுதி முடிந்து விற்றும் போயிற்று. இரவு ஒன்பது மணிக்குச் சாந்தி நீலாவிடம் வந்தாள், அடுப்புத் தணல் வேண்டி. "இவருடைய நண்பர்கள் வந்துவிட்டார்கள் சீட்டுக் கச்சேரி நடத்த. எல்லாருக்கும் டீ வேண்டுமாம். அங்கே அடுப்பு அணைந்து விட்டது. அதனால்தான் இந்தச் சமயத்தில் வந்தேன்" என்றாள்.

"இவருடைய நண்பர்கள் யார்?"

"கவி இந்திரஜித், பதிப்பாளர் சதாநந்தன் முதலியவர்கள்." "உங்கள் தூக்கம் என்ன ஆகும்? திரையின் மறுபுறம் சீட்டுக் கச்சேரி நடந்தால் உங்களால் எப்படித் தூங்க முடியும்?" நீலா கேட்டாள்.

"எல்லாம் வழக்கமாய் விட்டது." இலேசாய் நகைத்தவாறு பதில் அளித்தாள் சாந்தி.

அடுத்தநாள் திரும்பத் திரையின் மறுபுறம் முணுமுணுக்கும் ஓசை . "இன்றுமா எழுத உட்கார்ந்துவிட்டார்? கதை நேற்றே முடிந்து விட்டதே!" நீலா ஆச்சரியப்பட்டாள்.

"கதைக்கென்ன? நேற்று வந்த பணம் நேற்றோடு போச்சு. சீட்டாட்டத்தில் முழுவதையும் தோற்றுவிட்டார். அதனால் இன்று காலையில் எழுந்தவுடனேயே எழுத உட்கார்ந்து விட்டார். பணம் வேணுமே?"

"நீங்கள் என்ன சொல்லுகிறீர்கள்? அப்பொழுது இன்றும் சாப்பாடு கிடையாதா உங்களுக்கு? சாந்தி அக்கா, நீங்கள் என்னுடன் வாருங்கள். எங்களுடன் சாப்பிட்டு விடுங்கள்." நீலா படபடத்தாள்.

இனிமையாய் நகைத்தாள் சாந்தி. "அதற்கு அவசியமில்லை நீலா. ஏற்பாடு செய்திருக்கிறேன்."

ஏற்பாட்டை விளக்கிச் சொன்னாள் சாந்தி. "இவர் பணம் தோற்றது என்னவோ உண்மை. ஆனால், கெலித்தது இவருடைய நண்பர்கள் தாமே. காலையில் அவர்கள் தங்கள் தங்கள் வீடு திரும்பும்போது கெலித்த பணத்தை இரகசியமாய் என்னிடம் கொடுத்து விடுவார்கள். இல்லாவிட்டால் நான், இவர்கள் இரவெல்லாம் இங்கே சீட்டாடச் சம்மதிப்பேனா என்ன?

"நீங்கள் கெட்டிக்காரி அக்கா!" வியப்புடன் கூறினாள் நீலா. "கொஞ்சம் கெட்டிக்காரத்தனம் இல்லாவிட்டால் இந்த எழுத்தாளரின் நிலையற்ற வரும்படியை நம்பி ஒரு குடும்பம் நடக்குமா? நடக்கத்தான் முடியுமா? நீயே சொல் நீலா" என்றாள் சாந்தி.

4

பாப்புலர் பார்க், கினு கோனார் தெருவிலிருந்து எவ்வளவோ தள்ளித்தான் இருந்தது. ஆனாலும், ஊர் ஒன்றுதானே; ஒரு வீட்டின் ஐந்தாவது மாடியும் முதல் மாடியும்போல. ஒருவருக்குக் காற்று, வெளிச்சம் எல்லாம் தாராளமாகக் கிடைக்கின்றன. மற்றவருக்கு வெப்பமும், ஓதமும், இருட்டுமே அனுபவம்-ஒரே வீட்டில் வசிக்கும் இரு மனிதர்களின் வெவ்வேறு தலைவிதி.

ஒரே ஊர். அதனால்தான் ஸௌமியன் எதிர்ப்பட்டபோது அவனிடமிருந்து தப்பிப் போக முடியவில்லை நீலாவால். "அடையாளம் தெரிகிறதா, நீலா?" என்றான்.

"தெரிகிறது நன்றாய். உங்களுக்குத்தான் என்னைத் தெரிய வில்லையோ என்று நினைத்தேன்."

"இங்கு என்ன செய்கிறாய் நீ?" என்றான்.

"நாங்கள் இந்தப் பக்கந்தான் வசிக்கிறோம், தெரியாதா அண்ணா?" என்றாள் நீலா.

"ஓ! ஆமாம், ஆமாம் நினைவு வருகிறது. நீங்கள் இந்தப் பக்கம் குடி புகுந்திருப்பதாய்க் கேள்விப்பட்டேன். தெருவின் பெயர்கூட ஏதோ விநோதமாயிருந்தது கேட்க. ஞாபகம் இல்லை."

"கினு கோனார் சந்து." தெளிவாய் உரைத்தாள் நீலா.

"அதேதான்." சிகரெட் ஒன்றைப் பற்ற வைத்துக்கொண்டான் ஸௌமியன். "ஞாபகம் வந்து விட்டது. நான் அங்கு ஒரு நாள் வருகிறேன். சித்தி எப்படி இருக்கிறார்? சிற்றப்பா, உன் தமையன் எல்லாரும் சுகமா? வழி சொல்லு, அங்கே வர. என்ன நம்பர்?"

"6 எஃப்."

"6 எஃப், கினு கோனார் சந்து. சரியா?" கடிதத் துண்டொன்றில் குறித்துக் கொண்டான். "இப்பொழுது விவரமாய் வழி சொல். எழுதிக்கொள்ளுகிறேன்."

நீலா வழி சொல்ல ஆரம்பித்தாள். "மெள்ள, மெள்ள. ஒரு நிமிடம் பொறு!" என்று ஒவ்வொரு தெரு, மூலை, திருப்பம் எல்லாம் விவரமாய் எழுதிக்கொண்டான்.

"விசித்திரமான இடந்தான். ஒரே கோணலுமாணலுமான தெருக்கள். எங்கும் குப்பை. திசை காட்டி இல்லாமல் வழியே கண்டுபிடிக்க முடியாதுபோல் இருக்கிறதே. இன்னொரு முறை விளக்கமாய்ச் சொல்" என்றான்.

அவனை விழித்துப் பார்த்தவாறு உறைந்துபோன குரலில், "உங்களால் அங்கே வரவே முடியாது, அண்ணா. எனக்குத் தெரியும்" என்றாள்.

"என்ன அப்படிச் சொல்லிவிட்டாய் நீலா? இவ்வளவு கூடவா என்னால் முடியாது. பாரேன்! ஒரு நாள் கட்டாயம் உங்கள் வீட்டைத் தேடிப் பிடித்துக்கொண்டு வரத்தான் போகிறேன்" என்றான் ஸௌமியன்.

"பார்க்கலாம்." உற்சாகம் இல்லாமல் நீலா முனகினாள்.

"அப்புறம் என்ன விசேஷம்? நீ காலேஜுக்குப் போகிறாய் இல்லையா! பேஷ், பேஷ்! நல்ல காரியம்."

"சரி, அப்புறமாய் வருகிறேன்" என்று விடை பெற்றுக் கொண்டு நகர்ந்தான்.

அவன் போன பிறகும் அங்கேயே சில விநாடிகள் அசைவற்று நின்றாள் நீலா. காலடியில் ஏதோ காகிதத் துண்டு பறந்து வந்து அடித்துக்கொள்ளவே அதைப் பொறுக்கி எடுத்தாள்.

அதே துண்டுதான். சில நிமிடங்கள் முன் அவ்வளவு சிரத்தையாக நீலாவின் விலாசத்தைக் கேட்டு ஸௌமியன் எழுதிக் கொண்ட அதே காகிதத் துண்டுதான்! பறந்து விட்டது. பறக்க வேண்டியதுதான். இன்றைக்கில்லாவிட்டால் நாளைக்கு, அவ்வளவு தான். மனத்துள் சிரித்துக் கொண்டாள் நீலா.

அந்தத் துண்டைக் கைக்குள் வைத்து நன்றாய்க் கசக்கிப் பந்தாக்கினாள். பக்கத்திலிருந்த விளக்குக் கம்பத்தைக் குறிபார்த்து அந்தப் பந்தை விட்டெறிந்தாள்.

நல்லதாயிற்று. விலாசம் இருந்தால் மாத்திரம் ஸௌமியன் தேடிக்கொண்டு வரவா போகிறான்? குப்பையும் கூளமும் நிறைந்த அருவருப்பைத் தரும் தெருக்களைத் தாண்டிக் கொண்டா வருவான் அவன்? ஒருவேளை இந்த இடத்தில் இந்த நிலைமையில் நீலாவைப் பார்த்ததுகூட அவனுக்கு அருவருப்பை ஊட்டியிருக்கலாம்.

ஸௌமியன் கட்டாயம் நீலாவைத் தேடிக்கொண்டு வரமாட்டான். மனனும், மனீஷாவும்கூட எப்பவும் வரமாட்டார்கள். அவர்களுடைய நட்பு பாப்புலர் பார்க்வரையில்தான். கினு கோனார் சந்துவரை தொடர வகையில்லை.

அநேக வருடங்களுக்கு முன் பாப்புலர் பார்க்கில் நீலாவின் வீட்டுக்குப் பக்கத்தில் குடி வந்தார்கள் ஸௌமியனின் குடும்பத்தினர். அப்பொழுது பண்புமிக்க வாலிபன் ஸௌமியன். அவனுடைய தகப்பனார் சிற்றூர் ஒன்றில் நீதிபதி வேலை பார்த்து ஓய்வு பெற்றவர். இப்பொழுது கல்கத்தாவில் வீடு கட்டிக்கொண்டு வந்து விட்டார். நீலாவுக்குப் பக்கத்து வீடு.

பெரிய வீடுகள், பெரிய தோட்டங்கள். ஆனால் வீடுகளில் மனிதர்கள் குறைவு. நீலாவுடன் சிநேகமானான் ஸௌமியன். அப்பொழுது அவனுடைய பணிவும் பண்பும் நீலாவுக்கு இதமாயிருந்தன. நீலாவின் நட்பு அவனுக்கு அவசியமாயிருந்தது. ஜட்ஜ் ஆனாலும் சரி, வேறு யாரானாலும் சரி, தாங்கள் அந்தச் சூழலில் புதியவர்கள், மதிப்புக் குறைந்தவர்கள் என்று ஸௌமியனுக்குத் தெரியும். நீலாவின் குடும்பத்தினர் அந்தத் தெருவில் மிகவும் பழகியவர்கள், மதிப்பில் உயர்ந்தவர்கள். அவர்களுடைய நட்பும் மதிப்பும் கிடைத்தால்தான் அங்கே சௌகரியமாய் வாழ முடியும் என்றும் உணர்ந்திருந்தான்.

ஸௌமியன் தன் மன நிலையை வெளிப்படுத்தவே இல்லை. ஆனாலும் கூட அவன் நீலாவை மணக்க விரும்புகிறான் என்று அவளுடைய தாயார் ஊகித்து விட்டாள். அவளுக்கு அதில் விசேஷமாய் ஒரு விதத் தடையுமில்லை. ஸௌமியனுக்குப் படிப்புப்

போறாதே என்று மாத்திரம் கொஞ்சம் குறையாயிருந்தது அவளுக்கு. ஆனாலும் பரவாயில்லை என்று தன்னையே தேற்றிக்கொண்டாள்.

அந்தச் சமயத்தில்தான் மனன் வந்து சேர்ந்தான். நீலாவின் தாய் வீட்டாருடன் ஏதோ தூர உறவு கொண்டாடிக்கொண்டு வந்தான். வெளிநாடு போய் வந்தவன்; அதற்குத் தகுந்தபடி பகட்டும் இருந்தது. இரண்டு மாதங்கள்கூடத் தொடர்ந்தாற் போல் ஒரே காரை ஓட்டி வரமாட்டான் அவன். புதிதில் நீலாவுக்கு இது வெகு ஆச்சரியமாயிருந்தது. அப்புறமாய்த்தான் விஷயம் தெளிவாயிற்று. ஒரு மோட்டார் கம்பனியின் விற்பனைப் பிரதிநிதி மனன். இந்தப் புதுமை யுகத்தில் பெண்களின் உடை நாகரிகத்தை விடவும் வேகமாக மாறிற்று புருஷர்களின் கார் மாடல். இன்றிரவு புதிதாய் இருப்பது நாளைக் காலைக்குள் பழையதாகிவிடலாம்.

புதிய புதிய வித வண்டிகளை ஓட்டிப் பரிசீலனை செய்வது மனன் வேலை. நீலாவையும் கவர்ந்தது அவனுடைய திறமை.

ஒரு தரம் நீலாவும் அவள் தாயும் மனனுடன் அசன்ஸோல் வரை போய் வந்தனர். திரும்பி வரும்போது அவனுடைய கார் ஓட்டும் திறமையைக் கண்டு வியந்தாள் நீலாவின் தாய். "இதுதான் இப்பொழுது எல்லாவற்றையும் விடப் புதிய வண்டி, இல்லையாமனன்?" என்று கேட்டாள்.

தலையைத் திருப்பாமலேயே இலேசாய்ச் சிரித்தவாறு, "எப்படிச் சொல்ல முடியும், சித்தி? ஒருவேளை நாம் கல்கத்தா போய்ச் சேருவதற்குள்ளேயே இது பழைய மாடல் ஆகிவிடலாம். ஏதோ பழைய காலச் சின்னம் என்று தள்ளுபடி ஆகவும் கூடும்" என்றான்.

"என்ன உளறுகிறாய் மனன்? சில மணி நேரத்தில் ...?" நிபானனி அவனை நம்பவில்லை.

இத்தனை நாளாய் தன் ஆசையை, நம்பிக்கையை விடாமல் இருந்தான் ஸௌமியன். ஆனால் நீலா அசன்ஸோல் போய் வந்தது முதல் அவன் தூர விலகிக்கொண்டான். நீலாவின் வீட்டுக்கு வருவதுகூட ரொம்பக் குறைந்துவிட்டது. அவனுக்குப் போட்டி பிடிக்கவில்லைபோலும். ஆனால் அவன் மாத்திரம் தைரியத்துடன்

ஒரு படகை ஏற்படுத்திக்கொண்டு நீலாவை, 'வா, போய் வரலாம் ராய்கஞ்ச் வரை' என்றால் அவளால் மறுத்திருக்க முடியுமா என்ன?

அப்புறம் ஒரு நாள் மனனும் ஒளிவு மறைவில்லாமல் பேசினான்:

"நானும் இங்கு வருவதைக் குறைத்துக் கொள்ளவேண்டும் நீலா" என்றான்.

"ஏனாம்?" என்றாள் நீலா.

"இப்படித் தினம் தினம் வருவது சரியில்லை."

"நீங்கள் உறவுக்காரர்தாமே. அம்மாவினுடைய மாமாவின்..." சிரித்து விட்டான் மனன்.

"போதும் போதும் நீலா. உறவு மிகத் தூரம். உன்னால் அதைக் கண்டுபிடிக்க முடியாது!" கொஞ்சம் பொறுத்துத் தாழ்ந்த குரலில், "ஆனால் நீலா, நாம் விரும்பினால் இந்த உறவை மிகவும் நெருங்கியதாக்கிக் கொள்ளலாம்" என்றான்.

ஒருவேளை அப்படியே நெருங்கியும் இருக்கலாம். நீலாவின் மெட்ரிகுலேஷன் பரீட்சை முடியும்வரை காக்க நினைத்தார்கள். அதற்குள் புயல் அடித்து எல்லாவற்றையும் ஒரே அடியாய் மூழ்கடித்து விட்டது. கொஞ்ச நாளாகவே பங்கு மார்க்கெட் மந்தமாய்ப் போய்க் கொண்டிருந்தது. நீலாவின் தந்தை கவலைப் பட்டுக் கொண்டுதான் இருந்தார். அவருடைய தலைமயிர்கூட இங்கேயும் அங்கேயும் நரைக்க ஆரம்பித்து விட்டது. அப்புறம் பாங்க் படுத்துக் கொண்டது.

ஒரே இரவில் அவருடைய தலை பஞ்சாய் நரைத்துவிட்டது.

பாப்புலர் பார்க்கிலிருந்த அரண்மனை அடகு வைக்கப் பட்டிருந்த விஷயம் அப்புறமாய்த் தெரிந்தது. தட்டுமுட்டுச் சாமானெல்லாம் ஏலத்தில் விற்றுப் போயின. பவானிபூரில் வாடகை வீட்டுக்கு வரவேண்டியதாயிற்று.

பாப்புலர் பார்க்கிலிருந்து புறப்படும்போது மனன், ஸௌமியன், மனீஷன் எல்லாருமே புதிய விலாசத்தைக் கேட்டு எழுதிக் கொண்டார்கள். அடிக்கடி வந்து பார்த்துப் போவதாகவும் வாக்களித்தனர்.

கண்ணீர் தளும்ப நிபானனி மனனிடம் தனியாய்ப் பேசினாள். “நீ கட்டாயம் வா, அப்பா. கஷ்டத்துக்குமேல் கஷ்டம் வந்து விட்டது. இல்லாவிட்டால் நீ விரும்பியபடி முடித்து விட்டிருப்போம். போகட்டும் போ. எவ்வளவுதான் அசௌகரியமா யிருந்தாலும், எங்களால் முடிந்த மட்டில் அடுத்த தையில் கட்டாயம் கல்யாணத்துக்கு ஏற்பாடு செய்துவிடுகிறோம். நீ வந்து போய்க் கொண்டிரு” என்றாள்.

உணர்ச்சியால் நடுங்கிய குரலில், “கட்டாயம் வருகிறேன் சித்தி” என்று ஒப்புக்கொண்டான் மனன்.

அவ்வளவுதான். மனன் வரவேயில்லை. ஒருதரம் அவனைக் கூப்பிட்டனுப்ப நினைத்தாள் தாய். ஆனால் சிவவிரதபாபு கண்டிப்பாய் மறுத்துவிட்டார். அவர் மறுத்திருக்காவிட்டால் நீலாவே தடை செய்திருப்பாள்.

அப்புறம் தை மாதத்தில் மனன் திரும்ப வெளிநாடு போயிருப்பதாய்க் கேள்விப்பட்டார்கள். இந்தத் தடவை மோட்டார் வண்டியை விட்டுவிட்டான். ஆகாய விமானப் பயிற்சிக்குப் போயிருந் தான். முன்பே அவனுக்கு விமானம் ஓட்டத் தெரியும். சொந்தமாய் ஒரு “மாத்” விமானம் வைத்துக் கொண்டு தில்லி, பம்பாய் போய் வருவான். பூரியில் சமுத்திர ஸ்நானத்துக்குப் போய் வருவதுண்டு.

மனனை மாத்திரம் குறை சொல்லிப் பிரயோஜனம் என்ன? எவ்வளவோ அந்நியோந்நியமாய்ப் பழகிய சிநேகிதிகள் ஒருவர் கூட எட்டிப் பார்க்கவில்லை. அவர்கள் எல்லாரும் ஒன்றாய் அனுபவித்த சுகங்களும், கண்டு களித்த காட்சிகளும் கணக்குண்டா? இப்பொழுது அவர்களிடமிருந்து ஓர் அழைப்பிதழ்கூட எந்த விசேஷத்துக்கும் வருவதில்லையே. நட்பும், உறவும் எல்லாம் காற்றோடு போயின; நண்பர்களின் பெயர்கள் மாத்திரம் நினைவில் இருந்தன.

ஆனாலும் மோசமில்லை. இவ்வளவு துக்கத்தினிடையிலும் நீலா காலேஜில் சேர்ந்துவிட்டாள். படிப்பில் மனத்தை இருத்தித் தன் கவலைகளை மறக்கவும் ஆரம்பித்தாள்.

அப்பொழுதுகூட நிலைமையைச் சமாளித்துவிடலாம் என்றுதான் நினைத்தார் நீலாவின் தந்தை. ஆனால் அவருக்கு இன்னுமொரு பேரிடி காத்திருந்தது. ஸாம்பூர்க் கிடங்கில் நெருப்புப் பற்றிக் கொண்ட பொழுது அவர் மனம் உடைந்தே போனார். தலையில் வழுக்கை விழ ஆரம்பித்தது. கிடங்கு இன்ஷ்யூர் செய்யப்பட்டிருந்ததால் கொஞ்சம் பணம் கைக்கு வந்தது. பவானிபூரை விட்டுப் பௌபஜார் வந்து சேர்ந்தனர்.

பவானிபூர் வீடு சிறியதுதான். முன்பக்கம் கை அகலம் புல்தரை கூடக் கிடையாது. ஆனாலும் தனி வீடு. பௌபஜாரில் நான்கு அறைகளுக்கு ரூ.50 வாடகை. குறுகிய தெருவில், காற்றுப் புகாத நெருக்கத்தில் இருந்தது இந்த வாசம். ஆனாலும் அதன் பெயர் ஃப்ளாட்!

அதற்கப்புறந்தான் கினு கோனார் தெருவுக்கு வந்தார்கள். "படிப்புச் செலவு தான் முக்கியம். வீட்டு வாடகையைக் குறைத்துக் கொள்ளவேண்டும். ஏதோ பாக்கியிருக்கும் கொஞ்சம் பணத்தை வைத்துக்கொண்டுதானே சமாளிக்கவேண்டும்" என்று நீலாவின் தந்தை கண்டிப்பாய்ச் சொல்லிவிட்டார்.

இருக்கிற கஷ்டமெல்லாம் போதாதென்று இப்பொழுது வைத்தியச் செலவும் சேர்ந்துகொண்டது. நிபானனி நோய்வாய்ப் பட்டாள். இருமல், நெஞ்சு வலி, மூச்சுவிடக் கஷ்டம் என்று ஆரம்பித்து ஆஸ்துமாவில் கொண்டுபோய்விட்டது. படுக்கையே கதி என்றாகி விட்டாள் நீலாவின் தாய்.

5

சாந்தியின் வீட்டில் இந்திரஜித்தை எவ்வளவோ தடவை பார்த்திருக்கிறாள் நீலா.

கவி, காவியம் என்ற விஷயங்களில் நீலாவுக்கு அதிகப் பிடிப்பில்லை. ஏதோ பாடப் புத்தகங்களில் வரும் கவிதைகளைப் படிப்பாள் அல்லது வாரப் பத்திரிகைகளில் வெளிவரும் பாடல்களைக் கவனிப்பாள். அது தவிர, வேறு விசேஷ ஈடுபாடில்லை. நேருக்கு நேர் எந்தக் கவியையும் சந்தித்ததும் இல்லை. முதலில் அவனைக் கண்டபோது அவளுக்கு அருவருப்பாகவே இருந்தது. கசங்கிப் போன ஜிப்பா, அழுக்கு வேட்டி, கலைந்த தலை, கவிகளுக்கே உரிய தோற்றம். மொழிகளை முறையாய்த் தொகுத்துச் சீராய்க் கவிதை புனையும் திறமை உடைய இந்தப் புலவர்கள் தங்கள் சொந்த தோற்றத்தைப் பற்றி எப்போதும் அக்கறை எடுத்துக் கொள்ளுவதில்லை. விந்தைதான்!

ஏதோ ஒரு வாரப் பத்திரிகையில் இந்திரஜித்தின் கவிதை ஒன்று தென்பட்டது.

"அக்கா, இந்த இந்திரஜித் ராய்தானே உங்கள் வீட்டுக்கு வருபவர்?" என்று சாந்தியைக் கேட்டாள்.

"அந்தப் பைத்தியமேதான். நீகூட இந்தக் குப்பை எல்லாம் வாசிக்க ஆரம்பித்துவிட்டாயா?" என்றாள் சாந்தி.

குப்பையோ இல்லையோ, நீலாவுக்கு அதில் ஒரு வார்த்தை கூடப் புரியவில்லை. முதலிலிருந்து கடைசிவரை ஒரே குழப்பமா யிருந்தது, அவனுடைய கவிதை. அவனுடைய கற்பனையைப் போன்றே இருந்தது அவனுடைய தோற்றமும். ஆனால் ஆள் லேசுப்பட்டவன் அல்ல போலும். அவனுடைய கற்பனையில் உதித்த கருத்துக்களுள் கோவையோ, தலைக்கும் காலுக்கும்

சம்பந்தமோ இல்லாவிட்டாலும் தனித்தனியாய், ஒவ்வொரு கருத்தும் தெளிவாகவே இருந்தது. "என்ன ஆபாசம்!" என்று வியந்தாள் நீலா, "பிஞ்சில் பழுத்தவர் இந்தக் கவி. நன்னயம் உள்ள எவரும் எழுதக்கூடிய விஷயங்களா? இந்தக் கவி படித்தவர் என்று வேறு சொல்லுகிறீர்கள். பி.ஏ. முடித்து விட்டு இப்பொழுது எம்.ஏ.யும், சட்டப் படிப்பும் ஒன்றாய்ப் படிப்பதாய்ச் சொல்லுகிறீர்களே. என்ன படிப்போ? கல்கத்தா மெஸ்ஸில் உட்கார்ந்துகொண்டு தந்தை அனுப்பும் பணத்தை வீணடித்துக் கொண்டிருக்கிறார் போலத் தோன்றுகிறது."

சாந்தி சிரித்துவிட்டாள். "இதை எல்லாம் அவனிடம் சொல் நீ. நான் சொல்லிச் சொல்லி அலுத்துவிட்டது. என் வார்த்தையை மதிப்பதே இல்லை அவன். நீ காலேஜிக்குப் போய் வருகிறாய். ஒரு வேளை உன் பேச்சைக் கேட்கலாம் அவன்" என்றாள்.

பேசிக்கொண்டிருந்தபோதே இந்திரஜித் வந்து சேர்ந்தான். விமரிசனமும் நின்றுபோயிற்று. நீலா சாந்தியின் பின்னால் மறைந்து உட்கார்ந்துகொண்டாள். பேச்சு தொடர்ந்தது. ஆனால் நீலாவால் அவனைக் கடிந்து பேசமுடியவில்லை. பால் வடியும் முகம். கபட மற்ற பார்வை. முக க்ஷவரம்கூடச் சரியாய்ச் செய்துகொள்ள ஆரம்பிக்கவில்லை. மோவாய்க் கட்டையிலும், கன்னத்திலும் ஏகப்பட்ட க்ஷவரக் காயங்கள். "ஐயோ பாவம்!" என்று இரங்கினாள் நீலா.

அதற்கப்புறம் எவ்வளவோ முறை அவனுடைய கவிதைகளைத் தேடிப் படித்தாள். இந்திரஜித்துக்கும் தெரியும், அவள் அப்படிப் படிக்கிறாள் என்று. ஒருமுறை அவள் சாந்தியின் அறையிலிருந்த வாரப் பத்திரிகையில் அவனுடைய கவிதை ஒன்றைப் படித்துக்கொண்டிருந்தாள். அப்பொழுது அவனும் வந்து சேர்ந்தான். "வாசித்தாய்விட்டதா?" மெல்லிய பயந்த குரலில் கேட்டான். பத்திரிகையை மூடி வைத்துவிட்டு, "வாசித்தாயிற்று" என்றாள்.

"எப்படி இருந்தது?"

இத்தனை நாளாய் அவளுடைய மனத்தில் உருவாய்க் கொண்டிருந்த விமரிசனச் சொற்கள் அங்கேயே தங்கிவிட்டன. அவனுடைய ஆர்வம் மிகுந்த பார்வை அவள் நெஞ்சைத் தொட்டது.

"வாசிக்க நன்றாயிருந்தது. ஆனால் சரியாய்ப் புரியவில்லை எனக்கு" என்றாள் மெதுவாக.

அவனுடைய உற்சாகம் மேலெழும்பியது. "இதில் புரிந்து கொள்ள ஒன்றுமில்லை. அதன் ருசியை அனுபவிக்க வேண்டுமே தவிர அதை ஆராயக்கூடாது. இங்கு மூளைக்கு வேலையே இல்லை. உள்ளந்தான் அனுபவிக்க வேண்டும்." உணர்ச்சி வேகத்தில் பேசிக் கொண்டே போனான். இவன் இப்படி எல்லாம் பேசுவான் என்று நீலா எதிர்பார்க்கவில்லை. என்னவோ போலாய் விட்டது அவளுக்கு. நல்ல வேளை சாந்தி வந்து சேர்ந்தாள். உடனே அவன் பேச்சு வற்றி விட்டது.

"சொற்பொழிவு நடக்கிறதோ?" ஏளனமாய்க் கேட்டாள் சாந்தி. மகுடியின் குரலுக்குத் தலை சாய்க்கும் பாம்பைப் போல் அடங்கி விட்டான் இந்திரஜித்.

"ஒன்றுமில்லை; ஏதோ பேச்சு." மென்று விழுங்கிப் பதில் சொன்னான்.

சாந்தியிடம் இந்திரஜித்துக்குப் பயம் என்று தெளிவாயிற்று. அந்தப் பயங்கூட ஏதோ சாதாரண பயமாய்த் தோன்றவில்லை. நள்ளிரவில் திடீரென்று கறுப்புப் பூனை தென்பட்டால் ஒருவிதப் பீதி எழுமே அந்த மாதிரி இயல்பான உணர்ச்சி அல்ல அது. கும்மிருட்டில் நதியின் கரையில் உட்கார்ந்திருந்தால் பற்றிக் கொள்ளுமே ஒரு அமானுஷ்ய பயம்; அதேதான். அந்தப் பயத்தில் சொக்கிப் போயிருக்கும்பொழுது முள் குத்தினால்கூட இதமாகவே இருக்கும். தன் பணத்தையும் இழந்துகொண்டு, உடம்பையும் வருத்திக் கொண்டு இரவெல்லாம் சீட்டாடத் தயாராயிருக்கும் இந்திரஜித்தின் மன நிலைமையை வேறு எவ்விதம் வருணிக்க முடியும்?

எப்பொழுதாவது மணீந்திரனும் வருவான். அன்றும் அப்படித்தான் வந்து சேர்ந்தான், ஆடி ஓடிக் களைத்துப் போய். சாப்பாட்டுக் கூடையைச் சாந்தியின் கையில் கொடுத்துவிட்டு மேஜை மேலேயே கவிழ்ந்து படுத்துக்கொண்டான்.

"நீயும் உட்கார் நீலா. இந்திரஜித் எப்பொழுது வந்தான்?"

“இதோ, இப்போதுதான். போன காரியம் என்னவாச்சு?” என்று கேட்டாள் நீலா.

மணீந்திரனுக்குத் தூக்கம் கண்ணை இழுத்தது. கொட்டாவி விட்டுக்கொண்டே பதில் சொன்னான். “ஒன்றும் சரியாயில்லை. 10% ராயல்டிதான் தருவார்களாம். முன் பணம் கிடையாதாம். ஏனென்றால் இப்பொழுது விற்பனை குறைவாம்.”

கொஞ்ச நாட்களாகவே மணீந்திரன் புதிதாய் எழுதி முடித்த நாவலொன்றை எடுத்துக்கொண்டு பதிப்பாளர்களைத் தேடிச் சுற்றி வரும் விஷயம் நீலாவுக்குத் தெரியும்.

“நீங்கள் ஒப்புக்கொள்ளவில்லையே?” என்றாள்.

“இல்லை. ஒருவேளை கடைசியில் நம் சதாநந்தனிடமே போக வேண்டிவரும் போலிருக்கிறது. விளம்பரம் செய்யவும், விற்பனைக்கு ஏற்பாடு செய்யவும் அவனிடம் பண வசதி இல்லைதான். ஆனால் அவன் என்னை நிச்சயம் ஏமாற்றமாட்டான். பாரதி பதிப்பாளர்கள் 17 வரைக்கும் தரத்தயார். ஆனால் அவர்களிடம் சொந்த அச்சகம் இல்லை. அதனால் வேலை மிகவும் மெள்ளத்தான் நடக்க முடியும். முன்னேயே அவர்கள் பிரசுரிக்க ஒப்புக் கொண்டிருக்கும் புத்தகங்கள் குவிந்து கிடக்கின்றன. துப்பறியும் நாவல்கள், நாடகங்கள் என்று எவ்வளவோ! அந்தக் குவியலில் என் பிரதியையும் தூக்கிப் போட்டு விடுவார்கள். ரொம்ப நாள் காத்துக் கொண்டிருக்க வேண்டும். அதனால்தான் அவர்களிடம் போகத் தயங்குகிறேன்.”

பிறகு கண் மூடியபடியே, “நானும் ஏன் துப்பறியும் நாவல்கள் எழுதக்கூடாது? கதையும் சுலபமாய் எழுதலாம், கதாபாத்திரங்களும் எளிதாய் உருவாக்கி விடலாம். புத்தகமும் நன்றாய் விற்பனை ஆகும்” என்றான்.

“இன்னும் சில நாள் பொறுங்கள்.” இந்திரஜித் திடீரென்று குறுக்கிட்டான். “அப்புறம்...”

“அப்புறம் என்னவாம்? நீ என் புத்தகத்தை வெளியிடப் போகிறாயா?” கண்களைத் திறந்து இலேசாய்ச் சிரித்தான் மணீந்திரன். “வீட்டிலிருந்து உனக்கு எவ்வளவு ரூபாய் வருகிறது?

முப்பதா அல்லது நாற்பதா? சாப்பாட்டுச் செலவு, படிப்புச் செலவு, ஸிகரெட் செலவு எல்லாம் போக மிஞ்சப் போவதை வைத்துக் கொண்டா நீ பதிப்பாளனாகும் கனவு காண்கிறாய்? போடா போ" என்றான்.

தட்டுக்களில் சிற்றுண்டி கொண்டு வந்தாள் சாந்தி. இந்திரஜித் துக்குப் பரிமாறியவாறே, "நீங்கள் கல்யாணம் செய்து கொள்ளுங்கள். வரும் வரதட்சணையை வைத்துக்கொண்டு ஜமாய்த்து விடலாம்" என்று யோசனை சொன்னாள்.

அதற்குள் மணீந்திரன் குறுக்கிட்டு, "வரதட்சணை வாங்கக் கூடாது என்பதுபோன்ற அசட்டுக் கொள்கைகள் எதுவும் இல்லையே இந்திரஜித் உனக்கு?" என்றான்.

சில நிமிடங்கள் வரை அசடு மாதிரி சாந்தியையே பார்த்துக் கொண்டிருந்தான் இந்திரஜித். பிறகு சிற்றுண்டியை ருசி பார்த்தபடி களையற்ற குரலில், "ஆமாம், கல்யாணம் செய்து கொள்ள வேண்டும்" என்றான்.

உண்ட பிறகு இந்திரஜித், மணீந்திரனைச் சீட்டாடக் கூப்பிட்டான். "இரண்டு பேர் தானே நாம்? ஆட்டம் இரசிக்காது. மேலும் பணமும் இல்லை" என்று மறுத்தான் மணீந்திரன்.

"தீக்குச்சிகள் போராதா பணயம் வைக்க?" என்றாள் சாந்தி நகைத்தபடி.

"தாராளமாய்ப் போதும். நாம்தான் நான்கு பேர் இருக்கிறோமே. பிரிட்ஜ் விளையாடலாமே" என்றான் இந்திரஜித்.

"எனக்குச் சீட்டாடத் தெரியாது" என்று நீலா தடை சொன்னாள்.

"நானும் தயாரில்லை. எனக்குத் தலை வலிக்கிறது" என்று சாந்தியும் பின்வாங்கினாள்.

"அப்படியானால் வாருங்கள், உலாவி வருவோம். தலைவலி பறந்து போய்விடும்" என்று இந்திரஜித் மாற்றுச் சொன்னான்.

ஒரே நிமிடத்தில் தயாராய் விட்டாள் சாந்தி. திரையின் மறுபுறம் போய்ப் புடைவையை மாற்றிக்கொண்டு, தலைக் கொண்டையையும் சீர் செய்துகொண்டு வந்தாள். புடைவையின்

சிவப்புக் கரை பளிச்சென்று கொண்டைமேல் படிந்திருந்தது. பெரிய குங்குமம் நடு நெற்றியில் ஒளி வீசியது. புறப்பட்டு விட்டாள், சாந்தி.

"அண்ணா, புறப்படுங்கள்" என்று மணீந்திரனை அழைத்தான் இந்திரஜித்.

ஆனால் அவனோ கொட்டாவி விட்டுக்கொண்டே, "இன்னும் கொஞ்சம் எழுத்து வேலை பாக்கியிருக்கிறது. நீங்கள் மட்டும் உலவி வாருங்கள்" என்றான்.

சாந்தி நீலாவைப் பார்த்து, "இதோ வந்து விடுகிறேன் நீலா. இவருக்கு ஒரு கப் டீ போட்டுக் கொடுத்துவிடு" என்று சொல்லி விட்டுப் புறப்பட்டாள்.

சரியாய் அரைமணி ஆவதற்குள் நல்லமழை பிடித்துக் கொண்டது. காற்றும் பலமாய் வீசிற்று. விளக்கை ஏற்றிவிட்டு டீ போட உட்கார்ந்தாள் நீலா. மணீந்திரனுக்குக் கொண்டு போய்க் கொடுத்தாள். அவன் அப்போதும் எழுதிக் கொண்டிருந்தான். "சாந்தி அக்கா இன்னும் வரவில்லையே?" என்று கவலையுடன் கேட்டாள் நீலா.

"இல்லை. எங்கேயாவது மழைக்கு ஒதுங்கி இருப்பாள்" என்றான்.

மழை நிற்கவில்லை, நீண்ட நேரம் வரையில். கடைசியில் இலேசாய் வானம் தெளிய ஆரம்பித்தது. காற்று மாத்திரம் வீசிக் கொண்டிருந்தது. நீலா "இந்தியப் பொருளியல்" என்ற புத்தகத்தை எடுத்து வைத்துக் கொண்டாள். சாந்தியின் காலடி ஓசை கேட்கிறதா என்றும் கவனித்துக் கொண்டிருந்தாள். தூக்கமோ கண்ணைச் சுழற்றியது. மேலே வாசிக்க முடியவில்லை. விளக்கும் இறங்கி விட்டது. கொஞ்சநேரம் வரை விழித்திருக்கப் பார்த்தாள். ஆனால் பல நாள் வெப்பத்துக்குப் பிறகு மழையும் காற்றும் மிகவும் இதமாயிருந்தது. மெள்ள மெள்ள மழை நீர் சொட்டும் ஓசைகூட உறைக்கவில்லை. தூங்கிப் போய் விட்டாள்.

அடுத்த நாள் காலையில் சாந்தியைக் குழாயடியில் சந்தித்தாள். முந்தின நாள் உலாவப் போகும்பொழுது உடுத்திருந்த புடைவையைக் கசக்கிக்கொண்டிருந்தாள்.

"நேற்றிரவு எப்பொழுது திரும்பி வந்தீர்கள் அக்கா?" என்று வினவினாள்.

"ரொம்ப நாழி ஆகிவிட்டது. அப்பாடா! என்ன மழை, என்ன மழை!"

"எதுவரை போனீர்கள்?"

"ரொம்பத் தூரம் போய் வந்தோம். ரெயிலேறி டயமென்ட் ஹார்பர் வரை! அங்கே இறங்கினதும் மழை பிடித்துக்கொண்டது. பார், புடைவையில் எவ்வளவு சேறு ஏறிவிட்டது. எங்கெங்கேயோ இருட்டில் ஒதுங்கி, தட்டுத் தடுமாறி வந்து சேர்ந்தோம்."

"பயமாயில்லையா உங்களுக்கு?"

"பயமா? யாரிடம்? இந்திரஜித்திடமா?" சாந்திக்குச் சிரிப்பு பொத்துக்கொண்டு வந்தது.

நீலா பாம்பு, பூச்சியை நினைத்துக் கொண்டுதான் கேள்வி கேட்டாள். ஆனால் சாந்தியோ வேறு விதமாய்ப் புரிந்து கொண்டாள்.

"இந்திரஜித்தைப் பார்த்தா நான் பயப்பட வேண்டும்? அவன் ஓர் அசட்டுப்பிள்ளை; அவனால் என்ன செய்ய முடியும்?" என்றாள்.

"ஆனாலுங்கூட எம். ஏ. படிக்கிறார். 23, 24 வயதாவது இருக்காதா?"

"சரிதான். நல்ல வேடிக்கைதான் போ. வயதைக் கூட்டித் தான் சொல்வார்கள் பிள்ளைகள் எப்பொழுதும். பெண்கள் குறைத்துச் சொல்வார்கள். அவனுக்கு இருபதுதான் இருக்கும். நான் பந்தயங்கூடக் கட்டத் தயார்" என்றாள் சாந்தி.

குளித்து முடிந்து ஈரத் துணியுடன் மேல் ஏறி வந்தாள் நீலா. முன் அறையில் பேச்சுக் குரல் கேட்கவே வெளியிலேயே தயங்கினாள். கதவண்டை பாய் விரித்து உட்கார்ந்துகொண்டு நீலாவின் தந்தையும், பிரமோத் பத்தரும் சதுரங்கம் விளையாடிக் கொண்டிருந்தனர். வராந்தாவில் நின்றபடியே சட்டையை அவிழ்த்துக் கொண்டாள். பிறகு அமிதாவைக் கூப்பிட்டு உலர்ந்த புடைவை வாங்கி மாற்றிக் கொண்டாள். உள்ளே நடக்கும் பேச்சைக் கவனித்தாள்.

"நேற்றிரவு வெகு நேரம் பொறுத்தே கீழ் வீட்டுப் பெண் திரும்பி வந்தாள், தெரியுமோ உங்களுக்கு?" என்றார் பத்தர்.

"அப்படியா?" என்று கேட்டுக்கொண்டார் சிவவிரத பாபு. அவருடைய கவனமெல்லாம் ஆட்டத்தில் தான்.

ஆனால் பத்தர் விடவில்லை. "ரொம்ப நாழி கழித்து வந்தாள். தெரு விளக்குக்கூட அணைந்து விட்டிருந்தது. திடீரென்று சரக் சரக் என்று தண்ணீரைத் தள்ளிக்கொண்டு நடக்கும் சத்தம் கேட்டு நான் எட்டிப் பார்த்தேன். கீழ்வீட்டுப் பெண்தான் வந்து கொண்டிருந்தாள். வெட்கக்கேடு! ஈரப்புடைவை உடம்போடு ஒட்டிக் கொண்டிருந்தது. கையில் செருப்பு, முழங்கால் வரையிலும் தூக்கிப் பிடித்த புடைவை..."

"உங்கள் ஆட்டம் இப்பொழுது" என்று குறுக்கிட்டார் சிவ விரத பாபு.

"ஆட்டந்தான் ஆகிவிட்டதே. இதோ குதிரையை நகர்த்துகிறேன். ஆச்சு, உங்கள் காரியம். இராஜா முடிந்து விட்டார்" என்று வெற்றிகரமாய் விளையாட்டை முடித்தார் பத்தர். பிறகு காய்களைப் பைக்குள் வைத்தபடி, "ஒருநாள் பணம் வைத்து விளையாடுவோமே. குஷியாயிருக்கும்" என்றார்.

"சூதாட்டமா? யுதிஷ்டிரன் ஆண்டி ஆனது போதாதா?"

"அதனால் என்ன? நீங்கள் யுதிஷ்டிரன் அல்லவே. அவர் சூதாடி ஆண்டி ஆனார். நீங்கள் ஆண்டி ஆன பிறகுதானே விளையாடப் போகிறீர்கள்! அதிருக்கட்டும். நான் சொல்லிக் கொண்டிருந்தேனே அந்தப் பெண்ணைப்பற்றி. அவளுடன் ஒரு வாலிபனும் இருந்தான்." பத்தருக்கு விஷயத்தை விட்டுவிட மனம் இல்லை.

"ரொம்ப நல்ல பெண் அவள்" என்று சிவவிரத பாபு பட்டுக் கொள்ளாமல் சொன்னார்.

வாய்க்குள்ளேயே சிரித்துக்கொண்டு, "ஆமாம் ஆமாம். ரொம்ப நல்ல பெண்தான்" என்று ஏளனமாய்ச் சொன்னார் பத்தர்.

“அப்பா . . . “ நீலாவின் குரலில் கண்டிப்பு ஒலித்தது. “கொஞ்சம் இங்கே வாருங்கள்.” அவர் வெளியில் வந்ததும், “இப்படிப்பட்டவர்களை எல்லாம் ஏன் கூட்டிக்கொள்ளுகிறீர்கள்? கொஞ்சங்கூட நாகரிகமற்றவர்” என்றாள்.

தலையைத் தடவிக்கொண்டார் சிவவிரத பாபு. குற்றவாளியின் குரலில், “நான் என்ன செய்வது சொல்? அவரே வருகிறார். சதுரங்கம் நன்றாகவும் விளையாடுகிறார். அதுவுமின்றி எனக்கும் ஏதாவது பொழுதுபோக்கு வேண்டாமா?” என்று சொல்லிக் கொண்டே நீலாவைப் பரிதாபமாய்ப் பார்த்தார். அதற்குமேல் நீலாவால் ஒன்றும் சொல்லமுடியவில்லை. துணி உலர்த்த மொட்டை மாடிக்குப் போய்விட்டாள்.

6

மொட்டை மாடியிலிருந்து குனிந்து பார்த்தால் சந்தின் கோடி வரையிலும் தெரியும். மழை நின்று விட்டிருந்தது. ஆனால் மேகம் மூடிக்கொண்டே இருந்தது. சந்து ஒரே சேறும் சகதியுமாயிருந்தது.

காலேஜுக்கு நேரமாயிற்று. ஆனால் கீழிறங்கி வர நீலாவுக்கு மனம் ஒப்பவில்லை. காற்றும் வெயிலும் இதமாய் இருந்தன.

சந்தின் கோடியில் ஒரு கார் வந்து நின்றது. அவிநாச பாபு இறங்கினார். வேட்டியின் கொசுவம் ஒரு கையில், காலில் பம்ப் ஷு. வண்டியிலிருந்த சாமான்களை ஒரு கூலியின் தலையில் ஏற்றிவிட்டு அவனைத் தொடர்ந்தார். நன்றாய்ப் பார்த்து, காலை ஊன்றி ஜாக்கிரதையாய் நடந்தார்.

அவருடைய அலங்காரம் பெரிய தடபுடல்தான். காஷ்மீரச் சால்வை போர்த்தியிருந்தார். விரல்களில் ஆறு மோதிரங்கள் மின்னின. அவற்றின் ஒளியில் சூரிய வெளிச்சங்கூட மங்கலாய்த் தெரிந்தது. மூன்று மோதிரங்கள்-ரட்சைகள். ஒன்று லக்ஷ்மி கடாட்சம் நிலைத்திருக்கவும், இரண்டாவது ஆயுள் பலத்துக்காகவும், மூன்றாவது வாலிபம் திரும்பிவரவேண்டி அணிந்திருந்தார்!

கால் வழுக்கிற்று. என்ன சேறு! ஊரிலிருக்கும் அழுக்கை எல்லாம் திரட்டிக்கொண்டு மழைத் தண்ணீர் இந்தச் சந்திற்குள் பாய்ந்தது. அவருடைய காலணிகளின் பாலீஷ் இருந்த இடம் தெரியாமல் மண்ணில் கலந்துவிட்டது. அழுக்குத் தண்ணீர் ஷூவினுள் புகுந்து சதக் சதக் என்று அருவருப்பாய் ஒலித்தது. அமிதாவின் வீட்டுக்குப் போய்ச் சேர்ந்ததும் காலை நன்றாய்த் தேய்த்துக் கழுவவேண்டும் என்று எண்ணிக்கொண்டார் அவிநாச பாபு.

ஆச்சு. இதோ, அந்த வீடே வந்துவிட்டது. மொட்டை மாடியிலிருந்து ஒரு பெண் எட்டிப் பார்த்துக்கொண்டிருந்தாள்; அமிதாவின் நாத்தனார்தான். அவளுடைய படிப்பு பாட்டு எல்லாம் நினைவுக்கு வந்தன. அண்ணாந்து பார்த்தவாறே ஓர் அடி கொஞ்சம் அஜாக்கிரதையாய் எடுத்து வைத்தார். வந்தது வினை. காலை வழுக்கிவிட்டது. கீழே விழும் முன் சமாளித்துக்கொண்டு விட்டார் நல்ல வேளையாய். கால் ஜோடு ஒன்று கழன்று தூரப் போய் விழுந்தது. கையில் பிடித்திருந்த கொசுவம் நழுவிச் சேற்றில் புரண்டது. கால் வழுக்கிய அதிர்ச்சியில் பொய்ப் பல் தகடு கழன்று ஊசலாடியது. சட்டென்று அதைப் பிடித்துக்கொண்டார். அப்புறம் நிதானமாய் வாயை நன்றாகத் திறந்து வைத்துக்கொண்டு பல் வரிசையை அழுத்தினார். கவலையுடன் மேலே பார்த்தார். ஆமாம். அந்தப் பெண் எல்லாவற்றையும் பார்த்துவிட்டாள். சிரிப்பை அவளால் அடக்க முடியவில்லை. நல்ல அவமானம் இது என்று குறுகிப் போனார் அவிநாச பாவு.

மாடிப் படியருகில் அமிதா காத்துக்கொண்டிருந்தாள் அவரை வரவேற்க. சாமான்களைப் பார்த்துக் களிப்புடன், “இதெல்லாம் என்ன சிற்றப்பா?” என்று கூவினாள். நீலாவும் அமிதாவின் பின்னால் நின்றுகொண்டிருந்தாள். அவள் பக்கமாய்த் திரும்பி, “ரேடியோ ஸெட் கொண்டு வந்திருக்கிறேன் அம்மா. பாட்டரி ஸெட்” என்றார் பெருமிதத்துடன்.. அமிதாவுக்கு உற்சாகம் பிடிபடவில்லை. “உங்களைப் போல் யார் உண்டு? எவ்வளவு ஞாபகமாய்க் கொண்டு வந்துவிட்டீர்கள்” என்று பசப்பினாள்.

“சொன்ன சொல் மீறுகிறவன் அல்ல நான்” என்று மார் தட்டினார் பெரியவர். கை தானாகவே பல் வரிசையைச் சரி செய்து கொண்டது. நீலாவின் முகத்தில் அருவருப்போ, கேலியோ தெரிகிறதா என்று கவனித்துப் பார்த்தார். ஒன்றும் காணோம். சாதாரணமாய்த்தான் இருந்தாள். ஆனால் மனத்துக்குள் சிரித்துக் கொள்கிறாளா இல்லையா என்று எப்படித் தெரியும்? அவருடைய கண்ணாடி புதிதுதான், நல்ல பவர் உள்ளதுதான். ஆனால் கண்களுக்கு நாற்பத்தெட்டு வருடங்கள் வயதாயிற்றே! பதினெட்டு வயதுப் பெண்ணின் மனத்தை ஆராயும் சக்தி ஏது அவற்றுக்கு?

தேவவிரதனின் வேலையைப்பற்றிக் கொஞ்ச நேரம் பேசினார்கள். அவனைத் தன் தொழில் துறையிலேயே சேர்த்துக் கொள்ள இசைந்தார் சின்ன மாமனார். அப்புறம் நன்றாய்ச் சாய்ந்து உட்கார்ந்த படி, "நீலாவைப் பாடச் சொல்" என்று உத்தரவிட்டார், அவிநாச பாபு. தேவவிரதன் நீலாவைக் கூப்பிட்டான். அவன் அறைக்குள் நுழையாமலேயே மறுத்து விட்டாள். "இன்று எனக்கு வகுப்பிருக்கிறது. போகவேண்டும்" என்றாள்.

"என்ன வகுப்பு, பிரமாதம்? ஒரு பாட்டுப் பாட எவ்வளவு நாழியாய் விடப்போகிறது? பாடு ஒன்று" என்று கெஞ்சினார் பெரியவர்.

"ரேடியோ கொண்டு வந்திருக்கிறீர்களே. கேளுங்களேன்!" நீலா இடக்குச் செய்தாள்.

பல் வரிசை திரும்ப நழுவி விடுமோ என்ற பயத்தில் அவரால் பலமாய்க்கூடச் சிரிக்க முடியவில்லை.

என்ன பேச்சு இது! ரேடியோ உன் குரலுக்கு ஒப்பாக முடியுமா? அது யந்திரந்தான். உன் குரல் இனிமை அதற்கு வரவே முடியாது. அதுவுமல்லாமல் நேருக்கு நேர் உட்கார்ந்து பாட்டு கேட்பதிலுள்ள இன்பமே அலாதி. யாரோ ஐம்பது மைல் தூரத்தில் உட்கார்ந்து பாடுவதை எப்படி இரசிக்க முடியும்?"

மணியும் ஒன்பதாய் விட்டது. நிலையம் மூடியாயிற்று என்று அமிதா கூறினாள்.

எண்ணி ஒரு பாட்டுப் பாடினாள் நீலா. அனுபவித்துக் கேட்டார் அவிநாச பாபு. அப்புறம் நீலா எழுந்துவிட்டாள், காலேஜுக்குப் போகவேண்டும் என்று. அவிநாச பாபு இலேசாய்க் கனைத்துக் கொண்டு அமிதாவைப் பார்த்து, "சினிமாவுக்கு நான்கு பாஸ் கொண்டுவந்திருக்கிறேன். இன்று மாலை ஆட்டத்துக்கு உங்களுக்குச் சௌகரியப்படுமோ இல்லையோ?" என்றார்.

"நிசமாகவா?" களிப்புடன் கூவினாள் அமிதா. "என்ன படம்? எவ்வளவு நாளாய்விட்டது சினிமாவுக்குப் போய்!"

ஏதோ ஒரு பெயர் சொன்னார். அதைக் கேட்டு அமிதாவுக்குக் குஷி; தலை கால் புரியவில்லை.

"ஸிந்தூர் ஸந்தியா என்ற படமா? ரொம்ப உயர்ந்த படமாமே! இன்று சாயங்காலமே போகலாமா?"

"ஆமாம், இன்று சாயங்காலந்தான்." தன் கைக் கடியாரத்தைப் பார்த்தபடி, "நீயும் வருகிறாய் அல்லவா?" என்று நீலாவைக் கேட்டார்.

"இல்லை" என்று ஒரே வார்த்தையில் மறுத்துவிட்டாள்.

"இல்லையா?" அவருக்கு முகம் வேர்த்துவிட்டது.

தேவவிரதன் உறுமினான்: "ஏன் வரவில்லை?"

"அதுதான் சொன்னேனே, கிளாஸ் இருக்கிறது என்று." நீலா தயக்கத்துடன் சொன்னாள்.

"கிளாஸ் நாலரை மணி வரையில் தானே. அப்புறம் என்னவாம்?"

"நீ வகுப்பு முடிந்து காலேஜ் வாசலிலேயே காத்துக் கொண்டிரு. நாங்கள் போகும் வழியில் உன்னையும் அழைத்துக் கொண்டு போகிறோம்" என்றார் அவிநாச பாபு.

'நான் வரவில்லை. எனக்குச் சினிமா பிடிக்காது." நீலாவின் பிடிவாதம் இறங்கவில்லை.

அவிநாச பாபு அவள் பக்கம் பரிந்து பேச ஆரம்பித்தார். "பிடிக்கத்தான் பிடிக்காது. வங்காளிப் படம் பார்க்க யாருக்குத்தான் பிடிக்கும்? நீ ஆங்கிலப் படம் பார்ப்பாய் இல்லையா? பேஷ், அதற்கும் ஏற்பாடு செய்கிறேன்." அசட்டுச் சிரிப்புடன், "எல்லாப் பட முதலாளிகளுடனும் எங்களுக்கு வேலைத் தொடர்பு உண்டு. எந்தப் படத்துக்கு வேண்டுமானாலும் எனக்குப் பாஸ் கிடைக்கும். ஒருநாள் நல்ல ஆங்கிலப் படத்துக்குப் பாஸ் கொண்டு வருகிறேன். என்ன சொல்லுகிறாய்?" என்று கேட்டார்.

"கொண்டு வரும்பொழுது பார்த்துக்கொள்ளலாம். இப்பொழுதே என்ன அதைப்பற்றி?" என்று பட்டுக்கொள்ளாமல் சொல்லிவிட்டு அங்கிருந்து நழுவி விட்டாள், நீலா. அமிதா மெதுவாய், "அப்போது இன்றைக்குச் சாயங்காலம் எத்தனை மணிக்குப் புறப்படவேண்டும்?" என்று விசாரித்தாள்.

அவிநாச பாபு கைக் கடியாரத்தைப் பார்த்தபடி, "ரொம்ப நாழியாய் விட்டதே. இனிமேல்தான் நான் ஆபீசுக்குப் போக வேண்டும். அங்கே எவ்வளவு வேலையோ? எத்தனை மணிவரை தங்க வேண்டி வருமோ தெரியாது. பார்ப்போம்! முடிந்தால் வருகிறேன்" என்று அலுப்புடன் சொல்லிக் கொண்டே புறப்பட்டு விட்டார். மறுபுறம் தேவவிரதன் நீலாவுடன் மல்லுக்கு நின்றான்.

"உனக்குக் கொஞ்சங்கூடவா மரியாதை தெரியாது நீலா?" என்று ஆரம்பித்தான்.

நீலா சாப்பிட உட்கார்ந்திருந்தாள். "ஏன், என்ன விஷயம் அண்ணா? நான் என்ன தவறு செய்துவிட்டேன் இப்பொழுது?" என்றாள்.

"செய்வதையும் செய்துவிட்டுக் கேள்வி வேறா? நம் நன்மைக்காகப் பெரியவர் எவ்வளவோ செய்கிறார். ஏதோ எப்போதோ சொல்லி விட்டார் என்று மறக்காமல் ரேடியோ ஒன்றைக் கொண்டுவந்து வைத்துவிட்டார். நீ என்னடா என்றால் அவரை மட்டம் தட்டுவதிலேயே கண்ணாயிருக்கிறாய். பாடு என்றால் முறைக்கிறாய்; சினிமா என்றால் மறுக்கிறாய் . . ."

வாய்க் கவளத்தை விழுங்கிவிட்டு நீலா சிரித்தாள்.

"ஓ! அப்படியா விஷயம். நான் ரொம்ப மரியாதை இல்லாமல் தான் நடந்துகொண்டுவிட்டேன். அடுத்த தரம் உன் சிற்றப்பா வரும்போது பார். இடுப்பில் தலைப்பை வரிந்து கொண்டு தண்டனிடுகிறேன், அவருடைய மன்னிப்பைக் கோரி. அப்புறம் அவர் கையைப் பிடித்துக்கொண்டு உல்லாசமாய்ச் சினிமா, டிராமா எங்கும் போய் வருகிறேன். போதுமா பிராயச்சித்தம்?"

அவளை எரித்துவிட விரும்புவதுபோல் முறைத்தான் தேவவிரதன். பல்லைக் கடித்துக்கொண்டு, "உனக்கு எல்லாம் கேலிதான். அவர் இனிமேல் இந்த வீட்டுக்கு வரவேமாட்டார், பார் நீ" என்று சீறினான்.

"எல்லாம் வருவார். கவலைப்படாதே நீ. கோபம் தணியவில்லை என்றால் ரேடியோவைத் திருப்பி எடுத்துக் கொண்டு போகவாவது கட்டாயம் வருவார். இப்பொழுது நீ இங்கிருந்து

போய்விடு. பெண்கள் சாப்பிடும்பொழுது இப்படிக் கண்கொட்டாமல் பார்க்கலாகாது."

நீலா சொன்னதே சரியாயிற்று. இரண்டு நாட்களுக்குப் பிறகு காலையில், கொத்து மேஸ்திரிகள் சிலர் சுண்ணாம்பு, மூங்கில் முதலிய சாதனங்களுடன் வந்து சேர்ந்தனர். "மேலே இரண்டு அறைகளுக்கும் சுண்ணாம்பு அடிக்கவேண்டும். அவிநாச பாபு அனுப்பி வைத்தார்" என்றார்கள்.

தேவவிரதன் சிரித்துக்கொண்டு நீலாவிடம், "பார்த்தாயோ இல்லையோ? சிற்றப்பாவின் நல்ல மனத்தில் கோபம் இரண்டு நாள் கூடத் தங்கவில்லை. கரைந்து தண்ணீராய்விட்டது" என்றான்.

"சுண்ணாம்பாய்விட்டது என்று சொல்." விஷமச் சிரிப்புடன் நீலாவும் ஒப்புக்கொண்டாள்.

இரண்டு நாளில் கோபம் கரைந்துவிட்டபோதிலும் பல நாள் வரை பெரியவர் வீடு தேடி வரவில்லை.

கடைசியில் ஒரு நாள் காலையிலேயே அமிதாவும் தேவவிரதனும் அவருடைய கோபத்தைத் தணிக்கும் சாக்கில் அவருடைய வீட்டுக்குப் போனார்கள். தேவவிரதனின் வேலை விஷயமும் தெரிய வேண்டுமே!

அன்று விடுமுறை. சோம்பலாயிருந்தது நீலாவுக்கு. நாளெல்லாம் தூங்க நிச்சயித்திருந்தாள். ஆனால், அவளே ஆச்சரியப்படும்படி அவிநாச பாபு வாசலில் வந்து நின்றார். இன்று குளிர் காலத்துக்கேற்ப உடை அணிந்திருந்தார் அவர். கம்பளிக் கோட், காலில் கம்பளி உறை, கழுத்தைச் சுற்றி மஃப்ளர். கண்கள் உப்பிச் சிவந்திருந்தன. ஓயாத இருமல் வேறு. பேசவே முடியவில்லை அவரால்; அவ்வளவு ஜலதோஷம்.

"அமிதா, தேவு இருவரும் எங்கே?" என்றார்.

"அவர்கள் இருவரும் காலையிலேயே உங்கள் வீட்டுக்குப் போனார்களே, நீங்கள் அவர்களைச் சந்திக்கவில்லை?" என்றாள் நீலா.

அவருக்கேற்பட்ட திகைப்பில் வந்துகொண்டிருந்த தும்மல்கூட நின்றுவிட்டது. “என் வீட்டிற்கா? நான் காலையிலேயே வீட்டை விட்டுப் புறப்பட்டுவிட்டேன். ரொம்ப வேலை இன்றைக்கு” என்றார்.

“இப்போது என்ன செய்வது? அவர்கள் இருவருக்குமாக இரண்டு சினிமாப் பாஸ் கொண்டுவந்திருக்கிறேன், வீணாய் விடும்.”

“இரண்டே பாஸ் தானா?” நீலா குறும்பாய்க் கேட்டாள்.

“ஆமாம். நீதான் வரமறுத்துவிடுகிறாயே?” என்று தாங்கலுடன் பதில் அளித்தார். நீலா ஏதோ தீர்மானத்துக்கு வந்தவாறு, “என்ன படம், சொல்லுங்கள்” என்றாள்.

ஆங்கிலக் கொட்டகை ஒன்றில் வெகுநாளாய் ஓடும் சினிமாவின் பெயரைச் சொன்னார். “அன்று அவர்கள் இருவரும் சினிமா பார்க்க ஆசைப்பட்டனர். ஆனால், போகமுடியவில்லை. அதற்கு ஈடு செய்யத்தான் இன்று இரண்டு பாஸ் வாங்கி வந்தேன். போகட்டும் போ. பாஸ்தானே வீணகும், பரவாயில்லை” என்றார்.

“வீணாக்குவானேன்? புறப்படுங்கள். நாம் இருவரும் போய் வருவோம்” என்றாள் நீலா.

‘சரியாய்த்தான் கேட்கிறோமா?’ என்று அவிநாச பாபுவுக்குச் சந்தேகமாய் விட்டது. பாதிக் காதுவரை மஃப்ளர் வேறு மறைத்திருந்தது. “என்ன! நீ வருகிறாயா?” திகைத்துக் கேட்டார்.

“வராமல் என்ன? இவ்வளவு குளிரிலும் உடம்பு நலத்தையும் சட்டை செய்யாமல், பாஸ் கொண்டு வந்திருக்கிறீர்கள். வீணடிக்கலாமா அவற்றை?” நீலா நகைத்தவாறு சொன்னாள்.

தன்னையே ஒருதரம் பார்த்துக்கொண்டார் அவிநாச பாபு. அவருக்கே என்னவோபோல் இருந்தது. எல்லாம் வயதின் கோளாறு. குளிரும் மழையும் இப்படித்தான் அவரை ஒவ்வொரு வருடமும் படுத்தும். எவ்வளவோ ஏற்பாடுடன் தான் வந்திருந்தார். தலைக்குப் புதிதாய்ச் சாயம் ஏற்றியிருந்தார். மீசையை நறுக்காகக் கத்தரித்திருந்தார். ஆனாலும் சுகப்படவில்லை. வயது மென்னியைப் பிடித்தது. மனம் கனத்தது.

கடிகாரத்தைப் பார்த்தபடி, "வருகிறாயா? சரி, புறப்படுவோம் இப்பொழுதே. மத்தியான்னக் காட்சி" என்றார்.

"வேண்டிய நேரம் இருக்கிறது." நீலா சகஜமாய்ச் சொன்னாள். "கொஞ்சம் இருங்கள். இதோ டீ போட்டுக்கொண்டு வருகிறேன்" என்று உள்ளே போனாள்.

இருமலுக்கும், சளிக்கட்டுக்கும் இதமாய் இஞ்சி கலந்த டீ போட்டு வந்தாள். மீசை டீயில் படாதபடி ஜாக்கிரதையாய்க் குடிக்க ஆரம்பித்தார். நீலா தன் தாயிடம் சொல்லிக்கொண்டு புறப்பட்டாள். 'யாருடன், எங்கே, என்ன சினிமா" என்ற விவர மெல்லாம் சொல்லாமல் ஏதோ மழுப்பலாகச் சொல்லி விடை பெற்றாள் தன் தாயிடம்.

அவளுடைய உடையைக் கண்டு அவிநாச பாபு அயர்ந்து போனார். ஓர் இழை கம்பளிகூட இல்லை அவள்மேல்! "சளி பிடித்துக் கொள்ளுமே" என்று கவலைப்பட்ட அவரைச் சமாதானப் படுத்தி அழைத்துக்கொண்டு புறப்பட்டாள்.

சாதாரணத் துணிப் புடைவை ஒன்றை நாகரிகமாய் அணிந்திருந்த நீலா வெகு கவர்ச்சியாய் இருந்தாள். அவளுடன் நடந்த அவிநாச பாபு தமக்குள்ளேயே குறுகிப் போனார். வெளியில் காற்று பலமாய் வீசிக்கொண்டிருந்தது. தன் மஃப்ளரை இன்னமும் இறுக்கமாய்க் கட்டிக்கொண்டார். சந்து முடிந்தவுடனேயே காரில் ஏறிக்கொண்டுவிடலாம். அப்புறம் கவலையில்லை.

காலேஜில் நீலாவின் சிநேகிதிகள் இந்தப் படத்தை ரொம்பவும் புகழ்ந்து பேசிக் கேட்டிருந்தாள் அவள். அதனால் அது ஏதோ மனோதத்துவ சாஸ்திரத்தை அடிப்படையாகக் கொண்ட கதையாக இருக்கும் என்று நினைத்தாள். ஆனால், என்ன ஏமாற்றம்! ரொம்பவும் மட்டமான படம் அது. வசீகரமான இயற்கைக் காட்சிகள் சிலவும், பெண்களின் உடல் கவர்ச்சியுமே இந்தப் படத்தின் முக்கிய அம்சங்கள். அப்புறம் வேண்டிய அளவுக்குக் கிளர்ச்சியை ஊட்டும் சம்பவங்கள், விமானப் படைச் சண்டை, ரெயில் விபத்து, நீரில் யுவ யுவதிகளின் லீலைகள் போதாதா படத்தின் வெற்றிக்கு!

ஏகச் சிரிப்பும் கொம்மாளமும் அந்த இருண்ட கொட்டகைக்குள் எதிரொலித்தன. எல்லாருடனும் சேர்ந்து அவிநாச பாபுவும் படத்தை வெகுவாய் இரசித்தார். நடுநடுவே கைகூடத் தட்டினார். அவருடைய உற்சாகம் ஏறிக்கொண்டே போயிற்று. கடைசியில் ஒரு காட்சி கொஞ்சம் அளவுக்கு மீறியே இருந்தது. அழகிய கதாநாயகி கிளேரா டேவிஸ் சமுத்திரத்தில் குளித்துவிட்டு ஈரம் சொட்டச் சொட்ட வெளியேறினாள். பளிங்கைப் போன்ற அவள் மேனி, சூரியனின் பொன் கிரணங்கள் பட்டு மின்னியது. கண்ணிமைகளிலும், தோள்பட்டைகளிலும், பின் கழுத்திலும் ஜலம் துளித்தது. ஏதோ பேருக்கு அணிந்திருந்த அற்ப உடையையும் களைந்து விடக் கையைத் தூக்கினாள். அவ்வளவுதான்! கொட்டகையில் ஆரவாரம் கூரையைப் பிளந்தது. அவிநாச பாபுவைப்பற்றிக் கேட்க வேண்டுமா? தன்னைக் கட்டுப்படுத்திக் கொள்ள முடியாமல் நீலாவின் பக்கமாய்ச் சாய்ந்து, அவளுடைய காதருகில் தன் வாயைக் கொண்டு போய், “எப்படி இருக்கிறது படம்?” என்று கிசுகிசுத்தார். நீலாவால் தள்ளிக் கொள்ளவும் முடியவில்லை. ஏனென்றால் ஆங்கில இந்திய மறுபுறம் வாலிபன் ஒருவன் உட்கார்ந்திருந்தான். முடிந்தளவு தன்னை ஒடுக்கிக் கொண்டு பேசாமல் இருந்தாள்.

படத்தை நன்றாய் அனுபவித்தார் அவிநாச பாபு. இசையுடன் தாளம் போட்டார், நடனத்துக்குச் சரியாய்த் தம் பம்ப் ஷூவால் தரையில் தட்டினார்.

அன்று நீலா தன் மனத்துக்குள் ஓர் உறுதி செய்து கொண்டாள். “பல்லில்லாத இந்த அசட்டு மனிதரிடம் மரியாதையற்று நடந்து கொள்வதில் என்ன இலாபம்? தவறாய் ஒன்றும் செய்யமாட்டார் அவர். ஒன்றிரண்டு பாட்டுக் கேட்க ஆசைப்படுவார். சினிமாவுக்கு அழைத்துச் செல்ல விரும்புவார். உடம்பு சரியில்லை என்ற காரணத்தை வைத்துக் கொண்டு நடுநடுவே அவள் கையால் தயாரிக்கப்பட்ட இஞ்சி டீ அருந்த வீடு தேடி வருவார். இதற்கு மேல் அவர் ஒன்றும் கேட்கப் போவதில்லை. சுமூகமாய் நடந்து கொண்டால் ஆச்சு” என்று தீர்மானித்துக்கொண்டாள்.

திரும்பும்போது, “உனக்கு மேல்நாட்டு இசை வருமா?” என்றார்.

"நம் நாட்டு இசையே எனக்குச் சரியாய்த் தெரியாதே. பயிற்சி இல்லை" என்றாள் நீலா.

"பாட்டு ஸ்கூலில் சேருகிறதுதானே?" என்று யோசனை கூறினார் பெரியவர்.

"சரிதான். காலேஜ் சம்பளமே இரண்டு மாதமாய்ப் பாக்கி. பாட்டு ஸ்கூலாவது!"

"பாக்கியா?" அவர் கை கோட்டுப் பையைத் துழாவியது, பாக்கியை உடனேயே கட்டிவிட பணம் தேடுவதுபோல! அப்புறம் "நீ உடனே பாட்டு ஸ்கூலில் சேர்ந்துவிடு. எதைப் பற்றியும் கவலைப்பட அவசியமில்லை" என்று உத்தரவிட்டார்.

"நிஜமாகவா?" நீலாவின் கண்கள் துறுதுறுத்தன.

"நிஜமாகத்தான். நல்ல குரல், இயற்கை ஞானம் எல்லாம் உன்னிடம் இருக்கின்றன. இரண்டே நாளில் முறையையும் கற்றுக் கொண்டு விடுவாய். அப்புறம் பாரேன்! ஜமாய்த்து விடுவாய். ரேடியோ, இசைத்தட்டு எல்லாம் ஏற்பாடு செய்துதர நான் தயார். கொஞ்சங்கூட யோசிக்காதே" என்று மார்தட்டினார்.

பழைய நீலாவாயிருந்தால் சுடச்சுட நாலு வார்த்தை பொறிந்து கொட்டியிருப்பாள். ஆனால், இப்பொழுது அவிநாச பாபுவைப் பார்த்தால் பரிதாபமாயிருந்தது அவளுக்கு. "அப்படியானால் இந்த மாதமே பாட்டு ஸ்கூலில் சேர்ந்து விடுகிறேன். சரிதானே?" என்று கூறினாள்.

நீலா மனத்துள் சிரித்துக்கொண்டாள். "பார்ப்போம் அப்புறமாய். அமிதாவைப்போல் அவருக்கு எத்தனை மருமக்களோ? அவர்களுக்குக் கல்யாணமாகாத நாத்திப் பெண்கள் எவ்வளவோ?" இப்படி ஓடிற்று அவள் மனம்.

வீடு திரும்பியதும் முதலில் சாந்தியைத் தேடிப் போனாள் நீலா. சாந்தியும் இந்திரஜித்தும் ஆடு புலி ஆட்ட சுவாரசியத்தில் மூழ்கி இருந்தனர்.

"வா நீலா. எங்கே போயிருந்தாய்?" என்று சாந்தி விசாரித்தாள்.

"சினிமாவுக்குத்தான்" என்றாள் நீலா.

"நீங்கள் காரில் போனதை நான் பார்த்தேன். உங்களுடன் வயதான ஒரு கனவான் இருந்தாரே" என்றான் இந்திரஜித்.

"யார் அது நீலா?" என்று சாந்தி கேட்டாள்.

"மன்னியின் சிறிய தந்தை" என்றாள் நீலா.

"அவரைப் பார்க்க வேடிக்கையாயிருந்தது." இந்திரஜித் தொடர்ந்து பேசினான்.

"தலையிலிருந்து கால்வரை கம்பளியால் தன்னை நன்றாய் மூடி மறைத்துக்கொண்டிருந்தார். முடிந்தால் ரஜாயியையே போர்த்துக் கொண்டு வந்திருப்பார்போல் இருந்தது. நீங்கள் அவருக்கு நேர்மாறாகக் குளிர் வெயில் தெரியாத யோகியைப் போல், துல்லியமாய்ச் சலனமற்று அவர் பக்கத்தில் உட்கார்ந்திருந்தீர்கள். ரொம்ப விசித்திரமாயிருந்தது அந்த ஜோடி."

"என்ன சினிமா, நீலா? கதையைச் சொல்லு கேட்போம்" என்றாள் சாந்தி.

நீலா கதையைச் சொல்லிக்கொண்டிருந்தபோதே சாந்தி எழுந்துவிட்டாள். "நாமும் போகலாம் சினிமாவுக்கு" என்றாள். "விளையாட்டு முடியட்டும், அப்புறம் போகலாம்" என்று இந்திரஜித் தடை சொன்னான்.

ஆட்டத்தைக் கலைத்தபடி, "போதும் விளையாட்டு. நீங்கள்தாம் தோற்றுவிட்டீர்களே. என்னைக் கட்டமுடியுமா உங்களால்?" என்று கொக்கரித்தாள்.

"இந்திரஜித் பாபு ஆடு இல்லையா? உங்கள் புலிக்கு இரையாகி விட்டாரா?" என்று நீலா கேட்டாள்.

"பெண் புலி என்று சொல். ஆமாம், எனக்கு இரைதான் இந்திரஜித். போதும் பேச்சு. புறப்படும் நாவலரே!' என்று துரிதப் படுத்தினாள் சாந்தி.

"இனிமேல் எந்தச் சினிமா? நாழியாய்விட்டதே!" மெள்ள நழுவப் பார்த்தான் கவி. சாந்தி விடுபவளாக இல்லை. "இரவு ஆட்டத்துக்குப் போவோம்" என்றாள்.

“மணீந்திர பாபு இன்னும் வரவில்லையே” என்றான் திரும்பவும்.

“எல்லாம் வந்துவிடுவார் நாம் புறப்படும் முன்பு. அப்படி வரா விட்டாலும் பாதகமில்லை. அவரிடம் மறு சாவியிருக்கிறது. நான் ஒரு குறிப்பு மாத்திரம் எழுதிவைத்துவிடுகிறேன், விவரம் தெரிவிக்க. நீங்கள் சாக்குப் போக்குகளைக் கட்டிவைத்துவிட்டு இப்பொழுதே போய் டிக்கெட் வாங்கி வாருங்கள். அப்புறம் அதுவும் கிடைக்காது.” சாந்தி அவனை விரட்டி அடித்தாள். மேலும் அங்கு நிற்க தைரியமில்லாமல் இந்திரஜித் வெளியேறினான்.

* * *

மேலறையில் அமிதா திரும்பி வந்துவிட்டிருந்தாள். “எங்கே போயிருந்தீர்கள்?” என்று நீலாவைக் கேட்டாள். அதற்குப் பதில் அளிக்காமலேயே, “நீங்கள் எங்கே போயிருந்தீர்கள். அதைச் சொல் முதலில்” என்றாள் நீலா.

“நாங்களா? சினிமா பார்க்க.”

“சினிமாவா?” என்றாள் நீலா வியப்புடன்.

“சிற்றப்பா பாஸ் கொடுத்திருந்தார்.”

“எந்தச் சினிமாவுக்கு?”

“அதான் ‘ஸிந்தூர் ஸந்தியா’வுக்கு. எவ்வளவு நன்றாயிருந்தது தெரியுமா படம்! பிழியப் பிழிய அழுதேன், முதலிலிருந்து கடைசிவரை. உன் அண்ணா என்னை மிரட்டிக் கொண்டே இருந்தார்” என்றாள் அமிதா.

நீலாவுக்கு விஷமம் செய்யத் தோன்றிற்று.

“உன் சிற்றப்பா உங்களுடன் வரவில்லையா?”

“எங்கே முடிந்தது அவரால்? புறப்படத் தயாராய்த்தான் இருந்தார். கடைசி நிமிஷத்தில் ஏதோ டெலிபோன் வந்து காரியத்தைக் கெடுத்துவிட்டது. அவசரமாய்ப் புறப்பட்டுப் போய்விட்டார், ஹுக்லிக்கு” என்றாள்.

“ஹுக்லிவரையுமா? உடனேயே போய்விட்டாரா?” நீலாவால் சிரிப்பை அடக்க முடியவில்லை.

“உடனேயே, சாப்பிட்டு முடிந்ததுமே புறப்பட்டுவிட்டார். ஒரு நல்ல சமாசாரம், நீலா. அடுத்த மாதத்திலிருந்து உன் அண்ணா என் சிற்றப்பாவுடன் வேலை செய்வார். எல்லாம் ஏற்பாடாய் விட்டது. நாளைக்கே பழைய ஆபீஸுக்கு நோட்டீஸ் கொடுக்கப் போகிறார்” என்று மகிழ்ச்சியுடன் அறிவித்தாள் அமிதா.

“ரொம்ப நல்லதாய்ப் போச்சு” என்றாள் நீலா.

உற்சாகமற்ற இந்த ஆமோதிப்பு அமிதாவுக்குத் திருப்தியாயில்லை. கொஞ்சம் மனவருத்தத்துடன், ஆனால் திடமாய்ப் பேச ஆரம்பித்தாள்.

“நல்ல வாய்ப்பு என்பதில் சந்தேகமே இல்லை. யாருக்கும் லேசில் கிடைக்காத வாய்ப்பு. ரொம்ப நல்ல மனசு சிற்றப்பாவுக்கு. அவரால்தான் இந்த வேலை கிடைத்தது. அவருக்கு என்ன கோபமோ, என்ன வருத்தமோ என்று பயந்துகொண்டுதான் போனோம். ஒன்றுமே இல்லை. பளிச்சென்று துடைத்து விட்டதைப் போன்ற தெளிவான மனசு சிரித்துக்கொண்டே இவ்வளவு மட்டும் சொன்னார். ‘உன் நாத்தி சின்னப் பெண். காலேஜில் வேறு படிக்கிறாள். அதனால் கொஞ்சம் வாய்த் துடுக்கு-அவ்வளவுதான். அவளிடம் கோபித்துக்கொள்ள நானும் என்ன அறியா வயதுப் பையனா என்ன?’ என்றார்.” நிறுத்தினாள் அமிதா.

டிக்கெட் வாங்கப் போன இந்திரஜித் அந்தத் தெருவிலேயே வளைய வந்துகொண்டிருந்தான். உட்காரக்கூட வசதி எங்கும் தெரியவில்லை. பார்க்கில் புல் தரையில்லை. பெஞ்சில் ஒரே புழுதி. திரும்பத் திரும்பப் பாக்கெட்டைத் துழாவினான். ஒன்றிரண்டு பீடியைத் தவிர வேறொன்றும் கையில் வரவில்லை.

‘‘என்ன கஷ்டம் இது! சாந்திக்கு இப்போதுதானா சினிமா ஆர்வம் வரவேண்டும்? மாதக் கடைசி; சாப்பாட்டுச் செலவை மெஸ்ஸில் பிடித்துக்கொண்டார்கள். காலேஜ் சம்பளம் இன்னமும் கட்டியாகவில்லை. சலவைச் செலவு வேறு. எப்படி டிக்கெட் வாங்குவதாம்?’ மனத்துள் கருவினான் இந்திரஜித்.

மணி ஏழரை இன்னமும் தாமதிப்பதில் பலன் இல்லை. இன்று டிக்கெட் வாங்காவிட்டால் அப்புறம் எப்போதுமே

இந்திரஜித்துக்கு 6 எஃப்பின் கதவு திறவாது. சாந்தி அவன் முகத்தில் முழிக்கவே மாட்டாள்.

தன் நிலையைத் தெளிவாய்ச் சொல்லிவிட்டால் என்ன? மெள்ளச் சந்துள் புகுந்தான். தேகப் பயிற்சிக்கூடம். அப்புறம் காஸ் விளக்கின் அடியில் ஒரு நகைக் கடை, "பாரிஸ் ஜுவல்லரி." மினுக்கு மினுக்கென்னும் வெளிச்சத்தில் ஒருவர் தலை தூக்காமல் வேலை செய்து கொண்டிருந்தார். மனத்தைத் திடப்படுத்திக்கொண்டு கடைக்குள் புகுந்தான் இந்திரஜித்.

"வரவேணும், வரவேணும்" என்றவாறு எழுந்து நின்றார் பத்தர். "என்ன காரியம்?"

உள் பாக்கெட்டிலிருந்து ஒரு பேனாவை எடுத்து நீட்டினான் இந்திரஜித். கிலேசமும் வெட்கமும் கலந்த குரலில், "இதைப் பணயமாய் வைத்துக்கொண்டு கொஞ்சம் பணம் தரமுடியுமா?" ஒரே மூச்சில் சொல்லி நிறுத்தினான்.

"கொடுங்கள், பார்ப்போம்." பேனாவை விளக்கு வெளிச்சத்தில் பரிசோதித்தார் பத்தர். "ஹும். நல்ல விலையுள்ள பேனாபோல் இருக்கிறது" என்றார்.

"பணம் தருவீர்களா அதை வைத்துக்கொண்டு?" ஆவலில் அவன் குரல் நடுங்கியது. "ரொம்ப ஒன்றும் கேட்கவில்லை நான். ஏதோ ..."

"முடியாது." பேனாவைத் திருப்பிக் கொடுத்தபடி கண்டிப்பாய் மறுத்துவிட்டார் பத்தர்.

"இது தட்டான் கடை, ஐயா! பேனா-கீனா இங்கு எடுபடாது." இந்திரஜித் பலவீனக் குரலில், "பேனா செல்லாதா?" என்றான்.

"செல்லாது ஐயா, செல்லாது. அதற்கு இடமே வேறு. பொன், வெள்ளியைத் தவிர வேறு எதையும் நான் தொடுவதில்லை."

யோசனை செய்தான் இந்திரஜித். அப்புறம் ஒரே இழுப்பில் விரலிலிருந்த மோதிரத்தைக் கழற்றிப் பத்தரிடம் கொடுத்தான். "அப்போது இதைப் பாருங்கள். பணயம்-கிணயம் வேண்டாம். விலைக்கு வாங்கிக்கொள்ளுங்கள்."

திரும்ப விளக்கினடியில் போய் அமர்ந்தார் பத்தர். சாவதானமாய், மோதிரத்தை உரை கல்லில் தேய்த்துப் பரிசோதித்தார்.

"உம். நல்ல பொன்தான். விற்கவேண்டுமா இதை?" என்று கேட்டார்.

பொறுமை இழந்து இந்திரஜித் காலைத் தேய்த்துக் கொண்டிருந்தான். "விற்கத்தான் வேண்டும். எவ்வளவு பெறும் என்று சட்டென்று சொல்லும்."

"பொறும் ஐயா. இந்த மாதிரி கொடுக்கல் வாங்கல் எல்லாம் சட்டுப்புட்டென்று ஆகக்கூடியதா என்ன?" தராசை எடுத்து வைத்தார்; வெள்ளி ரூபாய், இரண்டு அணாக்கள், குன்றிமணி முதலிய எடைகளும் வெளிவந்தன. மோதிரத்தை எடை போட்டுப் பார்த்தார். பிறகு வாய்க்குள்ளேயே ஏதோ கணக்குப் போட்டபடி, "நாலணா, இரண்டு குன்றிமணி எடை பொன். இப்பொழுது பொன் விற்கும் விலையில் ..." என்று ஏதேதோ விளக்கம் தர ஆரம்பித்தார். அதெல்லாம் இந்திரஜித்தின் மூளையில் நுழையவில்லை. பணத்தை வாங்கிக் கொண்டு போய்விட அவசரப்பட்டான்.

"கொடுக்க வேண்டியதைக் கொடுங்கள். கணக்கு வழக்கெல்லாம் எனக்கு வேண்டாம். மோதிரம் பழைய மோஸ்தராய்விட்டது என்றே விற்றுவிட விரும்புகிறேன்" என்றான்.

பணத்தை வாங்கிக்கொண்டு இந்திரஜித் வெளியேறின பிறகு கதவை மூடிவிட்டு விளக்கின்முன் வந்து உட்கார்ந்தார் பத்தர். மோதிரத்தைத் திருப்பித் திருப்பிப் பார்த்தார். மனத்துள் சிரித்துக் கொண்டார். இந்திரஜித்தை அடையாளம் கண்டு கொண்டு விட்டார் அவர். 6 எஃப்புக்கு அடிக்கடி வந்துபோகும் பையன் அல்லவா இவன்? அன்றிரவு அவ்வீட்டுப் பெண்ணுடன் மழையில் சொட்டச் சொட்ட வந்தவனும் இவன்தான். பத்தர் பார்க்காத விஷயமும் தெரிந்து கொள்ளாத சமாசாரமும் கிடையாது.

"மோதிரம் பழைய மோஸ்தராமே! நல்ல கதைதான். யாரை ஏமாற்ற இந்தக் கற்பனை? ஏதோ பணமுடையாக இருக்கும். மோதிரத்தின் அமைப்புப் பிடிக்கவில்லை என்றால் அதை அழித்துப் புது மாதிரியாய்ச் செய்துகொள்ளமுடியாதா என்ன? அதை விற்க வருவானேன்?" என்று மனத்துள் சொல்லிக் கொண்டார்.

7

தேன் கூட்டில் துளித் துளியாய்த் தேன் சேருவதுபோல் கினு கோனார் சந்திலும் மக்கள் குடி புக ஆரம்பித்தனர். வீடுகளின் சொந்தக்காரர்கள் இடம் மாறிச் சென்றபோது, வாடகைக்கு ஏற்பாடாக அவ்வீடுகளை அமைத்துவிட்டுப் போகவில்லை. பல நாள் வரையில் காலியாகவே கிடந்தன. இப்போதுதான் ஒவ்வொரு குடித்தனமாய்ச் சேர ஆரம்பித்திருந்தது. அறைகளைத் தடுத்தும் பிரித்தும் செளகரியம் செய்தனர். பூட்டுக்கள் மறைந்தன; விளக்குகள் ஏற்றப்பட்டன. 6 எஃப்பிலும் முதலில் நீலாவின் குடும்பத்தினர் மட்டுமே இருந்தனர். பிறகு சாந்தியும் மணீந்திரனும் வந்து சேர்ந்தனர். இப்பொழுது இந்திரஜித் வரப்போகிறான்.

6 எஃப்பின் நேர் எதிரில் இன்னொரு வீடு-உருவத்திலும் பழைமையிலும் இரண்டும் ஒரே மாதிரி இருந்தன. அங்கே சில நாட்களாய்ச் சகுந்தலா குடி ஏறியிருந்தாள்.

மாலையில் நீலா களைத்துப் போய்க் காலேஜிலிருந்து வரும்போது சகுந்தலா அவளையே கவனித்துக் கொண்டிருப்பாள். நீலாவுக்கு இதைப்பற்றித் தெரியாது. மணி ஐந்துதான் இருக்கும். அதற்குள்ளேயே சமையலைக் குக்கரில் ஏற்றிவிட்டுத் தலைவாரிக் கொண்டிருந்தாள் சகுந்தலா. இரவு வேலைக்குத் தயராக வேண்டுமே. தலைப்பை இழுத்து இடுப்பில் செருகிக்கொண்டு, தலையில் வெள்ளைத் துணியையும் முறைப்படி கட்டிக் கொண்டாள். நர்ஸின் உடை அலங்காரம் ஆச்சு.

ஆஸ்பத்திரியில் அவளுக்கு இரவில்தான் வேலை. விடாமல் இரவில் தூக்கம் முழித்து முழித்து அவளுடைய கண்கள் எப்பொழுதுமே கலங்கியிருந்தன. மருந்து கொடுப்பதும், சுரவேகம் பார்ப்பதும், மலர்ந்த முகத்துடன் நோயாளிகளை விசாரிப்பதும்,

அவர்களுடைய உற்றார் உறவினர்களுடன் பேசுவதும்- இதுவேதான் வேலை. ஒரு படுக்கை, ஒரு நோயாளியா? கணக்கற்ற நோயாளிகளின் பராமரிப்பு அவளுடைய பொறுப்பு.

விடியற்காலையில் அவள் வீடு திரும்பும்பொழுது தெருவில் ஈ, காக்கைகூடக்காணமுடியாது. காலைவேளையின் குளிர்ந்த காற்றில் கண்ணிமைகள் தாமாகவே மூடிக்கொள்ளும். படுக்கையின் மேல் விரிப்பை நீக்கக்கூடத் திராணியில்லாமல் உடனேயே படுத்துவிடுவாள். இங்கும் தனிமைதான்.

பத்துப் பதினைந்து நிமிடங்கள் ஆகும் தூக்கம் வர. சுமார் இரண்டு மணி நேரம் தூங்கி எழுந்தால் உடம்பின் களைப்பு மாறிச் சுறுசுறுப்பு வந்துவிடும். ஒரு கப் டீ குடித்துவிட்டுக் குளிக்கப் போவாள். அதற்குள் அறையில் வெயில் வந்து விட்டிருக்கும். தூங்கிய களைப்பு மாறி, குளித்துத் துப்புறவாயிருக்கும் உடல் ஒருவித தகதகப்புடனும், மென்மையுடனும் தோன்றும்; தோலை உரித்து விட்டு வெளிப்படும் பாம்பின் உடலைப் போல மின்னும்.

வெயிலில் தலையை ஆற்றிக்கொண்டு உட்காருவாள் சகுந்தலா. திரையை நீக்கிவிட்டு எதிர்வீட்டுப் பெண்ணின் நடவடிக்கைகளைக் கவனிப்பதில் மனத்தைச் செலுத்துவாள். அதோ, அந்தப் பெண்ணும் காலேஜுக்குப் போகத் தயாராய்க் கொண்டிருந்தாள். தலையைப் பின்னிக் கட்டிக்கொண்டாய் விட்டது. கைக்கடங்காத மயிர். எவ்வளவு அசல், எவ்வளவு போலி என்று சரியாய்த் தெரியவில்லை. தூரத்திலிருந்து பார்க்க எல்லாம் கறுப்பாயிருந்தது. அவ்வளவுதான். சகுந்தலாவுக்கு நீலாவின் உடை அலங்காரமும் பாணியும் பிடித்துப் போயின.

மத்தியான்ன உணவுக்குப் பிறகு திரும்ப ஒரு தூக்கம்; ஆழ்ந்த கவலையற்ற தூக்கம். அவள் தூக்கத்தைக் கலைக்க அங்கு யாருமில்லை. தொந்தரவு செய்யக் குழந்தைகளும் கிடையா. பகல் தூக்கத்தால் உடல் பெருத்துக்கொண்டுதான் வந்தது. வலது கையால் இடது மணிக்கட்டைப் பிடித்துப் பார்த்தாள். இப்பொழுது பிடிக்க முடிந்தது. ஆனால் இன்னும் கொஞ்ச நாள் போனால் அதுவும் முடியாது. இந்தப் பருமன் உடல் நலத்தைப் பாதிக்கவே செய்யும். நடு வயதில் புருஷர்களுக்குத் தொந்தி விழுவதுபோல், சகுந்தலாவின் பருமனும் ஊளைச் சதைதான்.

சாயங்காலமாய்க் கீதா, லலிதா, மீனா, அனிமா, ஸ்டெல்லா எல்லாரும் வந்துவிடுவார்கள். அப்புறம் ஒரே அமர்க்களந்தான்; பேச்சு, பாட்டு, சிரிப்பு; கூடவே கோப்பை கோப்பையாய் டீ. இவர்கள் எல்லாருமே சகுந்தலாவுடன் வேலை செய்பவர்கள்தாம். ஆனால், வயதில் சிறியவர்கள். வயதுக்கேற்ற வளமையும், பசுமையும் அவர்களிடம் இல்லவே இல்லை. வாடி வதங்கின தோற்றம், வேலை அதிகம், போஷாக்குக் குறைவு.

இதைப்பற்றி ஆஸ்பத்திரி அதிகாரிகளிடம் முறையிட்டுப் பிரயோஜனம் கிடையாது. டாக்டர் உபாத்தியாயா மிகவும் புகழ் பெற்றவர். அமெரிக்கா, ஐரோப்பா எங்கும் சுற்றிக் கணக்கற்ற பரீட்சைகள் தேறியவர். வேலையில் நிபுணர். அவரிடம் முறையிடப் போனால் வந்தது ஆபத்து. ஒரு மணி நேரமாவது அவருடைய சொற்பொழிவைக் கேட்கப் பொறுமை உள்ளவர்களே அவரிடம் போகலாம். நர்ஸ் தொழிலின் பெருமையைப்பற்றி மணிக்கணக்கில் அவரால் பேசமுடியும். அவர்களுடைய தன்னலமற்ற தொண்டு, எளிமையான வாழ்க்கை, மக்கள் சமூகத்துக்கு அவர்களால் ஏற்படும் மகத்தான நலன், அவர்களுடைய "மிஷினரி" மனப்பான்மை-கணக்கே இருக்காது, இந்தக் குண விசேஷங்களுக்கு. ஆனால், திடீரென்று திசை மாறி நர்ஸ்களின் அறியாமையைப் பற்றியும், மேல்வாரியான படிப்புஞானத்தைப் பற்றியும் தூற்றவும் ஆரம்பித்துவிடுவார். இவரிடம் முறையிடுவதில் என்ன இலாபம்?

கீதா கேட்டாள்: "இங்கே சேவா சத்திரம் எப்போது ஆரம்பிக்கப் போகிறீர்கள் அக்கா?"

"ஆரம்பிக்கத்தான் போகிறேன். அவசரப்படாதே." தன் காரியத்தைக் கவனித்தபடியே சகுந்தலா சொன்னாள்.

"சகுந்தலாக்கா நர்ஸிங் ஹோம் ஒன்றும் ஆரம்பிக்கமாட்டாள். நீங்களே பாருங்கள். இங்கே இந்த வீட்டை எடுத்துக்கொண்டு வசிப்பதற்குக் காரணம் வேறு. அக்கா தனக்கென்று ஒரு குடும்பத்தை இங்கே கண்டுபிடித்துக்கொள்ளுவாள்" என்றாள் லலிதா.

"அந்தக் கனவு உன்னுடையதல்லவா லலிதா? நீதான் குடியும் குடித்தனமுமாக இருக்கவேண்டும் என்று ஆசைப் படுகிறாய். உன்

மெடிக்கல் மாணவன் என்னவானான்?" என்று எதிரம்பு வீசினாள் சகுந்தலா.

இந்தப் பெண்களை எல்லாம் வைத்துக்கொண்டு ஒரு விடுதி ஆரம்பிக்கச் சகுந்தலா நிச்சயித்திருந்தாள். சுமாரான அளவில் ஓர் ஏற்பாடு. பெயர் சேவா சத்திரம். இன்னும் கொஞ்சம் பணம் கையில் சேர்ந்ததும் வேலையை ஆரம்பித்துவிடலாம். இந்தப் பெண்கள் எல்லாரும் வந்து உதவுவார்கள்.

சந்து ஆரம்பிக்கும் முனையில் ஒரு பெயர்ப் பலகையை மாட்டிவிட்டால் சௌகரியமாயிருக்கும். விடுதியின் பெயர், விலாசம், அதன் இருப்பு எல்லாவற்றையும் விளக்கும் அந்தப் பலகை. கினு கோனார் சந்தில் இப்படி ஒரு விடுதியில், சில பெண்கள் இரவு பகலாய் உழைக்கத் தயாராயிருக்கும் விஷயம் வெளி உலகத்தில் விளம்பரமாகும்.

பெண்கள் புறப்பட்டுப் போய்விட்டார்கள். சகுந்தலா இரவு வேலைக்குத் தயாராக ஆரம்பித்தாள். இதற்கு முடிவே கிடையாதா?

கண்ணாடியின் முன் நின்றுகொண்டு தலையை வாரிக் கொண்டிருந்தாள். நேர் வகிட்டின் கீற்று. ஒரு காலத்தில் இந்த வகிட்டில் குங்கும ரேகை பளிச்சிட்டதுண்டு. ரசமற்ற, ருசியற்ற வாழ்வு இப்போது. ஆனால், ஒரு காலத்தில் அவளுடைய வாழ்விலும் உணர்ச்சியும், புதுமையும், ஊக்கமும் இருந்ததுண்டு. அந்த நினைவுகளை யாரால் மறுக்க முடியும்?

நீலாவுடன் எளிதில் பரிசயமாய் விட்டது எதிர் வீடுதானே. நீலாவும் ஒரு நாள் மாலை சகுந்தலாவின் வீட்டுக்கு வந்தாள். அறையின் அமைப்பையும், ஏற்பாட்டையும் பார்த்து மகிழ்ந்தாள். சேவா சத்திரத்தைப்பற்றிச் சகுந்தலா சொல்லக் கேட்டாள்.

"உங்களைப் பார்த்தால் எனக்குப் பொறாமையாயிருக்கிறது. உங்கள் பொறுப்பை நீங்களே ஏற்றுக்கொண்டு விட்டீர்கள். நான் இன்னமும் என் தந்தைக்குப் பாரமாக இருந்து வருகிறேன்:" என்று தாபப்பட்டாள்.

"அந்தக் கரைக்கு இந்தக் கரைப் பச்சை. உங்கள் படிப்பே இன்னும் முடியவில்லையே. அதற்குமேல்தானே மற்றதெல்லாம்" என்று சகுந்தலா தேற்றினாள்.

“வேலை ஒன்றும் அகப்படவில்லை. அதனால்தான் படிக்கிறேன். இல்லாவிட்டால் எப்போதோ படிப்பை எல்லாம் மூட்டை கட்டியிருப்பேனே.”

சகுந்தலாவின் அறை ஜன்னலிலிருந்து நேரே சாந்தியின் அறை தெரியும். மங்கிய வெளிச்சத்தில்கூடத் தெரியும். “உங்கள் குடித்தனமும், கீழறையில் தங்கும் குடித்தனமும் தனித்தனியா?” என்று கேட்டாள்.

“ஆமாம்” என்றாள் நீலா. “அவர்கள் அப்புறமாய் வந்தவர்கள். சாந்தி நல்ல பெண், இல்லையா?”

நேரிடையாய்ப் பதில் சொல்லாமல் சகுந்தலா, “யார் எப்படி என்று யாரால் சொல்ல முடியும்? அவர்களை எனக்குத் தெரியவே தெரியாது. நிறையச் சிநேகிதர்கள் உண்டுபோலும் அவர்களுக்கு. இரவில் வெகுநேரம்வரை அங்கே சீட்டுக் கச்சேரி நடக்கிறது. ஒவ்வொரு வேளை நான் இரவின் கடைசி ஜாமத்தில் திரும்பி வரும் போதுகூட அங்கே சீட்டுக் கச்சேரி நடந்து கொண்டிருக்கும்.”

“ஆமாம்.” நீலா ஒப்புக்கொண்டாள். “சீட்டாட்டம் நடப்பதுண்டு. மணி அண்ணா சீட்டுப் பைத்திம். அதனால்தான் எப்போதும் நண்பர்களைக் கூட்டி வைத்துக்கொண்டு ஆடுகிறார்.”

“அது யார் மணி அண்ணா? அந்தப் பெண்ணின் கணவனா?” என்று சகுந்தலா கேட்டாள். “அவர் விளையாடி நான் பார்த்ததே இல்லை. தூங்கிக்கொண்டுதான் இருப்பார் திரைக்குப் பின்னால். விளையாடுவது உன் சாந்தி அக்கா” என்று ஒரு பெரிய குண்டைத் தூக்கிப் போட்டாள்.

காலையில் மூன்று நான்கு மணிவரையில் கணவனின் நண்பர்களுடன் சீட்டாடுவது சாந்தியா? நம்பவே முடியவில்லை அவளால்.

“நீங்கள் சரியாய்க் கவனித்திருக்கமாட்டீர்கள்” என்றாள்.

“எல்லாம் சரியாகத்தான் பார்த்தேன்” என்றாள் சகுந்தலா.

“கண் பார்வை சரியாயில்லாவிட்டால் என் வேலையே நிலைக்காதே!”

"ஆனால்... ஆனால்..." தடுமாறினாள் நீலா. "அவர்கள் பணம் வைத்தல்லவா விளையாடுகிறார்கள்!"

"உங்கள் சாந்தியின் சமாசாரம் யாருக்குத் தெரியும்? புராணத்தில் திரௌபதி பணயம் வைக்கப்பட்டாள். கலியுகத்துத் திரௌபதி தானே சூதாட வந்துவிட்டாள். என்ன வித்தியாசம் சொல்லுங்கள்?"

வித்தியாசமில்லை. நீலாவின் மனத்தில் உருவாயிருந்த சாந்தி லக்ஷ்மீகரம் நிரம்பிய குடும்பப் பெண். சகுந்தலா சொல்லும் பெண்ணோ இரவெல்லாம் கணவனின் நண்பர்களுடன் சூதாடும் மனைவி. இரு உருவங்களுக்கும் ஒருவிதச் சம்பந்தமுமில்லை. நீலாவால் மனதார ஒப்புக்கொள்ள முடியவில்லை.

ஆனால், சாந்தியுடன் முன்போல் சாதாரணமாய்ப் பழகவும் முடியவில்லை. சரியாய்ப் பேசவும் முடியவில்லை. கண் உயர்த்தி அவளை நேருக்கு நேர் பார்க்கவும் முடியவில்லை. சாந்தியின் வெட்கக் கேடான கதை தனக்குத் தெரிந்திருப்பதே அவமானம் போல் தோன்றிற்று அவளுக்கு.

கடைசியில் பொறுக்கமுடியாமல் சாந்தியையே கேட்டு விட்டாள்.

சில விநாடிவரை மௌனமாயிருந்தாள் சாந்தி. அப்புறம் மெள்ள "எல்லாம் உனக்குச் சொல்லிவிடுகிறேன் நீலா. எவ்வளவு தூரம் மனித குணம் மாற முடியும் என்று நீ தெரிந்துகொள்வாய். கல்யாணத்தின் போது எனக்குப் பதினைந்து வயது. அப்போது மூக்கில் மூக்குத்தி, முகத்தை மறைக்கும் முக்காடு முதலிய கிராமாந்தர அலங்காரங்களுடன்தான் இருந்தேன். கணவன் எதிரில் பேசவே வெட்கம். முகத்தை மறைத்தபடிதான் அவரைச் சந்திப்பேன். உன்னால் நம்பமுடிகிறதா, நானும் ஒரு காலத்தில் அவ்வளவு பயந்த பெண்ணாக இருந்தேன் என்று?"

"கிராமத்துப் பெண். கபடம் தெரியாத வயசு. என்ன என்னவோ கனவுகளுடன்தான் வாழ ஆரம்பித்தேன். கணவன் கை நிறையச் சம்பாதித்துக்கொண்டு வருவான், கவலையற்ற சம்சாரம் நடத்தலாம் என்றெல்லாம் கோட்டை கட்டினேன். எல்லாம் தவிடுபொடி ஆகிவிட்டன. வெகு சீக்கிரத்தில் நான் அவரைப் புரிந்து

கொண்டேன். அவர் போக்கே வேறு விதமாயிருந்தது. ஒரு வேலையிலும் நிலைப்பதில்லை. ஒன்றிலிருந்து மற்றொன்றுக்குத் தாவிக்கொண்டிருப்பார். ஒவ்வொரு சமயம் வேறு கிளையைப் பிடிக்காமலேயே தாவியும் விடுவார். இந்தப் பிடிப்பற்ற வாழ்க்கைக்கு நான் என்னை மாற்றி அமைத்துக்கொண்டேன். இல்லாவிடில் நடுவில் ஒரு நாள் என்னையும் விட்டுவிட்டுப் போய்விடுவார் என்று எனக்குப் புரிந்தது. ஒவ்வொன்றாய் மூக்குத்தி, முக்காடு எல்லாவற்றையும் எடுத்துவிட்டேன். பேசவும் ஆரம்பித்து விட்டேன். தேயத் தேய எந்தப் பொருளும் கரைவதுண்டு, மழுங்கிப் போவது முண்டு. ஆனால், ஒவ்வொரு சமயம் மெருகும் ஏறுவதுண்டு." சாந்தி பேச்சை நிறுத்தினாள்.

அதற்குமேல் நீலா ஒன்றும் கேட்கவில்லை. ஆனால் மனக் கிலேசம் குறையவில்லை. சாந்தியிடம் மெருகு ஏறியிருந்தது என்னவோ உண்மைதான். ஆனால், அந்த அழகிய முகத்தில் துளித் துளியாய் விஷமும் உறைய ஆரம்பித்துவிட்டதே. படுகுழியிலிருந்து அவளால் வெளியேற முடியவில்லை. வழுக்கி வழுக்கி இன்னும் அதிகமாய் அதற்குள்ளேயே அமிழ்ந்து போய்க்கொண்டிருந்தாள்.

சாந்தியுடன் ஒப்பிட்டுப் பார்த்தால் சகுந்தலாவும் அவள் சகிகளும் எவ்வளவோ மேல். இதுவரையிலும் அவர்கள் வாழ்வில் மகிழ்ச்சியோ பூரிப்போ இருந்தது கிடையாது. இப்போதும் அவர்கள் பங்கிற்கு ஓயாத வேலையும், போதாத ஊதியமுமே மிஞ்சின. உப்புச் சப்பற்ற வாழ்வு. ஆனாலும் மனம் தளராமல், வாய்மை பிறழாமல் தன்னம்பிக்கையுடன் முன்னேறுவதில் ஈடுபட்டிருந்தனர். அவர்களும் சாந்தியைப் போல் தங்கள் நிலைமையைச் சுதாரித்துக்கொள்ள விரும்பினர். ஆனால், அவர்கள் பாதை நேர்மையானது; சாந்தியின் வழி நேர்மையற்றது.

அடுத்த மாதமே சேவா சத்திரத்தின் வேலை ஆரம்பித்து விட்டது. இன்னும் அதிகமாய் இரண்டு அறைகளை வாடகைக்கு எடுத்துக் கொண்டாள். நடுவில் ஓர் ஆபீஸும் அமைத்தாள். ஒரு மேஜை, இரண்டு நாற்காலிகள், அவ்வளவுதான் ஆபீஸ். தெரு முனையில் விலாசப் பலகையும் மாட்டியாகிவிட்டது. இரவிலும் அது எல்லார் கண்ணிலும் படவேண்டும் என்று அதன் அடியில் இரண்டு விளக்குகளும் பொருத்தப்பட்டன. சகுந்தலாவினிடம்

கொஞ்சம் பணம் இருந்தது. மற்றப் பெண்களும் பத்து இருபது என்று தங்களால் இயன்றதை உதவினர்.

லலிதா மாத்திரம் ஒன்றும் தரவில்லை. "என்னடி லலிதா, நீ என்ன தரப்போகிறாய்?" என்று சகுந்தலா கேட்டாள். லலிதாவின் முகம் சிறுத்துவிட்டது.

"என்னிடம் ஒன்றும் இல்லையே, சகுந்தலாக்கா" என்றாள் மெள்ள.

"உன்னிடம் ஒன்றும் இல்லை என்று எனக்குத் தெரியும். ஆனால், உன் சிநேகிதன்தான் பணக்காரனாமே! அவனிடமிருந்து வாங்கி நீ தர முடியாதா?"

முகத்தைச் சுளித்தாள் லலிதா. "அவருக்கு இதெல்லாம் பிடிக்கிறதில்லை அக்கா" என்றாள்.

"பிடிக்கவில்லையா? நல்ல கூத்துத்தான் போ. உன்னைக் கைவிட்டு விடுவான் என்று பயப்படுகிறாயா? கல்யாணம் செய்துகொள்வதாக வாக்குக் கொடுத்திருக்கிறானா உனக்கு? எல்லாம் சொல், பார்க்கலாம்!" என்று கிண்டல் செய்தாள் சகுந்தலா.

கேள்வி கேட்டது என்னவோ சகுந்தலாதான், ஆனால், மற்றப் பெண்கள் எல்லாரும் அவளையே ஆவலுடன் உற்றுப் பார்த்துக் கொண்டிருந்தனர். லலிதாவுக்கு வேர்க்க ஆரம்பித்து விட்டது. குரல் எழும்பவில்லை. உதடுகள் அசைந்தன.

சாயங்காலம் சதுரங்கம் விளையாட வந்தார் பத்தர். சிவவிரத பாபுவிடம், "பார்த்தீர்களோ இல்லையோ? கினு கோனார் சந்திலும் புத்துயிர் துளிர்க்க ஆரம்பித்துவிட்டது" என்றார் நமட்டலாக.

"எந்த மாதிரி புத்துயிர்?"

"மாதிரி என்ன அதில்? எவ்வளவோ மாதிரி. ஆட்டக்காரி, தேவதாசி, சேவாதாசி இத்தியாதி. இருபது வருஷங்களுக்குமுன் நடனமாது குஸூம் இந்தத் தெருவில் தான் வசித்தாள். அவளுடைய வீட்டைத்தான் இப்பொழுது வாடகைக்கு எடுத்துக் கொண்டிருக்கிறாள் ஒரு சேவாதாசி! இன்னும் சில சேவாதாசிகளும் இங்கே தங்க வரப்போகிறார்கள் என்று கேள்வி!

“சேவாதாசியா?” சிவவிரத பாபு திடுக்கிட்டுக் கேட்டார். “அவர்கள் நர்ஸ் வேலை செய்பவர்கள் என்று அல்லவா கேள்விப் பட்டேன்.”

“அதேதான் ஐயா, நர்ஸ் என்றால் சேவிகை என்றுதானே பொருள்?” கண்களைச் சிமிட்டிக்கொண்டு பிரமோத் பத்தர் சொன்னார். “சேவிகா, சேவாதாசி எல்லாம் ஒன்றுதான். கொஞ்சம் பொறுங்கள். நம் கண்முன் எவ்வளவோ வேடிக்கை நடக்கப் போகிறது. சாரட்டு வண்டி தெருவில் நிற்கப் போகிறது சீக்கிரமே. இவர்கள் குஸும் தாயின் வாரிசுகள் ஐயா!

மறைவிலிருந்து பத்தரின் பேச்சைக் கேட்டு கொண்டிருந்த நீலாவுக்குப் பற்றிக்கொண்டு வந்தது. ஆனால், அவளால் என்ன செய்ய முடியும்?

8

துர்க்கா பூஜைக்கு ஊர் போய்த் திரும்பிய இந்திரஜித் நேரே 6 எஃப்க்குக் குடிவந்தான். கீழே ஒரு மூலையிலிருந்த அறை அவனுக்காக ஒழித்துவிடப்பட்டது. இரண்டரை ரூபாயில் ஒரு மரக்கட்டில், ஒரு மரப்பெட்டி நிறையப் புத்தகங்கள், துணிமணி அடங்கிய ஒரு தகர டப்பா, அவ்வளவு தான் சாமான். மாதம் எட்டு ரூபாய் வாடகை.

இளைத்துக் கறுத்துப் போய் வந்தான் ஊரிலிருந்து. ஏதோ நோய் வந்துவிட்டதாம் அவனுக்கு. "இனிமேல் மெஸ் சாப்பாட்டுக்கு முற்றுப்புள்ளி" என்றான்.

ஒரு நாள் காலையில் படிக்கட்டின் கீழிருந்த மூலையைச் சாந்தி அலம்பி விட்டுக்கொண்டிருந்தாள்.

"என்ன சமாசாரம், சாந்தி அக்கா?" என்று வியப்புடன் கேட்டாள் நீலா.

"சமையலுக்கு ஏற்பாடு செய்கிறேன்" என்றாள் சாந்தி.

"இதென்ன புது ஏற்பாடு? உங்கள் சாப்பாடு ஹோட்டலில் இருந்தல்லவா வரும்?"

"அதுதான் பழக்கம். ஆனால், இந்த அசட்டுப் பிள்ளை இங்கேயே வந்துவிட்டானே. அவனுக்குச் சாப்பாடு போட்டாக வேண்டுமே?"

"இந்திரஜித் பாபு உங்களுடன்தான் சாப்பிடுவாரா?" என்று நீலா மேலும் கேட்டாள்.

"பின்னே சாப்பிடாமலா? வீட்டு உணவு வேண்டும் என்று தானே மெஸ்ஸை விட்டுவிட்டான்!"

உதட்டைக் கடித்துக்கொண்டாள் நீலா. "ஆனால் உங்களுக்கு இதயநோய், சமையல் வேலை செய்யக்கூடாதென்று டாக்டர் எச்சரித்திருக்கிறார் அல்லவா?"

தலையைத் தூக்கிப் பார்த்தாள் சாந்தி. கண்கள் ஜொலித்தன, புகையால் அல்ல, உணர்ச்சியால்.

"முதலில் வயிறு நிரம்பினால் தானே இதயத்தைப்பற்றி யோசிக்க முடியும்? இந்திரஜித் மாத மாதம் முப்பது ரூபாய் தருவான். மற்ற எல்லா அநிச்சயங்களுக்கும் இடையில் இந்த ஒரு வரும்படியாவது நிச்சயமாயிருக்கும் அல்லவா?" சாந்தியின் மனக்கசப்பு வெளிப்பட்டது.

"சூதாடித் தோற்க எப்பவும் தயாராயிருக்கும் இந்த அப்பாவியை இங்கேயே இழுத்து வைத்துக்கொண்டு விட்டாய், அவ்வளவு தான்." நீலாவுக்கு வெறுப்புக் குமிழிட்டது.

இப்பொழுதெல்லாம் மணீந்திரனைக் காண்பதே அபூர்வமாயிருந்தது. சாந்தியைக் கேட்டால், "இன்னும் எழுந்திருக்கவில்லை" என்றோ "வெளியே போயிருக்கிறார்" என்றோ காரணம் சொல்லுவாள்.

"எங்கே இவ்வளவு சுற்றுகிறார் மணி அண்ணா?" என்று. கேட்டாள் நீலா.

"வேறு எங்கே? தன் நாடகத்தைத் தூக்கிக்கொண்டு நாடக முதலாளிகளைச் சுற்றி அலைகிறார். தெரியாதோ உனக்கு?"

"நாடகம் எழுதியிருக்கிறாரா அவர்?"

"புதிதாய் ஒன்றுமில்லை. பழைய நாவல்களை நாடக ரூபமாக்கிக் கொண்டிருக்கிறார்" என்றாள் சாந்தி.

"எதற்காக?" நீலா அசட்டுக் கேள்வி கேட்டாள்.

"புரியவில்லையா நீலா? நாடகத்துக்குக் கிராக்கி அதிகம். நாடகம் நன்றாய் ஓட ஆரம்பித்தால்..."

பொழியப் போகும் பண மழையை நீலாவின் கற்பனைக்கு விட்டு விட்டாள்.

நாடகக் கொட்டகைகளை எல்லாம் சுற்றிவிட்டான் மணீந்திரன். பலன் இல்லை. மனத்தைக் கவரும் கதையும், கண்களைக் கவரும் காட்சிகளும் கேட்டனர் முதலாளிகள்; கதாநாயகனுக்கு ஏற்ற பாத்திரம் உருவாக்கவேண்டும் என்று வேறு கேட்டனர். திடுக்கிடும் காட்சிகள் நிறைய இருக்க வேண்டும். அப்போதுதானே விடாமல் கைத்தட்டல் ஒலி எழும்பமுடியும்! அவனுக்குத் தலையைச் சுற்றியது.

எத்தனையோ முறை முதலாளியின் விருப்பத்துக்கிணங்கி நாடகத்தின் அமைப்பை, வசனத்தை எல்லாம் மாற்றி எழுதியாகி விட்டது. ஆனாலும் அவருக்குத் திருப்தியில்லை. அலைச்சலோ சொல்லிமுடியாது. உறங்கும் வேளையைத் தவிர மற்றெல்லா நேரமும் வெளியில்தான் இருக்கவேண்டியிருந்தது.

அன்று முதலாளியின் வீட்டுக்குப் போனால் அவர் தியேட்டரில் இருப்பதாய்ச் சொன்னார்கள். அங்கு விரைந்தான். வெகு நேரம் காத்துக்கொண்டிருந்த பிறகு அவனுக்கு அழைப்பு வந்தது. ஒப்பனை அறையில் முதலாளி, நடிகர்கள், டைரக்டர் முதலியவர்களின் சபை கூடியிருந்தது. ஓரக்கண்ணால் மணீந்திரனைப் பார்த்துக் கொண்டே, "வாருங்கள் மணீந்திர பாபு. எங்கே உங்கள் நாடகம்? மாற்றி எழுதிக்கொண்டு வந்திருக்கிறீர்கள் இல்லையா?" என்றார் முதலாளி.

மணீந்திரனுக்குக் கை கால் சில்லிட்டுப் போயின. குரல்கூட இலேசாய் நடுங்கியது. "கொண்டு வந்திருக்கிறேன்" என்றான்.

"வாசியுங்கள் கேட்போம்" என்று முதலாளி நிருபநாத பாபு உத்தரவிட்டார்.

குரல் எழவில்லை மணீந்திரனுக்கு. ஏதோ தட்டுத் தடுமாறியபடி படிக்க ஆரம்பித்தான். எல்லாரும் உன்னிப்பாய்க் கேட்டனர்; முக்கிய நடிகை சமேலி உள்பட. ஒரு காட்சி முழுவதும் படித்துக் கேட்ட பிறகு சமேலியால் சிரிப்பை அடக்கவே முடியவில்லை.

"நிறுத்துங்கள் மணீந்திர பாபு. எனக்கு வயிற்றில் சுளுக்குப் பிடித்துக்கொண்டு விடும்" என்று வேண்டினாள் அவள்.

இலேசாய் மலர்ந்தது மணீந்திரனின் முக மண்டலம். "இதற்கப்புறம் வரப்போவது சோக ரசம் ததும்பும் மரண சீன். அந்தச் சோகத்தின் தீவிரத்தைக் குறைக்கவேண்டி இந்த ஹாஸ்ய அங்கம் சேர்க்கப்பட்டுள்ளது" என்றான்.

அவனுக்கு இந்த ஹாஸ்ய சீனைச் சேர்ப்பதில் மனம் இல்லை. ஆனால், மக்கள் விரும்புவார்கள் என்று முதலாளி நிர்ப்பந்தப் படுத்தவே சரி என்று ஒப்புக்கொண்டான்.

மரண சீனைக் கேட்கும் வரையில் சமேலி தங்கவில்லை. ஏதோ வேலை என்று எழுந்துவிட்டாள். தலை மயிரைக் கையால் சரி செய்து கொண்டே ஓரக்கண்ணால் டைரக்டரைப் பார்த்தவாறு, "உங்கள் வண்டி கீழேதானே நிற்கிறது, ஸுஹாஸ் பாபு?" என்று அர்த்த பாவத்துடன் கேட்டாள்.

புரிந்துகொண்ட ஸுஹாஸ் பாபு அவளைப் பின் தொடர்ந்து வெளியேறினான். இன்று அத்துடன் வேலை முடிந்தது. எல்லாருமே ஒவ்வொருவராய்ப் புறப்பட்டுவிட்டனர். கடைசியில் நிருபநாத பாபுவும் மணீந்திரனும் மட்டுமே மிஞ்சினர்.

"உங்கள் நாடகம் சமேலிக்குக் கொஞ்சங்கூடப் பிடிக்கவில்லை, ஸன்யால் பாபு" என்று பேச்சைத் துவக்கினார் முதலாளி.

திக் என்றது மணீந்திரனுக்கு.

"ஏன்-ஏன்? கதை ரொம்ப..."

"கதைதான் பிடிக்கவில்லை. அந்த மரண சீனை எடுத்துவிட வேண்டும். ரொம்ப உணர்ச்சிகரமாய்த்தான் இருக்கிறது அது. ஆனால்கூட அதை அகற்றத்தான் வேண்டும். நீங்கள் கணவனைக் கொன்று கதாநாயகியை விதவையாக்கி விட்டீர்களே, அதுதான் சமேலிக்குப் பிடிக்கவில்லை" என்றார் அவர்.

"ஏன் அப்படி?" என்றான் மணீந்திரன்.

"மனித சுபாவத்துக்கு ஏற்பக் கதை எழுதவேண்டும் ஐயா. விதவையானால் வெள்ளைப் புடைவைதான் உடுத்த வேண்டும். முதல் அங்கத்திலேயே கதாநாயகி விதவையாகி விட்டால் நாடகம் முடியும் வரை சமேலி வெள்ளைத் துணி உடுத்து நடிக்கவேண்டி

வரும்." கை ஏதோ தாளம் போட்டது. கண்கள் பாதி மூடியிருந்தன "அந்த மாதிரி விதவை வேஷம் போட சமேலி கொஞ்சம் கூடத் தயாராயில்லை" என்று முடித்தார் நிருபநாத பாபு.

மணீந்திரனின் முகம் சுருங்கிப் போயிற்று. "அப்போது என்ன செய்வதாம்?" என்று பலமற்ற குரலில் கேட்டான். சிகரெட் புகையை வெளிவிட்டபடி நிருபநாத பாபு கண்களைத் திறந்தார்.

"அதுவும் நான் யோசித்து வைத்திருக்கிறேன். நீங்கள் இனி மேல் கஷ்டப்படவேண்டாம். புத்தகத்தை என்னிடம் விட்டுப் போங்கள். எப்படி மாற்றவேண்டுமோ அதை நானே செய்கிறேன்" என்றார்.

"நீங்களா?"

நிருபநாத பாபுசிரிக்கவில்லை. சிரிப்பதுபோல் முகத்தைக் கோணிக்கொண்டார்.

"ஏன்? எனக்கு எழுத வராது என்று நினைக்கிறீர்களா? ஐம்பத்தைந்து வயதாகிறது ஐயா, எனக்கு. குறைந்தது நூறு நாடகங்கள் வெளியிட்டு விட்டேன். அவை ஒவ்வொன்றிலும் முக்கால் பாகமாவது என் கைவேலை என்று தெரிந்துகொள்ளும், ஐயா! நீங்கள் கவலையில்லாமல், இலக்கியச் சிறப்பு, கலைவண்ணம் என்ற அம்சங்களை மட்டுமே முக்கியமாகக் கருதி ஏதோ எழுதி விடுகிறீர்கள். அப்புறம் அந்தப் புத்தகத்தை வைத்துக்கொண்டு நான் உழைத்தால்தான் அது மேடைக்கு லாயக்காகும். நடிகர் நடிகைகளின் விருப்பங்களைக் கவனிக்க வேண்டும். அப்புறம் நாடகம் பார்க்க வருபவர்கள் அதை அநுபவிப்பார்களா என்று பார்க்க வேண்டும். முக்கியமாய்ப் பணம் வசூலாகுமா என்று தெரிந்த பிறகே அதை மேடைக்குக் கொண்டு போக முடியும்."

திரும்ப உள்ளுக்குப் புகையை இழுத்துக்கொண்டார் நிருபநாத பாபு. பிறகு புகையை விட்டபடி, "நாடகத்தை வைத்து விட்டுப் போங்கள். கவலைப்பட வேண்டாம். கதாநாயகி கணவனை இழந்து துக்கப்பட வேண்டும்; அவ்வளவுதானே? அவனைச் சாக அடிக்காமல் நிரந்தரமாய் வெளியூருக்கு அனுப்பி விட்டால் போகிறது. எல்லாருக்கும் திருப்தியாயிருக்கும். என்ன சொல்லுகிறீர்?"

"அதுவும் செய்யலாம்." உயிரற்ற குரலில் மணீந்திரன் ஒப்புக்கொண்டான்.

"அப்பொழுது ஒரு கவலை விட்டது. சுமார் பன்னிரெண்டு வருஷ காலம் சமேலி வெள்ளைத் துணி உடுத்த அவசியம் இல்லை. நீங்கள் விரும்பியபடி கணவனைப் பிரிந்து கஷ்டப்படும் நிலைமையும் மாறாது. இது எல்லாம் ஒரு கணக்குத்தான் ஐயா. முறைப்படி செய்தால் பலன் தவற முடியாது. நினைவு வைத்துக் கொள்ளும்."

"இன்னும் ஒரே ஒரு விஷயம். உங்கள் நாடகத்தில் நாயகியின் வயது 26 என்று குறித்திருக்கிறீர்கள். அதைப் பதினெட்டு அல்லது பத்தொன்பது என்று மாற்றிவிட வேண்டும்."

"ஏனாம்?" மணீந்திரனின் பிரமை நீங்கவில்லை.

"வேஷம் போடமாட்டாள் சமேலி" என்றார் முதலாளி.

தயங்கியபடி மணீந்திரன் "அவள் வயது...?" என்று இழுத்தான்.

"முப்பத்தாறு!" உணர்ச்சியற்ற குரலில் நிருபநாத பாபு சொன்னார். "நான் தான் அவளைத் தேடி நாடக மேடைக்குக் கொண்டு வந்தேன். அப்போது அவளுக்கு வயது பதினேழு, எனக்கு முப்பத்தாறு." குரலில் இலேசாய் வருத்தம் நிழலாடியது. "அந்தப் பழங்கதை எல்லாம் எதற்கு இப்போ? சமேலியின் வயது முப்பத்தாறு. ஆனால் இதுவரையிலும் அவள் இருபது வயசுக்கு மேற்பட்ட பெண்ணின் பார்ட் எதுவும் எடுத்துக் கொண்டதில்லை. நாற்பது வயதாகு மட்டும் எந்த நடிகையும் சித்தி, அத்தை போன்ற முதிர்ந்த வேஷங்கள் போடத் தயாராக இருக்க மாட்டார்கள்."

அவரையே பார்த்துக் கொண்டிருந்த மணீந்திரனின் பிரமிப்பை நீக்கும் பொருட்டு, "ஒன்றுக்கும் கவலைப் படாதீர்கள். உங்கள் நாடகம் நிச்சயமாய் மேடை ஏறத்தான் போகிறது. பூர்ணமாய் நம்பலாம், என் வார்த்தையை" என்று தைரியப்படுத்தினார் முதலாளி.

ஏதோ மந்திரத்திலிருந்து விடுபட்டவன்போல் மணீந்திரன் பலவீனக் குரலில், "என் நாடகமா?" என்றான். அவன் குரலே அவனுக்குக் கேட்கவில்லை. அவ்வளவு பலமற்றிருந்தது.

"ஆமாம். கண்டிப்பாய் உங்கள் நாடகமேதான்!" நிருபநாத பாபு சிரித்தபடி சொன்னார், "சுவரெல்லாம் அதன் விளம்பரத்தைப் படிக்கப் போகிறீர்கள். பத்திரிகைகளில் எல்லாம் விமரிசனம் வேறு. பெயர், புகழ், அப்புறம் முக்கியமாய்ப் பணம் எல்லாம் உங்களைத் தேடிக்கொண்டு வரும்."

அன்று மாலை ஹோட்டலில் டீ சாப்பிட உட்கார்ந்திருந்தான் மணீந்திரன். நிருபநாத பாபுவின் மொழிகள் காதில் ஒலித்துக் கொண்டிருந்தன. "பெயர், புகழ், பணம் முதலியவற்றால் திருப்தியும், சந்தோஷமும் கிடைக்க முடியுமா தனக்கு? தன் நாடகமா அது? சந்தேகந்தான். அப்புறம் கலை எங்கே?" ஆறிப் போன டீயுடன் ஒரு பூச்சியும் வாயுள் புகுந்தது. "தூ" வென்று துப்பினான் அதை. கலையா? அதைப் பற்றி யோசிக்காமல் இருந்தாலே உத்தமம். கலையைப் பற்றி அவ்வளவு ஆர்வமிருந்தால் மொட்டை மாடியில் உட்கார்ந்து புல்லாங்குழல் வாசிக்கலாமே அல்லது அறைக்குள்ளேயே பிடில் பழகலாமே! நாடகம் எழுதப் போவானேன்? நாவலை நாடகமாக மாற்றிய போது மனம் கஷ்டப்படவில்லையே. இப்போது ஏதோ சாமானிய திருத்தங்களைப்பற்றிக் கவலைப்படுவானேன்?

நாடகம் ஒப்புக்கொள்ளப்பட்டது என்பது தெரிந்ததும் சாந்தி மணீந்திரனின் பக்கத்தில் வந்து உட்கார்ந்தாள். அப்புறம் அவனுடைய தலையணையிலேயே தலையை வைத்துக் கொண்டு, "நிஜமாகவா? உங்கள் நாடகத்தை அரங்கேற்றப் போகிறார்களா? உண்மைதான் சொல்லுகிறீர்களா?" என்று ஆவலுடன் கேட்டாள்.

"என் நாடகம்!" குரலில் கசப்பு மேலோங்கியது. "யாருக்குத் தெரியும் என்னுடையதா இல்லையா என்று. எல்லாரும் என்னுடைய நாடகம் என்றுதான் நினைப்பார்கள், பேசுவார்கள்." குரலில் வேகம் ஏற, சாந்தியின் மோவாயைத் தன் கைகளில் ஏந்தி அவளையே உற்றுப் பார்த்தபடி பேசினான். விரல்கள் நடுங்கின.

"உனக்குக் குழந்தை பிறந்திருப்பதாய்க் கற்பித்துக்கொள்; ஆனால் குழந்தை என்னுடையதல்ல. உன் மடியில் கிடக்கும் சிசுவை எல்லாரும் புகழ்கிறார்கள். ஒருவர் அதன் தலை அழகைக் கண்டு வியக்கிறார். மற்றொருவர் அதன் மூக்கின் அழகை

என்னுடன் ஒப்பிட்டபடி, 'அப்பாவைப் போலவே பிறந்திருக்கிறது' என்கிறார். நான் அசட்டுச் சிரிப்புடன் அவர்களுடைய பேச்சை எல்லாம் கேட்டபடி புகழை எல்லாம் ஏற்றுக்கொண்டு நிற்கிறேன். அப்போது என் மனநிலைமையும், முகத்தோற்றமும் எப்படி இருக்கும் என்று உன்னால் நினைத்துப் பார்க்க முடியுமானால்...!"

திடீரென்று தாபக் குரல் ஓய்ந்தது. சாந்தி தன் கையால் அவன் வாயைப் பொத்திப் பேச்சை நிறுத்தினாள்.

* * *

கீதாவும் அனிமாவும் வந்து விட்டார்கள் சேவா சத்திரத்தில் தங்குவதற்கு. லலிதாவும் ஸ்டெல்லாவும் சில நாட்களுக்குள் வருவார்கள். நீலாகூட மாலை நேரத்தில் அங்கே போக ஆரம்பித்தாள்.

அன்று சகுந்தலா மட்டுமே வீட்டில் இருந்தாள். "எல்லா ஏற்பாடுகளும் ஆகிவிட்டன. இந்த நர்ஸிங் ஹோமை நம்பி வேலையையும் விட்டு விட்டேன். ஆனால் இன்னும் எவ்வளவோ முஸ்தீபுகள் ஆகவேண்டும். பணந்தான் போதாது. நீங்களும் சந்தா சேர்த்துத் தாருங்கள்" என்று நீலாவிடம் கேட்டாள்.

"எனக்கு யார் சந்தா தருவார்கள்?"' என்று நீலா நம்பிக்கை இல்லாமல் சொன்னாள்.

"தராமல் என்ன? எல்லாரும் தருவார்கள். வீட்டோடு இருக்கிறானே அந்தக் கவி, அவனைக் கேட்டுப் பாருங்களேன்" என்று சகுந்தலா யோசனை சொன்னாள்.

"சரிதான் போங்கள். அவரிடம் எங்கே பணம்? கேட்டால், 'நான் எழுத்தாளன் நிழலில்-இடத்தில் படுத்துக்கொண்டு, கிடைத்ததை உண்டு பற்றற்று வாழ்பவன். எனக்கும் பணத்துக்கும் என்ன சம்பந்தம்?' என்பார். அவரிடம் ஒன்றுமில்லை. அந்த ஆசையை விட்டு விடுங்கள்" என்றாள் நீலா.

"அவ்வளவு சுலபமாய் விட்டுவிட முடியாது, உங்களால் முடியா விட்டால் உங்கள் சாந்தி அக்காவை விட்டுக் கேட்கச் சொல்லுங்கள். கட்டாயம் அவரால் முடியும்" என்று பொடி வைத்துப் பேசினாள்.

நீலா மனம் குழம்பினாள். "உன்னால் முடியாது, அவளால் முடியும்." சகுந்தலாவின் ஏளனம் தாங்கமுடியவில்லை. மல்யுத்தத் துக்குத் தயாராய்விட்டாள் உடனேயே. அந்தக் கோபத்தில், "என்னாலும் முடியும். இந்திரஜித் பாபுவிடமிருந்து சந்தா வசூலிக்கிறேன் பாருங்கள்" என்று போர் விளி எழுப்பினாள். "செய்யுங்கள் அப்படியே." விஷமத்தைச் செய்துவிட்டு ஒதுங்கினாள் சகுந்தலா.

நீலா இருமுறை இந்திரஜித்தின் கதவைத் தட்டினாள். அப்புறம் இலேசாய்த் திறந்துகொண்டு ஓசை செய்யாமல் உள் நுழைந்தாள். சுயபுத்தியுடன் இருந்திருந்தால் அப்படிப் புகுந்திருக்க மாட்டாள். ஆனால் சகுந்தலாவின் ஏளனப் பேச்சு அவளுள் ஓர் ஆவேசத்தைக் கிளப்பிவிட்டிருந்தது. இரண்டடி வைக்கும் முன்பே ஏதோ நெருப்பை மிதித்தவள்போல் வேகமாய்ப் பின்வாங்கினாள். வெளியே வந்து விட்டாள். அவமானத்தால் உடலும் மனமும் குன்றித் தடுமாறிக்கொண்டே மாடியை நோக்கி நடந்தாள். கண் சரியாய்த் தெரியவில்லை. இதயமும் வெகுவாய்க் கனத்தது.

திடீரென்று இரு கரங்கள் அவளைப் பின்னாலிருந்து பற்றித் திருப்பின. சாந்தி! நீலாவைத் தொடர்ந்து அவளும் இந்திரஜித்தின் அறையிலிருந்து வெளியேறிவிட்டாள்போலும். இருவரும் நேருக்கு நேர் பார்த்துக்கொண்டனர். நீலாவின் கண்களில் நீர் தளும்பியது. ஆனால் சாந்தி சலனமற்ற அவளையே உற்றுப் பார்த்தாள். சிலந்தி வலையும் ஒட்டடையும் தொங்கிக் கொண்டிருந்த அந்த இருண்ட மூலையில் நின்றுகொண்டு உற்றுப் பார்க்கும் சாந்தி ஏதோ பெண் பேயைப் போல் தோற்றமளித்தாள். நீலாவின் உடல் இலேசாய் நடுங்கியது. கூடவே விக்கலும் கேவலும் பொங்கி வந்தன. சாந்தி அக்கா, நீங்களா அப்படி?" என்று கூவியவாறு சாந்தியை மார்புறத் தழுவிக்கொண்டாள் நீலா.

சாந்தி மெள்ள நீலாவின் பிடியிலிருந்து விலகிக் கொண்டாள். கையை மாத்திரம் விடவில்லை. கண்டிப்பான குரலில், "நீலா கேள்! இங்கு நின்றுகொண்டு ஒன்றும் பேசமுடியாது. வா என் அறைக்கு" என்று அழைத்துப் போனாள். அறைக்குள் நீலாவைக் கட்டிலின் மேல் அமர்த்தி, பிறகு வெகு அமைதியாகவும், தெளிவாகவும் பேச ஆரம்பித்தாள்.

"நீ என்ன பார்த்தாய் என்று நான் கேட்கப் போவதில்லை; எல்லாம் பார்த்திருப்பாய், நீ ஏன் இந்த வேளையில் அவனுடைய அறைக்குள் நுழைந்தாய் என்பதைப் பற்றியும் எனக்குத் தெரியவேண்டாம். அது உன் விஷயம். ஆனால் நீ இன்று எல்லாம் தெரிந்துகொண்டது ஒருவிதத்தில் நல்லதாயிற்று." கொஞ்சம் தயங்கினாள். பிறகு தொடர்ந்து பேசலானாள்.

"உன்னிடம் விஷயத்தை ஒளிவு மறைவில்லாமல் சொல்லிவிட வேண்டும் என்று ரொம்ப நாளாகவே நினைத்தேன். ஆனால் தன் மானம் என்னை அப்படிச் செய்யவிடாமல் தடுத்தது. உன்னை எச்சரிக்க வேண்டும் என்றிருந்தது எனக்கு. அதுவும் முடியவில்லை. இன்று இப்படி நடந்ததே நல்லதாயிற்று. நான் போகும் பாதை படுகுழிக்குத்தான் வழி என்று உனக்கு இப்போது தெரிந்து விட்டது அல்லவா? நீ ஜாக்கிரதையாய் இருந்துகொள்ளலாம். அந்த விஷயத்தில் எனக்குத் திருப்திதான்" என்று பேசி நிறுத்தினாள்.

திக்பிரமை பிடித்து நின்ற நீலா மெள்ளச் சமாளித்துக் கொண்டு, "மணி அண்ணாவுக்கு இதெல்லாம் தெரியுமா?" என்று மெதுவாய்க் கேட்டாள்.

"அது யார் மணி அண்ணா? என் எழுத்தாளனைப்பற்றியா கேட்கிறாய்?" கசப்பினால் சாந்தியின் வாய் இலேசாய்க் கோணிற்று. "யாருக்குத் தெரியும் அவரைப்பற்றி? ஆனால் அவர் அறிய வேண்டும் என்றுதானே இந்த வலையை நான் விரித்தேன்!"

"அப்படி என்றால் என்ன அர்த்தம்?" என்று நீலா வினவினாள்.

"அர்த்தம் சொல்லுகிறேன் கேள். உன் மணி அண்ணாவைப் போன்ற கலைஞர்கள் இருக்கிறார்களே அவர்களைப்பற்றி உனக்கு ஒன்றும் தெரியாது. வெளிப்பகட்டைத்தான் உண்மை என்று நீ நினைத்திருக்கிறாய். அவர்களுடைய வாழ்வே போலி; பிறரை ஏமாற்றி வேஷம் போட்டுப் போட்டுச் சுயமாகவேகூட ஏமாந்து போகும் இயல்புடையவர்கள். தங்கள் புத்தகங்களில் வெளியிடும் கொள்கைகளுக்கும், உண்மையில் நடத்தும் வாழ்க்கைக்கும் சம்பந்தமே கிடையாது. தரித்திரம், துக்கம், துறவு முதலிய விஷயங்களைப் பற்றிக் கண்ணில் உதிரம் சிந்தும் அளவுக்கு உருக்கமாயும் மேன்மையாகவும் எழுதுவார்கள். ஆனால் ஒரு நாள்

கூட இவர்களை ஏதாவது தங்கள் அவசியத்தைக் குறைத்துக் கொள்ளச் சொல்லிப் பார்; அவர்கள் செய்யும் அட்டகாசம் பொறுக்கமுடியாது. டாம்பீக வாழ்வை மிகவும் இரசிப்பவர்களான இந்த எழுத்தாளர் குழு தங்கள் வாசகர்களுக்காக நிறைய வேஷம் போடும். பெண்மையின் தூய்மையைப்பற்றியும், பெருமையைப் பற்றியும் பக்கம் பக்கமாக வரிந்து கொட்டுவார்கள். ஆனால் சொந்த வாழ்வில் பெண்களைப் பார்த்தால் அலட்சியம், கற்பைப் பற்றி ஏளனம்; சுய வாழ்வில் சுகம் காணாமல் வெறுப்படைந்த வர்கள் இவர்களில் பெரும்பாலோர். ஏளன மனப்பான்மையை ஒரு கவசம்போல் அணிந்து வாழ்பவர். உன் மணி அண்ணாவும் இந்தக் குழுவில் உட்பட்டவர். அவருடைய போலித்தனத்தை நான் ஊர் சிரிக்கும்படி அம்பலப்படுத்தப் போகிறேன் பார் என்று ஆவேசமாய்ப் பேசினாள் சாந்தி.

“அவரைத் திருத்தப் போய் உங்கள் மானம் போய்விடுமே, அக்கா” என்றாள் நீலா.

“என் பிறப்புடன் வந்த மானமும் கௌரவமுந்தானே எனக்கு. அப்புறம் என் வாழ்வில் இதற்கெல்லாம் எங்கே இடம்? கல்யாணத்தில் ஒருவிதச் சுகத்தையும் நான் காணவில்லை நீலா. வீடு, வாசல், செல்வம், நிம்மதி எதுவுமில்லை. இருந்ததும் காற்றோடு போயிற்று, அவ்வளவுதான். கவலையில் தம்மையே இழந்து கொண்டிருக்கும் கணவர், போலியான ஒரு கற்பனை உலகத்தில் மூழ்கி அசலை மறந்து வாழும் எழுத்தாளர். வரும்படி இல்லை, அதனால் உலை வைப்பதும் இல்லை. அதெல்லாம் என் பொறுப்பு என்று விட்டு விட்டார்! எனக்கும் அலுப்புத் தட்டிவிட்டது. இது இல்லை, அது இல்லை என்று நான் துக்கம் கொண்டாடப் போவதில்லை. வாழ்வில் எனக்கு இனிமேல் எவ்வித மகிழ்ச்சியோ சுகமோ வரப்போவதில்லை. ஆனால் உயிருடன் இருக்க வேண்டுமே! அதற்காக, உயிரைப் பேண மாத்திரம்-உணவுக்காக மாத்திரம்-நான் எந்த வேஷமும் போடத் தயார். காதல் நாடகம் நடிக்கவேண்டும் என்றாலும் நடிக்கத் தயார் நான். ஆனால் இந்த விவஸ்தை கெட்ட வாழ்வும் ஒரு வாழ்வா நீலா?”

“நீங்கள் புரியும் காதல்கூட வெறும் நடிப்புத்தானா?” நீலாவால் நம்பமுடியவில்லை.

"ஆமாம், ஆமாம்! நீ என்ன நினைத்துவிட்டாய்?" உருக்கமாய்ப் பேசிக்கொண்டிருந்த சாந்தியின் குரலில் திடீரென்று கேலி தவழ்ந்தது. "அந்த மீசை முளைக்காத பையனிடம் எனக்குக் காதல் என்றா நினைத்தாய்?"

சாந்தியால் சிரிப்பை அடக்க முடியவில்லை. தலையணை ஒன்றில் தன் முகத்தைப் புதைத்துக்கொண்டு குலுங்கக் குலுங்க அவள் சிரித்தாள்.

9

சேவாசத்திரத்தைப் பற்றி எல்லாம் விவரமாய்ச் சகுந்தலாவிடம் கேட்டுத் தெரிந்து கொண்டார் அவிநாச பாபு. பாக்கெட்டிலிருந்து செக் புத்தகத்தை எடுத்து, "எவ்வளவு பணம் வேண்டும், சொல்லுங்கள்?" என்றார். அவருடைய நாற்காலியின் பக்கத்தில் நின்று சகுந்தலா அவருடன் பேசிக்கொண்டிருந்தாள்.

"நீங்கள் ரொம்ப அவசரப்படுகிறீர்களே! நாங்கள் யார், எப்படிப் பட்டவர்கள் என்று ஒன்றுமே தெரிந்துகொள்ளாமல் இவ்வளவு பணம் கொடுக்கத் தயாராகிவிட்டீர்களே!" என்று கேட்டாள்.

"அதெல்லாம் அவசியமே இல்லை. நீலா உங்களைப்பற்றி நிறையச் சொன்னாள். இந்த மாதிரி காரியங்களில் எனக்கு ரொம்ப ஈடுபாடு உண்டு. மாதம் ஐம்பது ரூபாய் வீதம் ஐந்து 'மாதர் நல' ஆசிரமங்களுக்கு நான் சந்தா கொடுக்கிறேன், தெரியுமா? மேலும் நீங்கள் செய்வது உண்மையான தொண்டு; உயர்ந்த மகத்துவமான உழைப்பு. பெண்களுக்கு மட்டுமல்ல உங்களால் நன்மை, எல்லாருக்கும் அல்லவா உதவி செய்யத் தயாராக இருக்கிறீர்கள்!" என்று முகஸ்துதி செய்தார்.

"ஆமாம்" என்று ஒத்துக்கொண்டாள் சகுந்தலா. "எல்லாருக்கும் அவசியப்படி உதவத் தயாராயிருப்பது எங்கள் தொழில். ஆண், பெண், குழந்தை என்று வித்தியாசம் செய்வதில்லை. வயது முதிர்ந்தவர்களைக் கூட, உங்களைப் போன்ற கிழவர்களைக்கூட எங்களால் கவனித்துக் கொள்ள முடியும்" என்று ஒரு போடு போட்டாள்.

"நான் கிழவனா?" அதிர்ச்சியில் இருமல் வந்துவிட்டது. பிறகு சமாளித்துக்கொண்டு, "சரியாய்ச் சொன்னீர்கள். கிழவன் தான் நான்." பெருமூச்சுடன் தொடர்ந்தார். "கிழவர்களைப்பற்றி யாரும் கவலைப்படுவதே இல்லை மிஸ் ஸர்க்கார். அப்பொழுது செக்--?"

“நீலாவின் கையில் கொடுத்துவிடுங்கள்” என்று சகுந்தலா யோசனை சொன்னாள்.

“அதுதான் சரி” அவிநாச பாபு எழுந்துவிட்டார். “அப்பொ வருகிறேன் நான்.”

“நன்றாய்ப் போர்த்திக்கொள்ளுங்கள். இன்று குளிர் அதிகம்.” சகுந்தலாவின் இந்த உபதேசம் அவிநாச பாபுவுக்கு அவ்வளவாகப் பிடிக்கவில்லை. ஆனாலும் மறவாமல் கழுத்தைச் சுற்றி மப்ளர் கட்டிக்கொண்டார். கோட்டை இழுத்துப் பித்தான்களைப் போட்டுக் கொண்டார். ஓரக் கண்ணால் சகுந்தலாவைப் பார்த்தபடி மனக்கசப்புடன் நினைக்கலானார்: “இந்த இளம் வயதில் என்ன திமிர் இவளுக்கு! இவ்வளவு குளிரிலும் கையில்லாத சட்டை, பாதி முதுகு திறந்த ரவிக்கை, காலில் செருப்பு-இப்படி இருந்தும் அவளைக் குளிர் பாதிக்கவே இல்லையே. என்னை மாத்திரம் எவ்வளவு எல்லாம் எச்சரிக்கிறாள் இந்தப் பெண்!”

தெருவில் வந்த பிறகும் இந்த உறுத்தல் மாறவில்லை. தமக்கு முதுமை வந்துவிட்டதே என்ற வருத்தத்துடன் இலேசாய் ஒருவித அநுதாபமும் இழைந்தோடியது. சகுந்தலா அவர் சமீபத்தில் நின்றபொழுது அவளுடைய மேற்புடைவை எத்தனையோ தடவை நழுவி நழுவி விழ இருந்தது. அவர் பக்கம் திரும்பிப் பேசும்போது அவளுடைய தலைமயிர் அவருடைய கன்னத்தில் உராய்ந்தது, ஏதோ இரகசியம் சொல்லும் பாணியில். அந்தப் புல்லரிப்பு அவரை மின்சாரம்போல் உலுக்கியது. அந்தப் பெண் வேறு இவரை எச்சரிக்கவும் முயன்றாளே! நல்ல வேடிக்கைதான். தெரியா விட்டால் என்ன அவளைப்பற்றி? இதற்குமுன் எவ்வளவோ முறை இந்த மாதிரி ரிஸ்க் எடுத்துக் கொண்டதில்லையா அவர்? பரிசயமில்லாத இடத்தில் பணத்தைக் கொட்டியதில்லையா அவர்? ஒவ்வொரு சனிக்கிழமையும் குதிரைப் பந்தயத்தில் பணம் கட்டுவதில்லையா? எல்லாக் குதிரைகளுமா ஜயிக்கின்றன? அதிர்ஷ்டம் இருந்தால் தான் வெற்றி, பணம் எல்லாம்.

ஏதோ ஒரு நினைவுடன் தெருவிலேயே நின்றார் அவிநாச பாபு. அவருடைய மனம் ஏதோ தத்தளிப்பில் மிதந்தது.

பணம்! எப்படி எப்படியோ வருகிறது. அப்படியும் இப்படியுமாய் வரும் பணந்தானே விரயமாகிறது! முதலுக்கு எவ்வித நஷ்டமும் இல்லையே. தனி ஆளுக்கு எவ்வளவுதான் பணம் வேண்டும்? விரயம் செய்தால்தான் என்ன?

6 எஃப்க்கு முன்னால் வந்து விட்டார். தடியைத் தரையில் நன்றாய் ஊன்றிக்கொண்டு நின்றார். இந்த வீட்டுக்குள்ளும் நுழைய வேண்டும்; ஆனால் நீலாவுக்குத் தெரியாமல். அவருடைய உடல் பசி அவரை அப்படி விரட்டி அடித்தது. உதிரத்தை உறிஞ்சி எடுக்கும் ஏதோ ஒன்று போலல்லவா தன்னைப் பிடித்துக்கொண்டு விட்டது இந்தக் காமப்பேய்! உடல் முதுமையால் பலமற்று விட்டது. ஆனால் ஆசை? அவருடைய உள்ளத்தில் ஒரு பசுமையான, பலமான ஆசைப் பேய் குடிகொண்டிருந்தது. அதன் தாகத்தைத் தணிக்க இங்கேயும் அங்கேயுமாய் அலைக்கழிய வேண்டியிருந்தது. அநியாயந்தான்! இப்போது நீலாவுக்குத் தெரியவே கூடாது, 6 எஃப்பில் அவருக்கு வேறு சிநேகமும் உண்டென்று!

அப்புறமாய், நீலாவிடம் சேவா சத்திரத்துக்காகச் செக் எழுதிக் கொடுத்தார் அவிநாச பாபு. இந்திரஜித் கொடுத்திருக்கக் கூடிய தொகையைவிட நான்கு பங்கு அதிகமாய் அளித்திருந்தார், பெரியவர். சகுந்தலாவிடம் தலைகுனிய வேண்டாம். தலைக் குனிவு இல்லா விட்டாலும் மனம் ஒப்பவேண்டாமா? இந்திரஜித்திடம் ஏற்பட்ட தோல்வி அவிநாச பாபுவிடம் கிட்டிய வெற்றியில் கரைந்து போக முடியுமா?

“எப்படியானால் என்ன? கையில் கிடைத்திருக்கும் பொருளுக்கு மதிப்பு அதிகந்தான்.” அன்று மனம் மகிழ்ந்து நீலா அதிகமாகவே பாடினாள், அவிநாச பாபுவுக்குத் தன் நன்றியைத் தெரிவிக்க.

பெரியவர் தெருவில் இறங்கியதும் கழுத்துக் கம்பளியை அவிழ்த்துவிட்டார். இன்று அவருக்கிருந்த குஷியில் குளிரைப் பற்றிக் கூடக் கவலைப்படவில்லை. மனம் குளிர்ந்திருந்தது. உடம்பிலும் கொஞ்சம் குளிர்க் காற்றுப் பட்டால் நல்லதுதானே!

‘நாளையிலிருந்து சவனப்பிராச லேஹியத்தைக் கொஞ்சம் அதிகமாய் உட்கொள்ளவேண்டும். பழகிய நெய்யுக்கும் ஏற்பாடு

செய்யவேண்டும். உடம்பிலும் நிறைய எண்ணெய் தேய்த்துப் பிடித்துவிடச் சொல்லவேண்டும். வாலிபம் திரும்புமா, அவ்வளவு எளிதில்!

பிரமோதின் கடையைத் தாண்டும்போது திடுக்கிட்டு நின்றார். உள்ளிருந்து யாரோ தன்னையே உற்றுப் பார்ப்பதுபோல் தோன்றிற்று. நின்று பெயர்ப் பலகையைப் படித்தார்: பாரீஸ் ஜுவல்லரி! எதையோ நினைத்துக்கொண்டு உள்நுழைந்தார். எழுந்து நின்றவாறே, "வாருங்கள் சார், என்ன வேண்டும் உங்களுக்கு?" என்று வரவேற்றார் பிரமோத் பத்தர்.

சுற்றிப் பார்த்தார் அவிநாச பாபு. அதிகமாகச் சாமான் ஒன்றும் காணவில்லை. அவசரத்தில் இங்கு ஏன் நுழைந்து விட்டோம் என்று பச்சாதாபப்பட்டார். அவருக்கு வாடிக்கைத் தட்டான் உண்டே. அவனிடமே போயிருக்கலாம்.

வழக்கமில்லாமல் கள்ளுக் கடையில் நுழைகிறவன் தயங்குவது போல், கொஞ்சம் தடுமாற்றத்துடன், "அன்பளிப்புக்கு ஏற்ற பொருள் ஏதாவது இருக்குமா உங்களிடம்?" என்றார்.

"நிறைய இருக்கிறது சார். என்ன வேண்டும் சொல்லுங்கள். மோதிரம் காண்பிக்கவா அல்லது ஜிமிக்கி, லோலாக்கு ஏதாவது எடுக்கட்டுமா?" என்று கேட்டார் பத்தர். காதணி ஏதாவது வாங்கினால் விஷயம் பட்டென்று தெரிந்துவிடும். யார், யாருக்காக வாங்கியது, எங்கே வாங்கியது எல்லா விவரமும் பரவிவிடும். அது உசிதமல்ல. அதனால் மோதிரந்தான் சரி.

"மோதிரம் காண்பியும்" என்றார்.

மனத்துக்குள் சிரித்துக்கொண்டார் பத்தர். பெட்டியைத் திறந்து ஒரு மோதிரத்தை எடுத்து அவிநாச பாபுவிடம் நீட்டினார். "இந்த அளவு சரியாயிருக்குமா என்று பாருங்கள்" என்றார்.

அளவைப்பற்றி அவிநாச பாபு கவலைப்படவில்லை. அவர் மனம் எங்கோ காற்றில் பறந்து கொண்டிருந்தது. சண்பக மொட்டைப் போன்ற அழகிய, மென்மையான விரலை நினைத்துப் பார்த்தார். மோதிரத்தை அணிவிக்கும்போது தனக்குக் கிடைக்கப் போகும் பேரின்பத்தை மனத்தில் நுகர்ந்தார். நிலை தடுமாறிற்று

அவருக்கு. நல்ல வேளையாய்த் தம்மைச் சமாளித்துக்கொண்டு "சரியாக இருக்கும்" என்றார்.

பேரம் செய்யும் வழக்கமில்லை அவருக்கு. நீலக் காகிதத்தில் சுற்றிய மோதிரத்தைப் பேசாமல் சட்டைப் பைக்குள் வைத்துக் கொண்டார்.

இதுவும் ஒரு பெரிய "ரிஸ்க்"தான். ஆனால் கொஞ்சம் தைரியம் இருந்தால்தான் இந்த மாதிரி மென்மையான விவகாரங்களில் வெற்றி காணமுடியும். சினிமாவுக்குக்கூட வந்தாள்! அவர் மனம் குளிரும்படி பாடி மகிழ்வித்தாள். மோதிரத்தை மறுக்கவா போகிறள்?

கதவை மூடிவிட்டு உள்ளே வந்தார் பத்தர். அன்று அந்தப் பிள்ளை விற்றுப் போனானே அதே மோதிரத்தை இதோ இந்தப் பெரியவர் வாங்கிக்கொண்டார். வாழ்க்கையின் சாரமே இதுதான். கொடுக்கல், வாங்கல், பிறப்பு, இறப்பு! யாராவது அறிஞரிடம் போய்த் தத்துவ ஞானம் பெற்று வரவேண்டும் என்று பத்தர் எண்ணிக் கொண்டார்!

கினு கோனார் தெருவில் உயிர் துளிர்விட ஆரம்பித்து விட்டது. வீட்டுக்குவீடு பல நிறப் புடைவைகள் உலருவதற்காகத் தொங்கின. வீட்டுக்கு வீடு இரவில் விளக்கொளியும் சுடர்விட்டது. பிரமோத் பத்தர் தம் அறையினுள்ளிருந்தே எல்லாவற்றையும் பார்த்து இரசித்தார். ஆனால் அவருக்குத் திருப்தியில்லை. ஒளியும் நிறமும் மாத்திரம் இருந்தால் போதுமா? பாட்டு, கூத்து, குடி, கும்மாளம் இதெல்லாமும் கூடிக்கொண்டால்தானே பழைய நாள் கோலா கலம் திரும்ப முடியும்! மேள தாளம், சலங்கை ஒலி, சோடா குப்பி திறக்கும் சப்தம், குடிமயக்கத்தில் கூவும் "சபாஷ்"- இதெல்லாம் இல்லாமல் என்ன வாழ்வு? ஆனால் இதெல்லாம் கட்டாயம் திரும்பும் என்று பத்தரின் மனத்தில் ஏதோ ஒன்று சொல்லிற்று. இலேசாய் ஒலியும் கேட்பதுபோல் இருந்தது! காத்திருந்தார், அந்த நாளை எதிர்பார்த்துக்கொண்டு.

கசப்பு, வெறுப்பு எல்லாம் எங்கேயோ மாயமாய் மறைந்து விட்டனவே! நீலாவுக்கே அதிசயமாயிருந்தது. அன்று இந்திரஜித்தின் அறையில் அவளுக்கு ஏற்பட்ட அதிர்ச்சியில் அவளுடைய

மனத்தில் வெறுப்புக்கு மாத்திரமே இடம் இருந்தது. ஆனால் கூடவே ஊறிய பச்சாதாபத்தின் குளுமை வெறுப்பின் வெப்பத்தைத் தணித்துவிட்டது.

அன்று அவள் கண்டது ஆபாசந்தான். ஆனால் இந்திரஜித்திடம் அவளுக்குக் கோபம் மூளவில்லை. அவள் மனம், 'இந்திரஜித்தைக் குற்றம் சொல்லமுடியாது. சாந்தி, தன் குரூர விளையாட்டுக்குத் தேர்ந்தெடுத்த பொம்மை அவன்' என்று ஓலமிட்டது. நீலாதான் என்ன செய்ய முடியும்?

கீழ் அறை இருட்டிலும் குளிரிலும் நடுங்கிக்கொண்டிருந்தது. தரை பனியாய்ச் சில்லிட்டது. விரிசல் கண்டிருந்த தரையில் பாசி கூடப் படர்ந்திருந்தது. ஓதத்தின் தன்மையும், ஒருவித மண் மணமும் அறையை நிரப்பி நின்றன.

கதவு திறக்கப்படும் ஓசையை உணர்ந்து இந்திரஜித் உற்றுப் பார்த்தான். "யார்?" என்று கேட்டான். நீலா பதில் சொல்லவில்லை. அறைக்குள் வந்து அவன் தலைமாட்டிலிருந்த ஜன்னலை நன்றாய்த் திறந்து வைத்தாள். கொஞ்சம் வெயில் உள்ளே நுழைந்தது. ஆனால் அந்த வெயிலில் சூடுமில்லை, ஒளியுமில்லை. காச நோயாளி துப்பும் இரத்தத்தைப் போல் களையற்றிருந்தது.

திரும்ப, "யார்? சாந்தியா?" என்று கேட்டான். நீலா உதட்டைக் கடித்துக்கொண்டாள்.

"இல்லை. நான் தான் நீலா. உங்களுக்கு உடம்பு சுகமில்லை என்று கேள்விப்பட்டேன். பார்த்துப் போக வந்தேன்" என்றாள்.

"ரொம்ப நல்லதாச்சு. உட்காருங்கள். ஜன்னலை ஏன் திறந்து விட்டீர்கள்?"

"ஏன் திறக்கக்கூடாதா? கொஞ்சமாவது வெயில் அறையுள் வர வேண்டாமா?"

"வரவேண்டாம்." திரும்பக் கண்ணை மூடிக்கொண்டு விட்டான். "எனக்கு இருட்டுத்தான் பிடிக்கும். சிருஷ்டியின்போது இருட்டுத் தான் முதலில் தோன்றிற்று. அதுதான் இயற்கையின் வண்ணம். ஒளி செயற்கை, அப்புறமாய் வந்தது."

தன் மனத்தைத் திடப்படுத்திக்கொண்டே இன்று இவ்வறைக்குள் பிரவேசித்தாள் நீலா. இவனுடைய பிரலாபமும் எவ்வளவோ முறை கேட்டாய்விட்டது. அதனால் இலேசாய்ச் சிரித்தபடி, "நான் பெண்தானே. எனக்குக் கொஞ்சம் செயற்கையும் பிடிக்கும்" என்றாள். பிறகு அவன் படுக்கையண்டை, தலைமாட்டில் போய் நின்றாள். காலிலிருந்து கழுத்துவரை இழுத்துப் போர்த்துக் கொண்டு படுத்திருந்தான் இந்திரஜித். நீலாவின் நிழலின் தலை அவன் கால்களைத் தொட்டது.

முகம் வாடி வதங்கி இருந்தது அவனுக்கு. ஆனால் கண்களில் ஒளி பளிச்சிட்டது. பேச்சும் தெளிவாக இருந்தது. உதடுகளில் கபடமற்ற குழந்தைச் சிரிப்பு. எங்கோ நீலாவின் நெஞ்சின் அடித்தளத்திலிருந்த கனிந்த உணர்ச்சி ஒன்று உயிர் பெற்று எழுந்து உடலெல்லாம் பரவியது. அதை இரக்கம் என்று சொல்லவே முடியாது. அவனுடைய நெற்றியின் மேல் கைவைத்துப் பார்த்தாள். நல்ல சுரம். தன் கொதிக்கும் கையை அவளுடைய கையின்மேல் வைத்தான் இந்திரஜித். "எவ்வளவு சுரம் எனக்கு, சொல்லுங்கள்" என்றான்.

ஒரு நிமிஷம் தடுமாறினாள். உடனேயே விலகி நின்றாள். "நல்ல சுரந்தான். நீங்கள் மருந்தொன்றும் சாப்பிடவில்லையா?" என்று கேட்டுச் சமாளித்துக்கொண்டாள். "ஒருதரம் ஆச்சு. திரும்ப ஒருமுறை சாப்பிடவேண்டும். நாழியாகிறது இப்பொழுது" என்றான்.

"மருந்து எங்கே இருக்கிறது, சொல்லுங்கள்? நான் ஊற்றித் தருகிறேன்" என்றாள் நீலா.

நாலு பக்கமும் கண்களைச் சுழலவிட்டான் இந்திரஜித் "சாந்தி.. சாந்தி மன்னிதான் எங்கேயோ வைத்திருக்கிறாள். உங்களால் அதைத் தேடி எடுக்கமுடியாது. அவளையே அழைத்து வாருங்கள்" என்றான்.

ஒளியற்ற ஒரு நெருப்பு நீலாவின் கண்களில் எழும்பி உடனே அடங்கியும் விட்டது. "சாந்தி அக்கா வீட்டில் இல்லையே" என்றாள்.

“இல்லையா? எங்கே போய்விட்டாள் இப்போது?” க்ஷவரம் செய்துகொள்ளாத முகத்தைத் தடவியபடி தைரியமிழந்த குரலில், “போகட்டும். நீங்கள் எனக்குக் கொஞ்சம் தண்ணீர் தருகிறீர்களா குடிக்க?” என்றான்.

சாந்தியின் அறையில் பூட்டு தொங்குவதைக் கண்டபிறகே நீலா தைரியமாய் இந்திரஜித்தின் அறைக்குள் நுழைந்தாள். ஏதோ குற்றம் செய்வதுபோல் இருந்தது அவளுக்கு. ஆனாலும் கவலை இல்லாமல் இருந்தாள்.

குடிக்கத் தண்ணீர் கொடுத்தாள். “இன்னும் என்ன வேண்டும்?” என்றாள். டம்ளரைக் காலிசெய்து அவளிடம் கொடுத்தபடி, “வேறு ஒன்றும் வேண்டாம். அதோ, அந்தப் பெட்டியிலிருந்து ஒரு புத்தகம் எடுத்துக் கொடுத்துவிடுங்கள் போதும். கவிதை ஏதாவது உங்களுக்குப் படித்துக் காண்பிக்கலாம் என்றால் உங்களுக்குத்தான் அதெல்லாம் பிடிக்கிறதில்லையே!” என்றான். நிம்மதி அற்றவனாய், “அந்த வீட்டுக்காரர்கள் எங்கே போய் விட்டார்கள்? எனக்கு மருந்து, கஞ்சி எல்லாம் தரவேண்டும். படுக்கை விரிப்பையும் மாற்றவேண்டும்.....” என்று குழந்தை போல் சிணுங்கினான்.

“மாற்று விரிப்பு எங்கிருக்கிறது சொல்லுங்கள். மாற்றி விடுகிறேன்” என்று நீலா முன்வந்தாள். செயலற்றவனாய், குழந்தையைப் போல் சிரித்தான் அவன். “எனக்குத் தெரியாதே, சாந்தி மன்னிக்குத்தான் தெரியும்” என்றான்.

உதட்டை மென்றாள் நீலா. இந்த விவகாரத்தில் இறங்கியே இருக்கக்கூடாது. சகுந்தலாவின் ஏளனந்தான் காரணம், இந்த மாதிரி அவள் போட்டியில் இறங்கியதற்கு. ரொம்பவும் அசட்டுத்தனம்!

மெள்ளக் கதவை மூடிவிட்டு வெளியேறினாள் நீலா. மனம் தளர்ந்தவளாய் இனிமேல் சாந்தியுடன் போட்டி இடுவதில்லை என்று உறுதி கொண்டாள். ஆனால் அந்த உறுதி நிலைக்கவில்லை. இந்திரஜித்தை எப்படியாவது காப்பாற்றவேண்டும் என்ற பேரவா அவளை உந்தியது. சர்வநாசத்தைத் தரும் சாந்தியின் மோக வலையிலிருந்து அவனைத் தப்புவிக்கவேண்டும்.

‘ஜன்னலை மூடிவிடுங்கள். எனக்கு வெளிச்சம் பிடிக்காது.’ இந்திரஜித்தின் தீனக் குரல் அவள் காதில் ஒலித்தது. சாந்தி சொன்ன

விஷயம் நினைவுக்கு வந்தது. இந்தக் கலைஞர்களே வேடிக்கையான ஒரு கூட்டம். துக்கம், நோய், தரித்திரம் இவையே இவர்களுக்கு மிகவும் பிடித்த விஷயங்கள். தங்களுக்கும் கடைசியில் க்ஷயரோகம் வரவேண்டும் என்று எதிர்பார்த்திருப்பார்கள். வாழ்க்கையின் அசல் என்ன என்பதை அறியப் பயப்பட்டு, ஒன்று பாதாளத்துக்கே சென்றுவிடுவார்கள் அல்லது கற்பனை என்ற சிறகுகளைக் கட்டிக் கொண்டு ஆகாயத்தில் பறப்பார்கள். காலை நன்றாய், திடமாய்த் தரையில் ஊன்றி வாழப் பயப்படும். முதுகெலும்பற்ற கூட்டம். நொந்துபோனவர்களின் மன நிலைமையை ஆராய்ந்து அதை வைத்துக்கொண்டே ஒரு பாதாளத்தை எழுப்பி விடுவார்கள், இந்த இலக்கியப் பித்தர்கள். இல்லை என்றால் அசரீரியைத் தேடி அலைவார்கள். அசல் வேண்டாம். கற்பனை தான் வேண்டும். எங்கும் துன்பந்தான் தெரியும் அவர்கள் கண்களுக்கு. இவர்கள் துன்பத்தினூடே உள்ள இன்பத்தைக் காண மறுப்பவர்கள். வெயிலின் தகிப்புத்தான் புரியும் அவர்களுக்கு. அந்த ஒளியின் சக்தியால் மலரும் பூக்களையும், கரையும் பனியையும், எழும் உயிரையும் காணக் கண்ணற்றவர்கள். நடுநடுவே பாதாளத்திலிருந்து முகத்தை மாத்திரம் வெளியிட்டு உலகை ஒரு நோட்டம் விடுவார்கள். பிறகு உள்ளுக்கே இழுத்துக் கொள்ளுவார்கள். இந்த இருண்ட வாழ்விலிருந்து, ஏமாற்றக் குழியிலிருந்து இந்திரஜித்தைக் காப்பாற்றிக் கரை ஏற்ற விரும்பினாள் நீலா.

சாயங்காலம் பாட்டுப் பள்ளிக்குப் போகும் வழியில் சாந்தியைச் சந்திக்க நேர்ந்தது. “எப்பொழுது திரும்பி வந்தீர்கள், அக்கா?” என்று நீலா விசாரித்தாள்.

“இதோ கொஞ்சம் முன்புதான்.”

“எங்கே போயிருந்தீர்கள்?”

“உன் மணி அண்ணாவின் நாடக ஒத்திகை இன்று; கடைசி ஒத்திகை. அதனால் என்னையும் அழைத்தனர். போய் வந்தேன்” என்றாள் சாந்தி.

அவளையே மீறிப் பேச்சில் கடுமை ஏறிற்று. “நீங்கள் கவலையில்லாமல் நாடகம் பார்க்கப் போய்விட்டீர்கள். இந்தப் பக்கம் பாவம், இந்திரஜித் பாபு...”

அவள் பேசி முடியும் முன்பே, "தனியே சுரத்துடன், கலைந்து போன மெத்தையில், அழுக்கு விரிப்பின்மேல் தவித்துக் கொண்டிருந்தான். இதுதானே நீ சொல்ல வந்தாய்? ஆனால் அவனைப் பார்த்துக்கொள்ள நம்பிக்கையான ஆளை விட்டு விட்டுத்தானே போனேன் நான்?" என்று கூறி, சாந்தி முடித்தாள்.

அது யார் புதிதாய் நீங்கள் சொல்பவர்? என்று புரியாதவள் போல் கேட்டாள் நீலா. பதில் சொல்லாமல் சாந்தி ஒரு ஸேப்டி பின்னை நீட்டினாள். இது உன்னுடையதா பார். இந்திரஜித்தின் படுக்கையைத் தட்டி உதறும்போது அதிலிருந்து விழுந்தது" என்றாள்.

சாந்தியைக் கண் உயர்த்திப் பார்க்க நீலாவால் முடியவில்லை. தயக்கத்துடன் கையை நீட்டி அந்தப் பின்னை வாங்கி வளையல் களுடன் இணைத்துக்கொண்டாள். கூசிக் குறுகும் நீலாவைப் பார்த்து மனத்துள் நகைத்துக் கொண்டாள் சாந்தி. இந்த இளம் பெண்களின் திடீர் நாணமும் இரத்தச் சிவப்பும் எவ்வளவு அழகாக இருக்கின்றன! சாந்திக்கு வயதாய்விட்டது. காதலில் நம்பிக்கையில்லை அவளுக்கு; ஆனால் காதல் நாடகம் நடிக்க வேண்டியிருந்தது. நீலா கன்னிப் பெண். மனத்தில் மென்மையும் வாய்மையும் மணம் வீசின. போலிக்கு இடமில்லை அவளிடம். உண்மையாய் அவளால் காதலிக்க முடியும்; அந்தக் காதலுக்காகத் தன்னையே அழித்துக் கொள்ளவும் முடியும். சுயநலப் பூச்சு இன்னும் ஏறவில்லை.

10

நாடகம் முழுதும் பார்க்காமலே சாந்தி கொட்டைகை யிலிருந்து வெளியேறிவிட்டாள். வேறு வழியில்லை. ஏதோ அசம்பாவிதமாய் நடக்கப் போகிறது என்று சாந்திக்கு உள் உணர்ச்சி உணர்த்திக் கொண்டிருந்தது. கண் இமையும், தோளும் துடித்து வரப் போகும் கெடுதலைக் கோடி காட்டுவதுபோல் அவளுக்கு மனத்துள் ஒருவிதக் கலவரம் எச்சரித்தது. பெண் புத்தி பின் புத்திதான். இல்லாவிடில் மணீந்திரன் மாதக் கணக்காய்த் திரை மறைவில் அமர்ந்து எழுதிக் கொண்டிருந்தபோது ஏன் ஒரு தரங்கூட அவன் என்ன தான் எழுதுகிறான் என்று போய்ப் பார்க்கத் தோன்றவில்லை அவளுக்கு? அல்லது அவன் வீட்டில் இல்லாத போதாவது அந்தப் புத்தகத்தைப் புரட்டிப் பார்க்க ஏன் அவா எழவில்லை?

இன்று சதாநந்தன் வந்து அழைத்தபொழுது தான் அந்த நாடகத்தைப்பற்றி ஆவல் எழுந்தது. சரி என்று ஒத்திகையைப் பார்க்கப் புறப்பட்டாள். நாடகம் ஆரம்பிக்கும் முன் அங்கே கூடியிருந்த முதலாளி, டைரக்டர் முதலியவர்கள் அவளை வந்து சந்தித்தனர். சிலர், நீங்கள் நாடகத்தை முன்னமேயே படித்துவிட்டீர்கள் இல்லையா? நாங்கள் அதற்கு எவ்விதமாய் உருவம் அமைத்திருக்கிறோம் என்று பாருங்கள் இப்பொழுது என்றார்கள். சாந்தி நாடகத்தை வாசித்திருந்தால் தானே பதில் அளிப்பதற்கு!

நாடகம் ஆரம்பித்துவிட்டது. அவளுக்குப் பக்கத்தில் மணீந்திரன் ஆடாமல் அமர்ந்திருந்தான். அவனை ஒட்டிச் சதாநந்தன். அசையாமல் முதல் அங்கத்தைப் பார்த்தாள். என்ன ஆச்சரியம்! எல்லாச் சம்பவங்களும் ஏதோ பரிசயமானவைபோல் தோன்றின அவளுக்கு. ஏதேதோ வேஷங்களில் வந்து நடித்துப் போகும்

பாத்திரங்களை எல்லாம் எங்கேயோ, எப்போதோ பார்த்தாற் போலவும் இருந்தது. மேலே என்ன நடக்கும் என்றுகூடச் சொல்லி விடலாம்போல் இருந்தது சாந்திக்கு!

முதல் அங்கம் முடிந்ததும் மணீந்திரனை உள்ளே அழைத்து விட்டனர். மேலும் நாடகம் நடக்க நடக்கச் சாந்தியின் கலவரமும் அதிகமாயிற்று. பக்கத்து இடம் காலி; அதற்கடுத்த இருக்கையில் சதாநந்தன் உலகை மறந்து நாடகத்தை அநுபவித்துக் கொண்டிருந்தான். இரண்டாவது அங்கம் முடிந்த பொழுதுகூட மணீந்திரன் வரவில்லை. இருட்டில் சாந்தியின் கண்கள் நெருப்பாய் எரிந்தன. மணீந்திரன் வரமாட்டான் என்று அவள் அறிவாள். தைரியம் இருக்காது அவளைக் கண் எடுத்துப் பார்க்க.

சாந்திக்கு வேர்க்க ஆரம்பித்தது. முகத்தை அழுத்தித் துடைத்துக் கொண்டாள். மனம், உடல் இரண்டுமே தவித்தன. மயிர்க் கால் ஒவ்வொன்றும் குத்திட்டு நின்றது. என்ன பயங்கரம் செய்து விட்டான், மணீந்திரன்! நாடகப் பாத்திரங்களும், சம்பவங்களும் ஏன் பரிசயமுள்ளவைபோல் தோன்றின என்று சாந்திக்குப் புரிந்து விட்டது.

நாலாவது அங்கமும் ஆரம்பமாயிற்று. சாந்தியால் தாள முடியவில்லை. திடீரென்று எழுந்து நின்றாள். சதாநந்தனைப் பார்த்து, தலைவலி பொறுக்க முடியவில்லை. என்னை வீட்டில் கொண்டு போய் விட்டு விடுங்கள் என்றாள்.

சதாநந்தன் தன்னை மறந்து நாடகம் பார்த்துக் கொண்டிருந்தான். பிரமிப்புடன், முழுக்கப் பார்க்கவேண்டாம்?" என்றான். தலைவலி சகிக்கவில்லை, சதாநந்த பாபு. கடைசி வரையில் தங்கினால் என் மூச்சே நின்றுவிடும்" என்றாள்.

அமைதியாய் உணர்ச்சியற்ற குரலில் பேசினாள் சாந்தி. கொஞ்சங்கூட வேகமில்லை பேச்சில். ஆனால் அதில் ஒருவித அபஸ்வரம் ஒலித்தது. அதைச் சதாநந்தனும் உணர்ந்து கொண்டான். அவளை உற்றுப் பார்த்தான். இருட்டில் ஒன்றும் சரியாய்த் தெரியவில்லை. ஆனால் பேயறைந்ததைப் போன்ற சாந்தியின் முகமும் இரைக்கும் மூச்சும் அவனைக் கலவரப்படுத்தின.

"மணியைக் கூப்பிடவா?" என்று கேட்டான்.

"அவரைக் கூப்பிடுவானேன்?" அமைதியாய்ச் சிரித்தவாறு சாந்தி தடுத்தாள். "ஏதாவது வேலை மும்முரமாயிருக்கும். நீங்கள் என்னை வீட்டில் விட்டுவிட்டுத் திரும்பி வந்து அவருக்குச் சமாசாரம் சொல்லுங்கள் போதும்."

ஒத்திகை மாலை ஆறு மணிக்குள் முடிந்துவிட்டது. ஆனால் மணீந்திரன் வீட்டுக்கு வரும்பொழுது இரவு மணி ஒன்று.

ஓசைப்படாமல் கதவை மூடிவிட்டுப் பேசாமல் படுக்கப் போனான். விருட்டென்று சாந்தி கட்டிலில் எழுந்து உட்கார்ந்து கொண்டாள்.

"நீ இன்னமுமா தூங்கவில்லை?"

"இல்லை" என்றவாறு எழுந்து நின்றாள் சாந்தி. பிறகு திடமுடன் நடந்துபோய்க் கதவைத் தாழிட்டுவிட்டு வந்தாள்.

"உனக்கு உடம்பு சரியில்லை என்று சதாநந்தன் சொன்னானே. நாடகம் முடியும் முன்பே புறப்பட்டு வந்துவிட்டாயாமே?"

"அதனால்தான் இவ்வளவு சீக்கிரமாய் வீடு திரும்பினீர்கள் போலும்! என் உடம்பைப்பற்றித்தான் எவ்வளவு கவலை!" வாயில் துணியை அடைத்துக்கொண்டு குமுறுவதுபோல் ஒலித்தது அவளுடைய குரல். பிறகு அவனைக் கெட்டியாய்க் கட்டிக் கொண்டு,

"உங்கள் நாடகத்தில் எனக்கும் ஒரு பார்ட் வாங்கித் தருவீர்களா?" என்றாள்.

திடுக்கிட்டுப் போனான் மணீந்திரன். அவளை மெள்ள விலக்கியவாறு, "என்ன உளறுகிறாய்?" என்றான்.

உட்கார்ந்துகொண்டாள் சாந்தி. அழுகையும் குமுறலுமாய், "கதை என்னைப்பற்றியது, வாழ்வு என்னுடையது, நான் ஏன் நடிக்கக் கூடாது? என்றாள். "உங்கள் சமேலி, தாமினி, சபலா" இவர்கள் எல்லாரையும்விட நன்றாய் நடிப்பேன் நான், பாருங்கள்."

விக்கித்துப் போன மணீந்திரனின் செவிகளில் சாந்தியின் கேலிச் சிரிப்பு கலகலவென்று ஒலித்தது.

"தேவலையே, உங்கள் உபாயம்! வீட்டுக் கதையையே நாடக மாக்கிவிட்டீர்கள். பணம் சம்பாதிக்க நல்ல வழிதான் இது. ஆனால் நான் நடிப்பதில் உங்களுக்கு என்ன ஆட்சேபம்? அதனால் வரும் படி எவ்வளவோ கூடுதலாகுமே. வீட்டுக் கதை. பணம் வெளியே போவானேன்?"

நிஷ்டூரமான குரலில் அங்கலாய்ப்பும் பிரலாபமும் தொடர்ந்தன. மணீந்திரனால் பொறுக்கமுடியவில்லை. கதவைத் திறந்து கொண்டு வெளியேறினான். குளிர்ந்த காற்று இதமாயிருந்தது.

பாவம் சாந்தி. அழுகை பீறிட்டுக்கொண்டு வந்தது. படுக்கை எல்லாம் அவள் கண்ணீரால் நனைந்தது. அந்தக் கண்ணீரால் கழுவப்பட்டு அவளுக்கு மனத்தில் ஒரு தெளிவு பிறந்தது. கண்கள் சுட்டுக் காய்ந்தன. உடலும் மனமும் நொந்தன.

எல்லாம் வீணாய்விட்டது. சந்தேகமில்லை. அவள் ஆடின ஆட்டமெல்லாம் விழலுக்கு இறைத்த நீராய்விட்டது. மணீந்திரனைப் பாதிக்கவேயில்லை. அவளுடைய வெட்கமற்ற நடவடிக்கைக்கு வேறொரு கணவனாயிருந்தால் எப்போதோ அவனுக்குப் பைத்தியம் பிடித்துப் போயிருக்கும். ஆனால் அவளுக்கு வாய்த்த கலைஞன் நேர்மாறாகத் தன் கண்களை அகலத் திறந்து வைத்துக்கொண்டு அவளுடைய ஆட்டத்தை எல்லாம் அநுபவித்தான். எல்லாவற்றையும் மனத்தில் பதித்துக்கொண்டான். அப்புறம் சமயம் வந்த பொழுது நாடக உருவத்தில் அவளுடைய வாழ்வைப் பொருத்தி வெளி உலகத்துக்கும் அளித்துவிட்டான்.

இன்னொரு சந்தேகமும் அவளை இப்பொழுது பிடித்துக் கொண்டது. ஏன் அவளுக்கு அவன் அவ்வளவு சுதந்தரம் கொடுக்க வேண்டும்? ஏன் கண்டும் காணாததுபோலவும், புரிந்தும் புரியாதது போலவும் வேஷம் போட்டான்? ஏதோ காரணத்துடன்தான் செய்திருப்பான். ஒருவேளை இந்த மாதிரி கதை ஏதாவது அவன் மனத்தில் உருவாய்க்கொண்டிருந்ததோ? நடுநடுவே கற்பனை ஓடாமல் தடங்கல் ஏற்பட்டிருக்கலாம். சாந்தியை அவள் வழியே போக விட்டு, அவளுடைய நடவடிக்கையை உன்னிப்பாய்க் கவனித்து, அவற்றைக் கொண்டே தன் கதைக்கு முழுமை அளித்தானோ?

"ரியலிஸ்ட்" கலைஞன் மணீந்திரன். கொஞ்சமும் இரக்கமின்றித் தன் கலைக்காக எதையும் செய்யக்கூடியவன். அவனுடைய ரஸாயன ஆராய்ச்சிக்குச் சாந்தி ஒரு கருவி மாத்திரமே தவிர, வேறொன்றும் இல்லை.

கடைசியாய் ஒரு கேவலுடன் அவளுடைய அழுகையும் நின்றது. தலையணையிலிருந்து முகத்தை உயர்த்தினாள். முகமெல்லாம் கண்ணீரின் சுவடுகள். இங்கேயும் அங்கேயும் பஞ்சுகூட ஒட்டிக் கொண்டிருந்தது. தலைமயிர் கலைந்து, குங்குமம் கரைந்து பார்க்கப் பரிதாபமாயிருந்தது.

மெள்ள மெள்ளச் சாந்தியின் உதடுகள் ஒரு கசப்புச் சிரிப்பை உருவாக்கின. மக்கள்தான் எவ்வளவு பெரிய தப்புக் கணக்குகளில் இறங்கிவிடுகிறார்கள்! அவள் நினைத்ததே வேறு. இந்திரஜித்திடம் மணீந்திரன் பொறாமை கொள்வான் என்று நினைத்து ஒரு நாடகத்தை நடித்தாள். ஆனால் விபரீதமாய் அவளையே அல்லவா அது தாக்கிவிட்டது. அவளுடைய கணவன் மனம் கல்லாய் விட்டது. இந்திரஜித்துடன் அவள் புலி ஆட்டம் விளையாடும் போது மணீந்திரன் திரைக்குப் பின்னாலிருந்து அவர்களுடைய முகபாவங்களையும் கை அசைவுகளையும் கவனித்துக் குறித்துக் கொண்டானோ? அவள் ஏதோ வளர்ப்புப் பூனையுடன் கொஞ்சுவது போல்தான் தோன்றியதோ அவனுக்கு, அவளுடைய லீலை எல்லாம்?

சாந்தியின் கைப் பொம்மை இந்திரஜித்; மணீந்திரனின் கைப் பொம்மை சாந்தி. முதலும் முடிவும் அற்ற வளையம்!

தலைப்பால் முகத்தை அழுத்தித் துடைத்துக்கொண்டாள் சாந்தி. தலைமயிரையும் புடைவையையும் சரி செய்துகொண்டு திரும்பவும் படுத்துக்கொண்டாள். தோல்வி எங்கே? அவ்வளவு எளிதில் பின் வாங்குவதா? விளையாட்டு இருதரப்பினருக்கும் பொது. இனிமேல் தான் அவளுடைய கைவரிசையைக் காண்பிக்க வேண்டும்!

11

நாளெல்லாம் வேலை செய்துவிட்டு மாலை நேரத்துக்கு எல்லாரும் சேவா சத்திரத்துக்கு வந்து சேர்ந்துவிடுவார்கள்.

அடுப்பில் தண்ணியை ஏற்றிவிட்டு அதன் எதிரில் உட்கார்ந்திருந்தாள் சகுந்தலா. அவளைச் சுற்றி மற்றப் பெண்களும் உட்கார்ந்திருந்தனர்அனிமா, கீதா, ஸ்டெல்லா-ஒவ்வொரு வேளை நீலா கூட இருப்பாள்.

கொதிக்கும் நீரில் தேயிலையைப் போட்டு மூடிவிட்டுச் சகுந்தலா அவர்களைப் பார்த்து, "உங்களிடமெல்லாம் எவ்வளவு பணம் சேர்ந்திருக்கிறது? கணக்குச் சொல்லுங்கள் ஒவ்வொருவராய்" என்றாள்.

"சகுந்தலாக்கா, ஏன் இப்படிக் காபூலிக்காரன்போல் பணத்துக்காக நெரிக்கிறாள்! கொஞ்சம் பொறு. டீ சாப்பிட்டு விட்டுக் கணக்குச் சொல்லுகிறோம்"

அன்றைய வருமானம் அனிமா, கீதா இருவருக்கும் ஐந்து ரூபாய் வீதம். ஸ்டெல்லாவுக்குப் பத்து ரூபாய்.

இருபது ரூபாயைத் தலைப்பில் முடிந்துகொண்டே, "நல்ல ஆரம்பந்தான். ஆனால் இதெல்லாம் போதாது. தினமும் கல்லாப் பெட்டியில் பணம் விழுமா என்ன? வீட்டிலும் சில ரிப்பேர்கள் செய்ய வேண்டும். தினப் பத்திரிகை எதிலாவது ஒரு விளம்பரம் பிரசுரித்தாலும் நல்லது. இதற்கெல்லாம் பணம் வேண்டும்" என்றாள் சகுந்தலா.

"எல்லாம் மெள்ள மெள்ள நடக்கும்."

நடக்கும் என்று சகுந்தலாவுக்கும் தெரியும். எவ்வளவோ இன்பங்களை இழந்த பிறகும் நம்பிக்கை இருந்ததால்தானே இந்தச்

சேவா சத்திரத்தை ஆரம்பிக்க முடிந்தது! ஏகப்பட்ட வழுக்கல், சறுக்கல்களுக்குப் பிறகு இப்போதுதான் உலர்ந்த தரையில் கால் நிலைத்திருந்தது. நர்ஸ் வேலையைப்பற்றி மேன்மையாய் நினைக்கும் டாக்டர் உபாத்தியா முதலியவர்களிடமிருந்துகூட இந்தப் பெண்களுக்கு உசித அளவில் மதிப்பும் கௌரவமும் கிடைக்கவில்லை. இந்த உதாசீனத்தை மாற்றி அவர்கள் தலையைத் தூக்கித் தன்மானத்துடன் இவ்வுலகில் வாழ்ந்து வெற்றி பெறச் செய்ய வேண்டும். இதுவே சகுந்தலா தனக்கென்று ஏற்படுத்திக் கொண்ட கடமை.

ஆஸ்பத்திரி வாழ்வு அவள் கண்முன் கனவுபோல் தோன்றியது. குறைந்த சம்பளம், நிறைய உழைப்புஇவையே அவள் கண்ட சுகம். இரவெல்லாம் தூக்கம் விழித்து நோயாளிகளைக் கவனிக்க வேண்டும். போதாதற்கு நோயாளிகளின் உறவினர்களுக்கு உசிதமாய் மன அமைதி கிட்டும்படி பேச வேண்டும். இன்முகம் காட்ட வேண்டும். ஆனால் சகுந்தலாவால் அவர்களை அதட்டத்தான் முடிந்தது. களைப்பு, கசப்பு, அலுப்பு எல்லாமாகச் சேர்ந்து கடு கடுப்பைத்தான் எழுப்பின. அந்த வேலையில் அவளுக்குக் கிடைத்ததும் ஏமாற்றம், அவள் கொடுத்ததும் ஏமாற்றம். இவ்வளவு ஏமாற்றத்தின் நடுவே அந்தத் தொண்டின் மகிமை மங்கிப் போய்விடும்.

அந்த வாழ்வைவிட இந்தச் சுதந்தர ஜீவனமே மேல். இதுவும் அப்படி ஒன்றும் பூ மெத்தை அல்ல; எவ்வளவோ மன உளைச்சல், உடல் களைப்பு, வேறு கவலைகள். ஆனால் உழைப்புக்கேற்ற ஊதியம் - ஏமாற்றமுமில்லை, ஏமாற்றவும் வேண்டாம்.

இலேசாய்க் கொட்டாவி விட்டாள் சகுந்தலா. பகலெல்லாம் தூங்கியதால் உடம்பில் ஒருவிதத் திமிர்ப்பு. தூக்கக் கலக்கம் தெளியாத அவளைப் பார்த்தால் பெண் புலியைப்போல் இருப்பதாய்ப் பெண்கள் கேலி செய்தனர். "புலியா? நீங்கள் எங்கே புலியைப் பார்த்திருப்பீர்கள்? வாழ்வெல்லாம் கல்கத்தா நகரில் நடைபாதையிலிருந்து டிராம், டிராமிலிருந்து நடைபாதை என்று கழித்து வருகிறீர்கள். நீங்களாவது புலியைப் பார்க்கிறதாவது!' என்று சகுந்தலா அவர்களைக் கேலி செய்தாள்.

தேநீரை உறிஞ்சியபடி, "நீ வர இன்று ரொம்ப நாழியாய் விட்டதே கீதா. எனக்குக் கவலையாய்ப் போய்விட்டது. உன் கிழப் பிள்ளை உன்னை விடவில்லையா?" என்றாள்.

"ஆமாம், அக்கா! மருந்து தந்து, கம்பளியால் நன்றாய்ப் போர்த்திவிட்டு வீட்டுக்குப் புறப்பட்டேன். கிழவர் என்னை நிறுத்தி விட்டார். ஏதோ புத்தகம் வாசித்துக் காட்டும்படி சொன்னார்!" என்றாள் கீதா.

"நீயும் நின்றுவிட்டாயாக்கும்!"

"நிற்காமலா? தினம் ஐந்து ரூபாய் தருகிறாரே; வெறுமனேயா? என்னைத் தவிர அவருக்கு வேறு யாரிடமும் நம்பிக்கையில்லை; பிள்ளை, மருமகள், பேரன், பேத்தி யாரிடமும். உடம்பு குணமானதும் என்னையும் கூட்டிக்கொண்டு தீர்த்த யாத்திரை போகப் போவதாய்ச் சொல்லுகிறார்."

"அப்படி என்றால் என்ன அர்த்தம்? என்னவோ சந்தேகமா யிருக்கிறதே?" என்று சகுந்தலா கேட்டாள்.

"சே, சே! அப்படி ஒன்றுமில்லை. ரொம்ப நல்லவர். எனக்காக வரன்கூடத் தேடுகிறார் அக்கா."

"என்னடி இது, கையாலாகாத விவகாரம்? நீயாகவே ஒரு பிள்ளையைத் தேடிக்கொள்ளேன். அந்தக் கிழவனையா நம்ப வேண்டும், அதற்குப் போய்? கஷ்டம், கஷ்டம்."

தோளில் ஒரு துண்டைப் போட்டுக்கொண்டு புறப்பட்டு விட்டாள் சகுந்தலா. "சரி, நான் தயாராகவேண்டும் இப்பொழுது. உங்கள் வேலையாயிற்று. என் வேலை இனிமேல் தான் ஆரம்பிக்கும்!" இரவு வேலை எல்லாம் சகுந்தலாதான் ஏற்றுக் கொள்ளுவாள். "உங்களை எல்லாம் இரவில் இங்கும் அங்கும் அனுப்பமுடியாது. இளம் வயசு, திரும்பி வராவிட்டால் என்ன செய்வது?" தன் பொறுப்பை உணர்ந்து சகுந்தலா எவ்வளவோ செய்கிறாள் என்று அந்தப் பெண்களுக்குத் தெரியும். "சின்னப் பெண்கள், பாவம். நாளெல்லாம் உழைப்பது போதாதா? இரவில் நிம்மதியாய்த் தூங்கட்டும்" என்று நினைத்தாள் சகுந்தலா.

குளித்துவிட்டு வந்தாள். கண்ணிமைகள் மேலும், வகிட்டிலும் தண்ணீர் தேங்கியிருந்தது. செவிகளிலிருந்தும் இரண்டு துளிகள் குண்டலம்போல் தொங்கின. சோப்பு நுரைகூட இங்கேயும் அங்கேயும் காய்ந்து கொண்டிருந்தது.

உலர்ந்த புடைவையைச் சுற்றிக்கொண்டு வந்தாள் சகுந்தலா. ரவிக்கை இல்லை. எல்லாரும் பெண்கள் தானே. வெட்கப்பட என்ன இருக்கிறது? தலைப்பால் முகத்தைத் துடைத்தபடி எல்லாரையும் நோட்டம் விட்டாள்.

"வாயைப் பிளந்துகொண்டு என்ன பார்க்கிறீர்கள்?" என்று அதட்டல் போட்டாள். "உன்னைத்தான் அக்கா, உன்னையே தான். நீ எவ்வளவு அழகாயிருக்கிறாய் தெரியுமா? உன் அழகில் கால் பங்கு எங்களுக்கும் இருந்தால் . . . !"

"கால் பங்கா?" புடைவையில் உடம்பை மறைத்துக்கொண்டு பல்லால் கரையைப் பிடித்தவாறு ரவிக்கையைப் போட்டுக் கொண்டாள். மறுபுறம் திரும்பி அதைச் சரி செய்துகொண்டாள். "கால் பங்கா? எட்டில் ஒரு பங்கு இருந்தால்கூடப் போதாதா? ஆனால் அழகால் என்ன சுகத்தைக் கண்டுவிட்டேன்? பெருத்துப் பானையாய்க் கொண்டே போகிறேன், அவ்வளவுதான்." கையைவளைத்து அதன் பருமனையும் பலத்தையும் காட்டியபடி, "என் பலத்தைப் பார்த்த பிறகு என்னை யார்தான் அண்டத் துணிவார்கள்? வயசுக்காக இல்லாவிடினும் சதைப்பற்றுக்காகவாவது தூர இருந்தே மரியாதை செய்வார்கள்" என்றாள்.

சகுந்தலா தயாராகிக்கொண்டிருந்தபோதே லலிதா வந்து சேர்ந்தாள். வழக்கப்படி ஓசை செய்யாமல் உள்ளே நுழைந்தாள். அறைக்கு வெளியிலேயே செருப்பைக் கழற்றிவிட்டுப் பாதத்தை அழுத்தி நடந்து வந்தாள். யாராவது தன்னைப் பார்த்துவிடப் போகிறார்களே என்ற கூச்சம்.

"செருப்பைப் போட்டுக்கொண்டே வரலாமே லலிதா. இதென்ன பெரிய ஆசாரம் இங்கே? யார் நியமும் நிஷ்டையும் கெட்டுப் போகாது" என்று சகுந்தலா உடனேயே அறிக்கை விட்டாள்.

லலிதா கூனிக் குறுகிப் போய்விட்டாள். முகத்தில் சிகப்பு ஏறியது.

"ஒளிந்தோடி வந்திருக்கிறாயா லலிதா?" என்று அமிதா விஷமமாய் வினவினாள்.

"ஏனாம்? நான் அடிக்கடி வந்து போய்க்கொண்டுதானே இருக்கிறேன்!" என்று சிறிது ரோஷத்துடன் லலிதா பதில் அளித்தாள்.

சகுந்தலா அவளை விடுவதாயில்லை. பெருமூச்சுடன், "எங்கே அம்மா வருகிறாய் இப்போதெல்லாம்? அந்த மெடிக்கல் ஸ்டூடென்ட் எங்கே உன்னை வரவிடுகிறான்? என்னால்தான் பொறுக்கவே முடியவில்லை உன் பராமுகம். என்றைக்காவது ஒரு நாள் அவனுடன் இதைப்பற்றிப் பேசி முடிவு கட்டவேண்டும். அவனிடம் எதைக் கண்டு எங்களை எல்லாம் மறந்தாய்? என்னை விடவா அழகாக இருக்கிறான் அவன்?" என்று போலி வருத்தம் பாராட்டினாள்.

குளித்துத் துப்புறவாயிருந்த முகம், குனித்த பருவம், பிடித்திழுத்துக் கட்டின மயிர்-சகுந்தலா ஒருவித அச்சத்தைத் தரும் உருவமாக இருந்தாள். லலிதாவுக்குக் குரல் நடுங்கியது. அழுது வழிந்துகொண்டு, "ஏன் அக்கா இப்படி எல்லாம் பேசுகிறாய்? ஒழியும்போதெல்லாம் நான் வரத்தானே செய்கிறேன்."

"அந்த ஒழிவு தான் இப்பொழுது உனக்குக் கிடைப்பதே துர்லபமாயிருக்கிறதே, லலிதா! இன்றைக்கும் பார், உன்னால் வேலைக்குப் போகமுடியவில்லை. நாங்கள் நாளெல்லாம் வீடு வீடாய் ஏறி இறங்கி ஏதோ முடிந்ததைச் சம்பாதித்துக் கொண்டோம். நீ இப்பொழுதும் இங்கிருந்து போய் அவனுடைய கடை திறக்குமா என்று காத்துக்கிடக்கப் போகிறாய். தெரியாதா உன் விஷயம்!" பொரிந்து கொட்டினாள் சகுந்தலா.

நல்ல வேளை சகுந்தலாவுக்கு நேரமாய்விட்டது புறப்பட. லலிதா தப்பித்துக்கொண்டாள்; அழுகை தடைப்பட்டது. பதில் சொல்லத் தெரியாமல் தவிக்கும்போது தான் அழுகை வரும். சகுந்தலா சொல்வதெல்லாம் உண்மை என்று லலிதாவுக்குத் தெரியும். ஆனால் அவளால் என்ன சொல்லமுடியும்? இந்தப்

பெண்களிடம் உண்மையைச் சொல்லுவது கூடாத காரியம். இன்றும் அரவிந்தனுடன் அவன் தான் அந்த மெடிக்கல் மாணவன்-லலிதா சினிமாவுக்குப் போவதாய் ஏற்பாடு. குறித்த சமயத்தில், குறித்த இடத்தில் அவனுக்காக நீண்ட நேரம் காத்து நின்றாள் லலிதா. அவன் வரவேயில்லை. மணி ஏழு அடிக்கவே புறப்பட்டுச் சேவா சத்திரத்துக்கு வந்து சேர்ந்தாள்.

அவனுக்காக அவள் எப்போதும் காத்துக் கிடப்பது என்னவோ உண்மைதான். அதில் அவளுக்குத் திருப்திதான். அவனுடன் வாழவேண்டும் என்றும் அடித்துக்கொண்டது அவள் மனம். அந்தக் கற்பனையின் இன்பத்தில் அவளுடைய அலுப்புச் சலிப்பெல்லாம் பறந்துவிடும். சேவா சத்திரத்தை நிறுவுவதில் மனப்பூர்வமாய்த் தான் கலந்துகொண்டாள் லலிதா. ஆனால் அவளுக்கு அந்த வழியே பிடிக்கவில்லை. ஓயாமல் சுரம் பார்ப்பதும், மருந்து கொடுப்பதும் எல்லாமே அலுத்துவிட்டன. வீட்டுப் பொறுப்பு, கணவன், அன்பு மணக்கும் உறவுகள் எல்லாவற்றையும் தேடி அலைந்தது அவள் மனம்.

சகுந்தலா தயாராய்விட்டாள். சரியாய் அந்த வேளைக்குத் தெருக் கதவு தட்டப்படும் ஓசை கேட்டது. ஜன்னல் வழியாய் எட்டிப் பார்த்தாள். "இந்தச் சமயத்தில் யார் வந்திருக்கிறது? நான் போகவேண்டுமே இப்பொழுது" என்று அலுத்துக்கொண்டாள்.

கீழே வேலைக்காரி கதவைத் திறந்துவிட்டாள். மாடி ஏறி வரும் செருப்போசை கேட்டது. தொண்டையைக் கனைத்துக் கொண்டே, "சகுந்தலா தேவி இருக்கிறாரா?" என்று ஓர் ஆண் குரல் கேட்டது.

"யார் என்று நான் பார்த்து வருகிறேன். தாயி, நீ அவரை ஆபீஸ் அறையில் உட்கார வை" என்றாள்.

மாடிப் படி ஏறினவுடன் அமைந்திருந்த அறைதான் ஆபீஸ். கதவைத் திறந்துகொண்டு உள் நுழைந்தாள் சகுந்தலா. சட்டென்று பின் வாங்கினாள், ஏதோ நெருப்பை மிதித்து விட்டவள் போல். அடுத்த அறையில் காதைத் தீட்டிக்கொண்டு உட்கார்ந்திருந்தார்கள் மற்றப் பெண்கள். அவர்களுக்கு இந்தத் திகைப்பு தெரியவில்லை.

"நீங்களா?" சகுந்தலாவின் குரலில் ஒருவித விசாரம் ஒலித்தது.

“ஆமாம். நானே தான். நீ முன்பெல்லாம் என்னை ஏக வசனத்தில் அழைப்பாயே, இல்லை? சரியாய் நினைவில்லை. கொஞ்சமா ஆயின வருஷங்கள்? உட்காரச் சொல்லப் போகிறாயா இல்லையா?” என்றது ஆண் குரல்.

“உட்காருங்கள்.”

நாற்காலி இழுபடும் ஓசை.

“என்ன காரியமாய் வந்திருக்கிறேன் என்பதை உடனே சொல்லும்படி கேட்காதே. முதலில் சிகரெட் பற்ற வைத்துக் கொள்ளுகிறேன். அப்புறமாய்ப் பேசலாம்.” தீக்குச்சி உரைக்கும் ஒலி. என் விலாசம் எப்படிக் கிடைத்தது உங்களுக்கு?”

“உனக்கு முப்பது வயதுக்கு மேலாகிறது சகுந்தலா. ஆனால் இப்பவும் குழந்தைபோல் கேள்வி கேட்கிறாய். நான் ஒரு செய்திப் பத்திரிகை ஆபீஸில் வேலை செய்கிறேன் என்றுதான் உனக்குத் தெரியுமே. உலகச் செய்தி எல்லாம் என்னை நாடி வருகிறது. அப்படியிருக்கக் கல்கத்தாவில் காணாமற் போன ஒரு பெண்ணைக் கண்டு பிடிப்பது ஒரு கஷ்டமா என்ன?” என்றான்.

“நான் காணாமல் போகவில்லையே. வேண்டும் என்றுதானே ஒதுங்கி வந்துவிட்டேன்.”

நாக்கைச் சொடுக்கும் ஒலி-அநுதாப ஒலி கேட்டது.

“தெரியுமே. நீ தொலைந்து போகவில்லை. நான்தான் தொலைத்து விட்டேன் உன்னை. ஆனாலும் உன் மனம் கல்தான் சகுந்தலா. பிரிவு உன்னைக் கொஞ்சமும் பாதிக்கவில்லையே. மாறாக நன்றாய்ப் பெருத்துப் பூரித்திருக்கிறாய்.”

சகுந்தலாவின் குரல் கடுமையாய் எழும்பியது. “விஷயத்தைச் சொல்லுங்கள். அந்த அறையில் பெண்கள் பெண்கள் எல்லாரும் இருக்கிறார்கள்.”

“பெண்களா? ஓகோ! உன் ஆசிரமப் பெண்களா? துஷ்யந்தர்கள் வரும் வேளையா இப்பொழுது? கொஞ்சம் முன்னமேயே எச்சரிக்கை செய். அவர்கள் வரும் முன்பே போய்விடுகிறேன்” விஷத்தை அள்ளிக் கொட்டினான்.

அடிபட்ட வேங்கையானாள் சகுந்தலா. "வெளியே இறங்குங்கள் இப்பொழுதே."

சாவகாசமாய் ஸிகரெட்டை அநுபவித்தவாறே, "நன்றாய் விரட்டுகிறாயே சகுந்தலா. ஆனால் நீ அநாவசியமாய் என் மேல் சந்தேகப்படுகிறாய். நான் புது மனிதன் இப்பொழுது. என் நோய் சுவடில்லாமல் போய்விட்டது. உனக்கே தெரியவில்லையா, நான் எவ்வளவு திடமாயிருக்கிறேன் என்று. உன்மேல் ஆணை சகுந்தலா -அந்த வியாதி பூராவும் குணப்பட்டு விட்டது. என் உடலில் ஒரு விதக் கோளாறும் இல்லை. நல்ல பலமும் ஆரோக்கியமும் வந்து விட்டன. நான் மறு கல்யாணம் செய்துகொண்டு ஒரு பிள்ளையும் பிறந்திருக்கிறான். உனக்கு ஆச்சரியமாயில்லை?" என்று நீளமாய் அளந்தான்.

"இதில் என்ன ஆச்சரியம்?"

"ஆமாம். பிள்ளை இருக்கிறான் எனக்கு. எவ்வித ஊனமும் இல்லாமல் பிறந்திருக்கிறான். வியப்பாயில்லை உனக்கு?"

"இல்லை. ஆனால் நீங்கள் இப்பொழுது போய் வாருங்கள். எனக்கு நாழியாகிறது" என்று சகுந்தலா அவனைத் தட்டிக் கழிக்க முயற்சி செய்தாள்.

ஆனால் அவன் போகும் வழியாயில்லை.

"மணி எட்டுத்தானே ஆகிறது? அதற்குள் என்ன அவசரம்? சரி, கேட்டுக்கொள். காரியமாய்த்தான் வந்திருக்கிறேன். இப்பொழுது கதவை நன்றாய் மூடு, சொல்லுகிறேன்."

அதற்குப் பிறகு ஒருவிதச் சத்தமும் கேட்கவில்லை. சுமார் பத்து நிமிஷங்களுக்கப்புறம் அந்த ஆள் மாடி இறங்கிப் போகும் ஓசை கேட்டது. ஆனால் சகுந்தலா அறைக்குள்ளேயே இருந்தாள். மெள்ளக் கதவைத் திறந்துகொண்டு எட்டிப் பார்த்தார்கள் பெண்கள். மேஜை மேல் முழங்கைகளை ஊன்றி, இரு கைகளிலும் முகத்தைத் தாங்கியபடி உட்கார்ந்திருந்தாள் சகுந்தலா. அவர்களுடைய காலடி கேட்டுத் தலையைத் தூக்கிப் பார்த்தாள். துடிக்கும் இமை களின் கீழ் சிவந்து வீங்கியிருந்தன கண்கள். மெள்ள எழுந்து நின்று தலைமயிரைச் சீர் செய்துகொண்டாள். உயிரற்ற

குரலில், ரொம்ப நேரமாய்விட்டது. நாளையிலிருந்து கொஞ்சம் உஷாராக இருக்க வேண்டும். கூர்க்கா ஒருவனைக் காவலுக்கு ஏற்படுத்தினால் நல்லது" என்றாள்.

அன்று அதற்குமேல் அவள் ஒன்றும் சொல்லவில்லை. பார்த்துக் கொண்டிருந்த அந்தப் பெண்களின் ஆவலைத் தணிக்க தன்னையே அவள் விரும்பவில்லை. பேசாமல் கதவை மூடிவிட்டுக் கீழே இறங்கிப் போய்விட்டாள்.

மறுநாள் பகலில் நீலாவுக்கு வகுப்பில்லை. சாப்பிட்டானதும் மேலே மாடிக்குப் போய்த் தலைமயிரை ஆற்ற ஆரம்பித்தாள். திடீரென்று சகுந்தலா அவளைச் சைகையால் அழைப்பது தெரிந்தது. என்ன செய்கிறீர்கள்? வாருங்களேன் கொஞ்சம் பேசலாம் என்று கூப்பிட்டாள்.

பெண்கள் எல்லாரும் வேலைக்குப் போய்விட்டனர். சகுந்தலாவும் குளித்தாயிற்று. கண்களிலோ, முகத்திலோ எவ்விதக் களைப்பும் காணவில்லை. முந்திய சாயங்காலச் சம்பவத்தின் சுவடும் தெரியவில்லை. தலையில் இரண்டு சொம்பு தண்ணீர் விட்டுக் கொண்டதுமே களைப்பு, கவலை எல்லாம் மறைந்து விட்டன. கண்களில் விஷமமும் குறு குறுப்பும் கூடத் திரும்பி விட்டன.

நன்றாய் நீட்டிப் படுத்துக்கொண்டாள். வெற்றிலையை மென்று காண்டே, "நேற்றுச் சாயங்காலம் உங்களுக்கு ஆச்சரியமா யிருந்திருக்கும் இல்லையா?" என்று சாதாரணமாய்க் கேட்டாள். நீலாவால் உடனே ஒன்றும் பதில் அளிக்க முடியவில்லை. "ஒன்றும் விசாரிக்கப் போவதில்லையா நீங்கள்?" மேலும் சகுந்தலா வினவினாள். இன்று தெளிவுடன் இருந்தாள் அவள். எல்லாவற்றையும் ஒளிவுமறைவின்றிச் சொல்லிவிட விரும்பினாள்.

கடைசியில் நீலாவும், "நேற்று யார் வந்திருந்தார்கள்?" என்று விசாரித்தாள்.

"தெரியவில்லையா உங்களுக்கு? வனமாலி சர்க்கார்; பத்திரிகாசிரியர். கேள்விப்பட்டதில்லையா நீங்கள்? அவர் விரும்பினால் இந்தச் சேவா சத்திரத்துக்கு மிகவும் உயர்வான விளம்பரம் பிரசுரிக்க முடியும்." கொஞ்சம் நிறுத்திச் சகுந்தலா

தொடர்ந்தாள்: "கஷ்ட மாயிருந்தால் அதை நாசம் செய்யவும் முடியும். அவருக்கும் எனக்கும் என்ன சம்பந்தம் என்று யோசிக்கிறாயா? நீ நினைப்பது போல அவர் என் காதலன்-கீதலன் அல்ல. சாட்சாத் என் கணவர்."

"உங்கள் கணவரா?" நீலாவால் நம்பவே முடியவில்லை. கொஞ்ச நஞ்சமிருந்த தயக்கத்தையும் தள்ளிவிட்டுச் சகுந்தலா பேசலானாள்:

"நர்ஸ் வேலை பார்க்கிறேன் என்றால் எனக்குக் கல்யாணமாயிருக்கக்கூடாதா என்ன? இந்த வனமாலி சர்க்காருக்கும் எனக்கும் ஒரு காலத்தில் வேத முறைப்படி கல்யாணம் நடந்தேறியது. ஆறு மாதம் அவருடன் வாழ்ந்தேன். இன்னமும் கேட்கிறீர்களா கதையை? முதலில் எனக்குக் கொஞ்சம் டீ போட்டுக் கொடுங்கள். இன்று எனக்கு ரொம்பச் சோம்பலாக இருக்கிறது." படுத்தபடியே வலதுகால் கட்டை விரலால் இடதுகாலைச் சொரிந்தபடி பேச ஆரம்பித்தாள்.

12

மெள்ள மெள்ளத் தன் கதையைச் சொன்னாள் சகுந்தலா, வேர்க்கடலையை ஒவ்வொன்றாய் உரித்துத் தின்பதுபோல். அவளுடைய உடற்புண்கள் ஒவ்வொன்றாய் வெளிப்பட்டன. ஆனால் புண்கள் ஏது இப்பொழுது? தழும்புகள் மட்டுமே இருந்தன.

டீயை உறிஞ்சியவாறு சகுந்தலா தலைமயிரைப் பரப்பியபடி படுத்திருந்தாள். அந்தக் கருமையின் நடுவில் அவளுடைய கண்கள் ஏதோ வனத் தடாகத்தைப் போல் சாம்பல் நிறமாய்ச் சலனமற்றுத் தோன்றின.

"எங்கள் கல்யாணம் நடந்தேறியது . . ." சகுந்தலா ஆரம்பித்தாள்: அப்புறம் நடந்ததைக் கேளுங்கள். கல்யாணம் ஆயிற்று. ஆனால் எனக்கு அவரைப் பிடிக்கவில்லை. முன்னேயே பிடிக்காது. கல்யாணத்துக்கு முன்பே அவர் எங்கள் வீட்டுக்கு வருவார். என் தாய் மருத்துவச்சி. என் சகோதரர்கள் புருஷர்களைப் பார்த்துக் கொள்ளும் மேல் நர்ஸ்! இவருடைய கனத்த முகமும், கரகரத்த குரலும், அசட்டு விளையாட்டும் எல்லாமாய் எனக்கு ஒரு வித அருவருப்பை மூட்டின. ஆனாலும் கல்யாணம் செய்து கொண்டேன். மருத்துவச்சியின் பெண்ணைக் கட்ட எத்தனை பேர் முன் வருவார்கள்?

"கல்யாணமும் செய்துகொண்டேன். கணவனைக் காதலிக்கவும் தயாரானேன். கணவனைப் பிடிக்காவிட்டாலும் அவனிடம் அன்பாய் இருக்க முடியும், வங்காளிப் பெண்களால். அதுவும் அல்லாமல், வெட்கத்தை விட்டுச் சொல்கிறேன் நீலா. எனக்குப் புருஷச் சம்பந்தம் ரொம்ப அவசியமாயிருந்தது. வயது இருபதுக்கு மேலாகி விட்டது; ஆரோக்கியமான தேகவாகு. பதினாறிலிருந்து இருபத்து ஒன்றுவரை எப்படியோ பல்லைக்

கடித்துக்கொண்டு இருந்து விட்டேன். அதற்குமேல் முடியவில்லை. கல்யாணம் செய்து கொண்டால் உடல் திருப்தியாவது கிட்டும் என்று நம்பினேன். சகுந்தலா நிறுத்தித் தொடர்ந்தாள்.

"உங்களுக்கு இன்னும் கல்யாணம் ஆகவில்லை. இதெல்லாம் புரியாது. ஆனாலும் சொல்கிறேன். என் உடல் பசியும் தணியவில்லை, என் ஆசையும் நிறைவேறவில்லை. இரண்டு பக்கத்திலும் ஏமாற்றம். மனமும் குளிரவில்லை, உடல் தாபமும் தணியவில்லை." ஏன்? நீலா பிரமையிலிருந்து விடுபட்டுக் கேட்டாள்.

"ஏனா?" சகுந்தலாவுக்குச் சிரிப்புத்தான் வந்தது. "கல்யாணமான புதிதில் சில நாள் வரையில் எனக்கு விஷயம் தெரியவில்லை. வெவ்வேறு காரணம் சொல்லி விலகியே நின்றார். அப்புறம் ஒரு நாள், ஒரு வாரத்துக்குள்ளேயே எல்லாம் தெரிந்து கொண்டேன். என் கணவனுக்கு மேகநோய்! மருத்துவச்சியின் பெண்தானே நான், சுலபமாய்ப் புரிந்துகொண்டேன். நிர்ப்பந்தமாய் மிரட்டி நான் கேட்டபோது அவரால் மேலும் மறைக்க முடியவில்லை. ஒப்புக் கொண்டார்."

"அவரை நான் குற்றம் சொல்லவில்லை. ஏதோ விடுதியில் இருந்தார். வயது முப்பத்து இரண்டு ஆகிவிட்டது. கல்யாணம் ஆகவில்லை. தன் உடல் பசிக்காக இங்கேயும் அங்கேயும் போயிருப்பார். அப்படி வரம்பற்று நடந்துகொள்ளவுமில்லை அவர். ஆனால் அந்தக் கொஞ்சமே போதுமாயிருந்தது, அவரைப் படுகுழியில் தள்ளிவிட. தற்காலிக இன்பத்தைத் தேடிப் போய் நிரந்தர நரகத்தைத் தேடிக்கொண்டார்.

"என்னுள் மூண்ட எரிச்சலில் அழுகைகூட வற்றிப் போய் விட்டது. அந்த எரிச்சல் அவர்மேல் பாய்ந்தது. 'என்னை ஏன் இந்தப் படுகுழியில் தள்ளினீர்கள்?' என்று கதறினேன். முகத்தை மூடிக்கொண்டு உட்கார்ந்திருந்தார் அவர்."

"'என்ன செய்வது, ஆசையைத் தடுக்க முடியவில்லை. இப்போது பச்சாதாபப்படுகிறேன்' என்றார். பச்சாதாபமாவது மண்ணாவது! எனக்குச் சிரிப்புத்தான் வந்தது. விதிப்படி பிராய சித்தம் செய்து கொண்டாலும் அவருக்கு மன்னிப்பு ஏது?"

"அப்புறம்?" நீலா நடுவில் கேட்டாள்.

தலையணையை இழுத்து அதன்மேல் முழங்கைகளை ஊன்றிக் கொண்டாள்; இரண்டு கைகளாலும் முகத்தை மூடியபடி கொஞ்ச நேரம் பேசாமல் இருந்தாள் சகுந்தலா. பிறகு தொடர்ந்தாள்: "எல்லாம் சொல்லிவிடுகிறேன் நீலா. அப்புறந்தான் அசல் பரீட்சை ஆரம்பமாயிற்று. அவருடன் ஒன்றாயிருப்பதே அசாத்தியமாய் விட்டது. முதலில் படுக்கை வேறு வேறாயிற்று. பிறகு தனித் தனி அறையில் உறங்க ஆரம்பித்தோம், தாழ்ப்பாள் இட்டுக் கொண்டு. வெட்கக்கேட்டை என்னவென்று சொல்லுவது? அவரிடம் எனக்கு நம்பிக்கையில்லை என்பது மாத்திரம் அல்ல. எனக்கு என்னிடமே நம்பிக்கையில்லை. இரண்டு வாரம் நான் பட்ட அவஸ்தையை எப்படிப் புரியவைப்பேன் உனக்கு? உடல், மனம் எங்கும் அனல் வீசியது. நீண்டுகொண்டே போகும் இரவுகளும், தனிமையும் நெருப்பாய் என்னைத் தகித்தன. கண்களில் எரிச்சல், நாக்கில் வெப்பம், உதடுகளில், நெஞ்சில், எங்கும் ஒரே வறட்சி, ஏக்கம். குழாயடியில் போய்த் தண்ணியை வாரிவாரிக் கொட்டிக் கொண்டேன். ஒன்றும் பிரயோசனப்படவில்லை. கடைசியில் என் தாபம் எல்லை மீறிவிடும் போலாய்விட்டது. பொறுக்க முடியாமல் தாழ்ப்பாளைத் திறந்துவிட்டேன்." சகுந்தலாவின் குமுறல் நீலாவை உலுப்பியது. அவளுக்கு அந்தக் கதையே பெண் இனத்தின் ஊமைக் கூக்குரல்போல் இருந்தது.

"திறந்து விட்டீர்களா கதவை?" என்றாள்.

"ஆமாம், திறந்துவிட்டேன். அதற்கு அடுத்த நாளிலிருந்தே அவர் இரவு வேலை ஏற்றுக் கொண்டுவிட்டார். செய்திப் பத்திரிகை ஒன்றில் வேலை அவருக்கு. எனக்கும் அதுதான் உசிதமென்று தோன்றியது. என் உடம்பிலும் அந்த நோய் பற்றிக்கொள்ளக் கூடாது என்று அவர் விலகிக் கொண்டார். நானும் கண்கள் இல்லாத அல்லது வேறு ஏதாவது ஊனம் உடைய குழந்தைகளைப் பெற விரும்பவில்லை. ஆனால் இந்த அறிவு அப்புறமாய்த்தான் உதயமாயிற்று. உடனடியாய் வழி ஒன்றும் புலப்படவில்லை. சுமார் ஒரு மாதம் தள்ளிற்று. இரவு ஒன்பது மணிக்கு அவர் புறப்பட்டுப் போய்விடுவார். நானும் கதவைத் தாழ்ப்பாள் இட்டுக்கொண்டு தனியாய் இரவைக் கழிப்பேன். கடைசியில் ஒரு நாள் என் மேலேயே எனக்கு வெறுப்பு கொப்புளித்தது. இதென்ன மானமற்ற பெண்

வாழ்வு! வீட்டைவிட்டு வெளியேறினேன். வகிட்டிலிருந்த குங்குமக் கீற்றை நன்றாய் அழித்துவிட்டேன். ஆஸ்பத்திரியில் வேலை ஏற்றுக்கொண்டேன்.

மீண்டும் கொஞ்ச நேரம் மௌனம் சாதித்தாள் சகுந்தலா. அப்புறம் எழுந்து நின்று தலையைக் கோதிக் கட்டிக்கொண்டே, "நேற்று இத்தனை காலத்துக்கப்புறம் அவர் வந்தார். அவரை வாட்டின நோயிலிருந்து விடுபட்டு, மறு கல்யாணம் செய்து கொண்டாராம். அழகான ஆரோக்கியமான குழந்தை பிறந்திருக்கிறானாம். கௌரவம், மதிப்பு எல்லாம் வேண்டிய அளவுக்கு அவருக்குச் சமூகம் அளிக்கிறதாம். சமீபத்தில். அவருடைய மனைவி இறந்து போய் விட்டாளாம். என்னைத் திருப்பி அழைத்துக்கொள்ள விரும்புகிறாராம்; சொல்லிவிட்டுப் போனார். போவதா வேண்டாமா என்று என் மனம் அலைகிறது. நீங்கள் என்ன சொல்லுகிறீர்கள்?" என்று நீலாவைக் கேட்டாள்.

"எனக்கு என்ன தெரியும்? எது நன்மை என்று படுகிறதோ அதைச் செய்யுங்கள்" என்றாள் நீலா பட்டுக்கொள்ளாமல்.

"உதறிவிட்டீர்களே இலேசாய். இனிமேல் நான்எப்படித் திரும்பிப் போக முடியும்? ஆஸ்பத்திரியில் நான் பார்க்காத துக்கம் இல்லை, நிராசையில்லை. விதம் விதமான மக்கள்-உலகைத் துறந்தவர்கள், கர்ம யோகிகள், வயதானவர், வாலிபர் எல்லாரும் நோய்வாய்ப்பட்டு வருகிறார்கள். எவ்வளவோ அதிர்ச்சி, எவ்வளவோ அழுகை. எனக்கு எல்லாமே மரத்துப் போய்விட்டது. உடல் நோயும், மன நோயும் இழைக்கும் அட்டூழியங்களைக் கண்டபிறகு. நோயற்ற வாழ்வே குறைவற்ற செல்வம் என்று உறுதி செய்து கொண்டு விட்டேன். என் உடல் பசியை உறங்கச் செய்து விட்டேன். மனத்துக்கு வேண்டிய தைரியத்தை ஊட்டி நிலைக்குக் கொண்டு வந்துவிட்டேன். இவ்வளவு வைராக்கியத்துடன் தான் இந்தச் சத்திரத்தை ஆரம்பித்திருக்கிறேன். இந்தப் பெண்கள் என்னையே நம்பியிருப்பவர்கள். அவர்களுக்கு மனபலமும், உடல் நலமும் அளித்துச் சமூகத்தில் கௌரவத்தைச் சம்பாதித்துக் கொடுப்பது என் பொறுப்பு. நடுவில் அவர்களை உதறிவிட்டுக் குடும்பம், கணவன், வீடு என்று ஓடினேனால் உலகம் சிரிக்குமோ இல்லையோ தெரியாது. ஆனால் என் மனம் ஒப்பாது."

நீலாவின் காலடியைக் கேட்டு, "வாருங்கள்" என்றான் இந்திரஜித். அதற்குமேல் 'உட்காருங்கள்' என்று சொல்ல முடியாது. ஒரு நாற்காலிகூட இல்லை உபசாரம் செய்ய என்றான் வேடிக்கையாய்.

"படுத்துக்கொண்டே எப்படி பொழுதைப் போக்குகிறீர்கள்?" என்று நீலா விசாரித்தாள்.

"உத்தரப் பலகைகளை எண்ணுகிறேன். வேறு என்ன? இந்தப் பழைய வீடுகளில் இது ஒரு பெரிய சௌகரியம் நீலா தேவி. மரத்தாலான உத்தரத்தை எண்ணிக் கொண்டே இருக்கலாம். புது வீடுகளில் ஏது இந்தச் சௌகரியம்?"

தலைமாட்டு ஜன்னலைத் திறந்து வைத்தாள் நீலா. பிறகு, "உங்களுக்கு இப்பொழுது உடம்பு எவ்வளவோ தேறிவிட்டது. கொஞ்சம் உலாவி வாருங்கள். வெளியில் இதமாய் வெயில் காய்கிறது, தெரியவில்லை?" என்றாள்.

தலைமயிரைக் கோதியபடி படுக்கையிலிருந்து எழுந்து உட்கார்ந்து கொண்டான். அலுத்த குரலில், "போகவேண்டும் தான். ஆனால் எங்கே போவது? யாரிடம்?" என்றான். நீலா கட்டிலின் ஓர் ஓரத்தில் உட்கார்ந்துகொண்டாள்.

"நீங்களாவது வந்தீர்களோ பிழைத்தேன். பேச ஆள் இல்லாமல் தவித்துப் போய்விட்டேன்" என்றான் இந்திரஜித்.

ஏதோ நினைவு வந்ததுபோல் திடீரென்று, "சாந்தி அக்கா வரவில்லையா?" என்று நீலா விசாரித்தாள்.

"எங்கே வருகிறாள் இப்போதெல்லாம்?" வெளுத்து மெலிந்து போயிருந்த தன் கன்னங்களைத் தடவியபடி, "அப்படியே வந்தாலும் போவதிலேயே கண்ணாய் இருக்கிறாள். ஆனால் என் உணவு, சிற்றுண்டி எல்லாம் வேளாவேளைக்கு வந்துவிடுகின்றன. பரவாயில்லை." ஓர் அசட்டுச் சிரிப்பு இழை ஓடியது அவன் முகத்தில். "அவளை உட்கார் என்று சொல்லக்கூட எனக்குத் தைரியம் இல்லை. தலைவலி என்றாவது, இல்லை வேலையிருக்கிறது என்றாவது சொல்லிக் கொண்டு நழுவி விடுவாள். அவ்வளவு என்னதான் வேலையோ?" அப்பாவி இந்திரஜித் தன் மனவேதனையைச் சொல்லி முடித்தான்.

காரணம் நீலாவுக்குத் தெரியும். மணீந்திரனின் முதல் நாடகம் முப்பது இரவுகளாய் வெற்றியுடன் ஓடிக்கொண்டிருந்தது. இரண்டாவது புத்தகமும் ஏறத்தாழ முடியும் நிலைமையில் இருந்தது. அவன் அநேகமாய் வீட்டிற்கு வருவதேயில்லை இப்பொழுது. சாந்தியும் வீட்டில் தங்குவதே இல்லை. எங்கேயோ எதையோ தேடி அலைந்து கொண்டிருந்தாள். இந்திரஜித்தை வைத்துக்கொண்டு வீசின வலையில் மணீந்திரன் பிடிபடவில்லை. வேறு வழிகளைத் தேடி அலைந்தாள்போலும், கணவனைத் தன் வசமாக்கிக்கொள்ள.

முன் மாதிரி நீலாவால் இப்பொழுது சாந்தியுடன் மனம் விட்டுப் பேச முடியவில்லை. அவர்களுடைய நட்பில் விரிசல் கண்டுவிட்டது. நீலாவைப் பார்க்க விரும்பவில்லை சாந்தி. அப்படி யதேச்சையாய்க் கண்டாலும் புன்சிரிப்புடன் அந்தச் சந்திப்பு முடிந்துவிடும். பேச்சுக்கு வழியே இல்லை. அப்படியிருக்க, நீலா அவளிடம் எப்படிக் காரணம் கேட்க முடியும்?

"ஆமாம். உணவு வேளைக்குக் கிடைக்கிறது. ஆனால் அதுவும் இன்னும் எத்தனை நாளைக்கோ? இந்த மாதம் ஊரிலிருந்து எனக்கு இன்னும் பணம் வந்து சேரவில்லை. சாந்தியின் தயவில்தான் வாழ்கிறேன். இது உங்களுக்குத் தெரியும் இல்லையா? டாக்டர் ஒரு பக்கம் ஏதேதோ விலை உயர்ந்த டானிக் சாப்பிடச் சொல்லுகிறார். எங்கிருந்து வருமாம் பணம்? கிழிந்துபோன கால் செருப்பைக்கூட மாற்ற முடியவில்லை." இந்திரஜித்துக்குக் கவலைகள் அநேகம்!

"அதெல்லாம் எதற்கு இப்பொழுது?" நீலா அவனுக்கு ஆறுதல் கூறினாள். "உங்களுக்கு உடம்பு நன்றாய்க் குணமாகும் வரை புத்தகங்களுடன் நாட்களைத் தள்ளிவிடுங்கள்.

புத்தகத்துக்கு எங்கே போகிறதாம்? வாங்கப் பணம் ஏது?" இந்திரஜித் குறைப்பட்டுக் கொண்டான்.

புடைவைத் தலைப்புக்குள் மறைத்து வைத்திருந்த ஒரு புத்தகத்தை எடுத்தாள் நீலா. புதிய புத்தகம்! பளபளப்பான அட்டை; காவியத் தொகுதி. "பார்ப்போம், பார்ப்போம்!" இந்திரஜித் ஆவலில் குதித்தே விட்டான். அவன் உற்சாகத்தைக் கண்டு அந்தப் புத்தகத்தை மறைக்கப் பார்த்தாள் நீலா. அதற்குள்

அவன் ஆவேசத்துடன் அதைப் பிடுங்கப் போகவே அவள்மேல் தடுக்கி விழுந்தான். உடனேயே சமாளித்துக்கொண்டு விட்டனர் இருவரும்: அவள் புடைவைத் தலைப்பு அவனுடைய பிடியிலிருந்தது. தலைமயிர் அவிழ்ந்து காற்றில் பறந்தது. புத்தகம் யாரும் கேட்பாரற்றுப் படுக்கையின் நடுவில் கிடந்தது.

புத்தகத்தை எடுத்துப் புரட்டினான் இந்திரஜித். அவனுக்கு ஒரே திகைப்பாயிருந்தது. "உங்கள் புத்தகமா இது? கவிதைகள் கூட நீங்கள் படிப்பதுண்டா?" என்று நம்பிக்கை இல்லாமல் கேட்டான். நீலாவுக்கு அப்பொழுதும் இலேசாய் மூச்சு வாங்கிக் கொண்டிருந்தது. மார்பு விம்மித் தணிந்தது. கண்களில் விவரிக்கமுடியாத ஒரு விதக் கனிவு மின்னிற்று. போலிக் கோபத்துடன் கையை நீட்டிய படி, பாருங்கள், நீங்கள் செய்திருக்கும் விஷமத்தை என்றாள். கையைப் பிடித்துக்கொண்டான் இந்திரஜித், "என்னசெய்கிறோம்" என்ற யோசனையில்லாமல். அவன் கவனமெல்லாம் கவிதைகளில் பதிந்திருந்தது. மெள்ள மெள்ளக் கையை இழுத்துக்கொண்டாள் நீலா.

"நானேதான் இதை வாங்கினேன். எனக்கு இதெல்லாம் புரியாதா என்ன? கேளுங்கள் நான் படிக்கிறேன்" என்றவாறு அவன் கையிலிருந்து புத்தகத்தைப் பிடுங்கி உரக்கப் படிக்கலானாள். "எனக்கும் கொஞ்சம் கொஞ்சமாய் இதெல்லாம் புரிய ஆரம்பித் திருக்கிறது" என்றாள்.

பதிலுக்கு இந்திரஜித்தும் ஒரு கவிதை படித்துக் காண்பித்தான், அப்புறம் தொடர்ந்து படித்துக்கொண்டே போனான். சாயங்காலம் ஆகிவிட்டது. வெயிலும் மறைய ஆரம்பித்தது. காற்றில் குளிரின் சாயை வந்துவிட்டது.

முன்பொரு நாள் இந்திரஜித் அவளைத் தொட்டான். அவனுடைய நெற்றி மேலிருந்த அவளுடைய கையைப் பற்றிய போது அவளது உடலும் உள்ளமும் பாகாய் உருகின. இன்றும் அதேபோல் தன்னைத் தொடமாட்டானா என்று ஏங்கினாள் அவள். கொஞ்ச நேரம் முன்பு நடந்த சண்டையில் அவர்களுடைய உடல்கள் உராய்ந்து கொண்டன. அந்த ஸ்பரிசம் உடலெல்லாம், உணர்வெல்லாம் பரவி அவளைச் சிலிர்க்கச் செய்தது. ஒரு நிமிஷ

அநுபவந்தான். ஆனால், அதற்குள் உடலில் வீணையைப் போல் சுருதி கூடி விட்டது; உள்ளம் இசை பரப்பியது.

திடீரென்று புத்தகத்தை மூடினான் இந்திரஜித், "போதும் படித்தது. வாருங்கள் நாம்.."

என்ன சொல்லப் போகிறானோ என்ற அவாவில் அவன் பக்கம் நகர்ந்தாள் நீலா.

"வாருங்கள் சீட்டாடலாம் அல்லது புலி ஆட்டம்" என்று முடித்தான். நீலா எழுந்துவிட்டாள். ஈரமற்ற குரலில், "எனக்குச் சீட்டாட வராது" என்றாள்.

"புலி ஆட்டம்?"

"அதுவும் தெரியாது. நீங்கள் படுத்துக்கொள்ளுங்கள் இப்போது. பலவீன உடம்பு. சுரம் திரும்பி வந்துவிடலாம்."

வீடு திரும்பிய பிறகும் அந்தத் திகைப்பு மாறவில்லை. யாரிடம் இந்த வெட்கக்கேட்டைச் சொல்வது? பல நாள் முயற்சி ஒரே நாளில் வீணாய்விட்டது. இதை யாரிடம் ஒப்புக்கொள்ள முடியும்? இந்திரஜித்தின் கலை ரசனைக்கேற்றவாறு தன்னையும் மாற்றிக் கொள்ளும் பேராசையில் அநேக நாட்களாய் இலக்கிய ஆராய்ச்சியில் இறங்கி இருந்தாள். பிடிக்காமலேயே புதுமைக் காவியங்களைப் படித்தாள். கல்லூரி வாசகசாலையிலிருந்து இரவல் வாங்கி வந்து கவிதை தொகுப்புக்களை ஊன்றி வாசித்தாள். பாடப் புத்தகம் வாங்க வைத்திருந்த பணத்தைப் போட்டுக் காவியத் தொகுப்பொன்றை வாங்கினாள். எதெல்லாமோ எண்ணினாள், செய்தாள். எல்லாம் இந்திரஜித்தைச் சாந்தியிடமிருந்து காப்பாற்றுவதற்காக.

எல்லாம் விழலுக்கிரைத்த நீராய்விட்டது. இன்று காவியங்களைப் பற்றி அவனுடன் பேசிக்கொண்டிருந்தபோதுகூட இந்திரஜித்தின் மனம் சாந்தியிடந்தான் லயித்திருந்ததோ? அவள் புலி ஆட்டம் ஆடும் குரூரமான பெண் புலி. காவியம்-கீவியம் என்று தன்னைக் குழப்பிக் கொள்வதில்லை அவள். இன்று நீலா பெரும் அறிவாளி போல் காவிய விமரிசனம் செய்தபோது இந்திரஜித் மனத்துக்குள் சிரித்துக் கொண்டானோ?

ஆனாலும் தோல்வியை ஒப்புக்கொள்ளவில்லை நீலாவின் மனம். இந்திரஜித்தின் குறைபாடுகளை எல்லாம் அறிந்திருந்தாள் அவள். அவனுடைய பலவீன உடல்நிலைதான் அவனுடைய மனநிலைக்கும் காரணம் என்று நம்பினாள். வயிறு நிறைய உண்டு ஆரோக்கியமாக இருந்தால் மனம் இப்படி எல்லாம் விகாரப்படாது. முதலில் அந்த டானிக்கை வாங்கி வரவேண்டும். சாந்தியின் மோகத்திலிருந்து' கட்டாயமாய் அவனை விடுவிக்கவேண்டும்.

மோகம் தனக்கு மட்டும் இல்லையா என்ன? இந்திரஜித்திடம் அவள் கட்டுண்டுவிட்டாள். துளித் துளியாய் அவளுடைய மயக்கமும் ஏறிக்கொண்டேதான் வந்தது. கூடவே பாப்புலர் பார்க் நினைவுகள் எழுந்தன. மனன், ஸௌமியன் இருவரும் ஏதோ நிழல்கள்போல் தோன்றினர். உலர்ந்து போன 'மம்மி'களைப் போன்ற அந்த நினைவுகளை ஏன் கட்டிக் காக்கவேண்டும்? தீர்ந்துபோன விஷயம் தீர்ந்துபோனது தான். உடல் நிகழ்காலத்தில் தான்வளர வேண்டும். மனம் ஏதோ பழைய காலத்து நினைவுகளைக் கட்டிக் கொண்டு ஏன் பொசுங்கவேண்டும்? போதும், இந்த அர்த்தமற்ற வாதத்துக்குப் புள்ளி வைக்கவேண்டியதுதான்.

சாந்தி, சாந்தி! அந்தப் பெயரைச் சொல்லும்போதெல்லாம் வெறுப்பே கொப்புளித்தது. "சாந்தி யார், எப்படிப்பட்டவள்?" என்று நீலாவுக்குத் தெரியாதா என்ன? இந்திரஜித் ஏமாந்து போனவன். சாந்தி அவனை இனிமேல் திரும்பிக்கூடப் பார்க்க மாட்டாள். அவள் உலவி வரும் உலகமே வேறு. நாடக மேடையில் மணீந்திரனுக்குக் கிட்டிய வெற்றிக்குச் சரிசமமாகச் சாந்தியும் திரை உலகில் திகழ விரும்பினாள். அவளைத் திரை நட்சத்திரம் ஆக்கி விடுவதாக யாரோ ஆசையும் காட்டிவிட்டார்கள். புகழ், செல்வம், கௌரவம் எல்லாம் அவளுக்குக் காத்திருந்தன.

இப்போது அவளைச் சுற்றி வரும் நண்பர்களும் வேறு விதமானவர்கள். நீலா ஓரிரு முறை அவர்களைத் தெருவில் சந்தித்திருந்தாள். அந்தக் குழுவில் அப்பாவி கவி யாரும் இல்லை. எல்லாரும் நடு வயதினர். உலகில் அடிபட்டவர்கள், வாழத் தெரிந்தவர்கள். கத்தி போன்ற "க்ரீஸ்" உள்ள பேண்ட், மினுமினுக்கும் சலவை ஷர்ட், கண்ணைப் பறிக்கும் டை-இப்படி டாம்பீக, நாகரிக உலகில் நடமாடுபவர்களே, சாந்தியைச் சுற்றி வந்தனர்.

மணீந்திரனைத் தன் பக்கம் இழுக்க என்னவெல்லாமோ உபாயங்களைக் கையாண்டாள் சாந்தி!

இந்தச் சாந்தியிடமிருந்து இந்திரஜித்தைக் காப்பாற்ற விரும்பினாள் நீலா. அவனுக்கு மருந்தும், உணவும், அன்பும் ஊட்டித் தன் பக்கம் இழுத்துக்கொள்ள முயற்சி செய்தாள். நல்ல, இதமான வழி அவளுடையது.

அடுத்த நாள் பிரமோத் பத்தர் என்றும் போல் சதுரங்கம் விளையாட வந்தார் நீலாவின் அகத்துக்கு. விளையாட்டு முடிந்து அவர் கீழே இறங்க ஆரம்பித்தார். நீலா அவருக்குக் குரல் கொடுத்து நிறுத்தவே, "என்ன சொல்லு?" என்று நெற்றியைச் சுளித்தவாறு கேட்டார் பத்தர்.

எச்சரிக்கையாய் நாலுபுறமும் பார்த்துவிட்டு அவர் பக்கம் ஒரு மோதிரத்தை நீட்டினாள். உத்வேகத்துடன், "இதை வைத்துக் கொண்டு கொஞ்சம் பணம் தாருங்கள். அவசரமான காரியம். தருவீர்களா?" என்றாள்.

மோதிரத்தைப் பார்த்தபடி, "தருகிறேன். ஆனால், இப்போது என் கையில் பணம் இல்லை. காலேஜுக்குப் போகும்பொழுது வழியில் பணத்தை வாங்கிக்கொள்" என்றார்.

"ரொம்பச் சரி. ஆனால், இதைப்பற்றித் தயவுசெய்து அப்பா விடம் ஒன்றும் சொல்லிவிடாதீர்கள்" என்று கேட்டுக்கொண்டாள். "சரி" என்று தலையை ஆட்டிவிட்டுத் தெருவில் இறங்கினார். அவருக்கு உள்ளுக்குள் ஒரே சிரிப்பு. போன மச்சான் திரும்பி வந்தான் என்ற கதையாய் இந்த மோதிரம் எத்தனை தடவைதான் தன் கையை விட்டுப் போய்ப் போய் வரும்? எவ்வளவோ கதைகள் அதனுள் புதைந்திருந்தன. பத்தர் ஊகித்து அறிந்துகொண்டார் அதன் ரகசியங்களை. நல்லதுதான் இந்தப் போக்குவரத்து. அவருடைய வியாபாரமும் நடக்கவேண்டாமா?

ஏதோ அற்ப விஷயத்துக்காக நீலா அவிநாச பாபுவை அவமானப் படுத்திவிட்டாள். அப்புறம் இன்னுமோர் அற்ப காரணத்தைக் காட்டி அவள் அண்ணனும் மன்னியும் வீட்டைவிட்டு வெளியேறி விட்டனர்.

அந்தச் சந்தில் பிரமாதமாய்க் குலுக்கி எடுக்கும் சம்பவங்கள் எதுவும் நடப்பதில்லை. ஏதோ சாதாரண கிசுகிசுப்பு, கோபதாபங்கள், சண்டை சச்சரவுகள்; அவ்வளவே!

அன்று எதிர்பார்க்காத விதத்தில் சாந்தி வீட்டின்முன் திருட்டு முழியுடன் நின்றுகொண்டிருந்த அவிநாச பாபுவைப் பார்த்து விட்டு, நீலா திடுக்கிட்ட நிலையில் ஏதோ காரசாரமாய்ச் சொல்லி விட்டாள். அப்படிப் பேசியிருக்கக்கூடாதுதான். அப்புறமாய் நீலா பச்சாதாபப் பட்டாள். அவரைப்பற்றி, அவருடைய சபல புத்தியைப் பற்றி, அசட்டுத் தனத்தைப்பற்றி எல்லாம் தெரிந்து தானே இருந்தது! அதற்கு ஏற்றாற்போல்தானே சாந்தியை நாடி வந்திருந்தார். நல்ல வளர்ப்பு நாய்கூட எச்சில் தொட்டியைத் தேடி அலைவது சகஜந்தான்; அது அதன் இயற்கை.

நீலாவைக் கண்டு திடுக்கிட்டுவிட்டார் அந்தப் பெரியவர். அவருடைய திருட்டு முழியும் அசட்டுக்களையும் அவருடைய குற்றத்தை விளம்பரப்படுத்தின. ஒருவேளை நீலா பார்த்தும் பார்க்காதது போல் போய்விட்டிருப்பாள். ஆனால், அவருடைய திருட்டுக்களை அவளுடைய வெறுப்பையும் கோபத்தையும் ஊதி விட்டன.

"எங்கே போய்வருகிறீர்கள்?" என்று கர்ஜித்தாள்.

"இதோ, இங்கே தான் மேல் மாடிவரை. உன் வீட்டுக்குத் தான் போய் வந்தேன். நீ இல்லை என்று சொன்னார்கள். அதனால் ..."

"அதனால்தான் சாந்தியிடம் போய்விட்டு வருகிறீர்கள் போலிருக்கிறது!" விஷத்தைக் கொட்டினாள் நீலா. அப்புறம் கொஞ்சம் தணிந்து, "ஆனாலும் நீங்கள் இவ்வளவு பொய் ஏன் சொல்லுகிறீர்கள் அவிநாச பாபு? இதென்ன கெட்ட வழக்கம்? நீங்கள் இந்த அறைக்குள்ளிருந்து வெளிவருவதை நான் பார்த்தேனே" என்றாள். நீலா பேசப் பேச அவிநாச பாபு குறுகிக்கொண்டே போனார்.

"நீ தவறாய்ப் புரிந்துகொண்டாய். அவள் சினிமாவில் இறங்க விரும்புகிறாள். அநேக ஸ்டூடியோக்களுடன் எனக்குச் சம்பந்தம் உண்டு. அதனால் ... " பரிதாபமாய்த் தடுமாறினார் பெரியவர்.

"கேளுங்கள் சிற்றப்பா!" முதல் முதலாய் இப்போதுதான் இந்த உறவு. "இந்தப் புரளி எல்லாம் இருக்கட்டும். உங்களைத் தெளிவாய்ப் புரிந்துகொண்டேன். இனிமேல் இந்த வீட்டுக்குள் நீங்கள் வரவேண்டாம்" என்று கடுமையாய் உத்தரவிட்டாள்.

திக்பிரமையுடன் தம் கன்னத்தை வருடியவாறு நின்றார் அவிநாச பாபு. எப்படியோ தவறு நடந்துவிட்டதே. எவ்வளவோ எச்சரிக்கையுடன் நடந்துகொள்பவர் ஆயிற்றே அவர். உணர்ச்சி வேகத்தில் அவர் சாதாரணமாய் ஒன்றும் செய்வதில்லை. ஆற அமர யோசித்துத் தான் எந்த ஏற்பாட்டிலும் காலை வைப்பார். ஆனால், இப்பொழுது தடுமாறிவிட்டார். அவருக்கே இது எப்படி நடந்து விட்டது என்று புரியவில்லை. ஒருவேளை வைத்தியரின் யோசனைப்படி அவர் உண்ண ஆரம்பித்திருந்த ஸரஸபரில்லாதான் காரணமோ, இந்த மனவேகத்துக்கு? அல்லது காலை உணவுடன் ஒன்றுக்குப் பதில் நாலு முட்டை சாப்பிட்டுக்கொண்டிருந்தாரே அதனால் இருக்குமோ? ஒன்றும் தோன்றவில்லை அவருக்கு. தடியை ஊன்றியவாறு ஜாக்கிரதையாய் வெளி இறங்கினார் அவிநாச பாபு. கார் காத்துக்கொண்டிருந்தது தெருவில். அன்றிலிருந்தே உறவில் கசப்பு இறங்கிவிட்டது. சில நாட்களுள் அண்ணனும் வெளியேறினான்.

வெகு அற்பக் காரணத்துக்காக மன்னியுடன் சண்டை ஆரம்பித்தது. அன்று காலையில் அமிதா தூங்கி எழுவதற்கே நீண்ட நேரமாய்விட்டது. நீலா சமையல் வேலையை முடித்துவிட்டுக் கல்லூரிக்குப் புறப்படும் வேலையில் ஈடுபட்டிருந்தாள். அமிதா மூக்கைச் சிந்தியபடி அங்கு வந்து, "எனக்கு ஒரு கப் டீ தருகிறாயா நீலா?" என்று கேட்டாள்.

"அடுப்பு காலியாயில்லை. எனக்குக் காலேஜுக்கு நாழியாகிறது" என்று கடுகடுத்தாள் நீலா. அமிதாவின் முகம் வாடிவிட்டது. தன் அறையிலேயே காகிதக் குப்பையை மூட்டி அடுப்புப் பற்ற வைத்தாள். என்ன ஆச்சோ தெரியாது. அவள் கையில் சூடு பட்டுக் கொப்புளித்துக் கொண்டது. அங்கேயே படுத்துக் கொண்டு தரையில் புரள ஆரம்பித்து விட்டாள். கேவலும் அழுகையும் சேர்ந்துகொண்டன. காகிதம் எரிந்த சாம்பல் அவளுடைய உடம்பிலும் தலைமயிரிலும் ஒட்டிக்கொண்டது.

காலையிலிருந்து அடுப்படியில் வேலை செய்து களைத்துப் போயிருந்தாள் நீலா. அமிதாவின் ஆகாத்தியத்தை அவளால் பொறுக்க முடியவில்லை. கதவின் பக்கத்தில் நின்றுகொண்டு அருவருப்புடனும், கசப்புடனும் அமிதாவைப் பார்த்துக் கூறினாள்: "என்ன இதெல்லாம் மன்னி? ஒரு கப் தண்ணீர் கூடவா உன்னால் கொதிக்க வைக்க முடியாது? வேண்டுமென்றுதானே இந்த அமர்க்களம் செய்கிறாய்? தனவான் சிற்றப்பாவின் மருமகள், ஏழை வீட்டில் வாழ்க்கைப்பட்டுவிட்டாய். வீட்டு வேலை செய்து பழக்க மில்லாத மெழுகு பொம்மை நீ என்று நாங்கள் தெரிந்துகொள்ள வேண்டும் என்றுதானே இந்த ஆகாத்தியம் எல்லாம்?" என்றாள் கொடூரமாய்.

இதற்குள் அமிதாவின் முகம் வெளிறிப் போய்விட்டது. எழுந்து உட்கார்ந்தாள். கொஞ்சம் பொறுத்து ஒன்றும் சொல்லாமல் கதவை உள்ளுக்குள் தாழ்ப்பாள் போட்டுக்கொண்டுவிட்டாள்.

அன்று சாப்பிடவேயில்லை அமிதா. கதவுக்குப் பின்னால் நின்று கொண்டு மாமியார் அவளை எவ்வளவோ வேண்டினாள். ஆனால் அமிதா அசையவில்லை. தாழ்ப்பாளையும் நீக்கவில்லை. தாய் நீலாவிடம் போய், "நீ சென்று மன்னிப்புக் கேட்டுக்கொள் நீலா" என்றாள்.

நீலாவின் கண்கள் நெருப்பைக் கக்கின. "மன்னிப்புக் கேட்பதா? எதற்காக? நான் ஒரு குற்றமும் செய்யவில்லையே" என்று மறுத்து விட்டாள்.

"நீ என்ன செய்தாயோ இல்லையோ எனக்குத் தெரியாது அம்மா. வாழும் வீட்டில் மருமகள் பட்டினி இருப்பது சரியல்ல. உனக்கும் அது தெரியவேண்டும். மங்களமாக இல்லை."

நீலாவுக்குக் கொஞ்சங்கூடச் சம்மதமில்லை. ஆனால் பெற்றவள் மனம் நோகிறாளே என்று அவள் வார்த்தைக்கு மதிப்புக் கொடுத்தாள். அமிதாவின் நடையில் போய் நின்று, "நான் தவறாய்ப் பேசிவிட்டேன் மன்னி" என்றாள்.

பதில் வரவில்லை. நீலா திரும்பவும் ஒரு தரம் மன்னிப்புக் கேட்டுக்கொண்டாள். அப்பொழுது அமிதாவின் கண்ணீரில் தோய்ந்த குரல் எழும்பியது. "ஒன்றும் தவறாய்ச் சொல்லவில்லை

நீலா. உன் மனத்தில் தோன்றியதைச் சொன்னாய். என் மனத்தில் அது உறுத்தினால் யாருக்கு என்ன?" என்றாள்.

"வா சாப்பிடலாம்" என்று சமாதானமாகச் சொன்னாள் நீலா.

"மன்னித்துக்கொள். எனக்குச் சாப்பிடப் பிடிக்கவில்லை. உடம்பும் சரியாயில்லை" என்று அமிதா மறுத்துவிட்டாள்.

தாயும் வந்து சேர்ந்தாள் அங்கு. "அவளை மன்னித்து விடு அமிதா. சின்னப் பெண், என்ன சொல்வது, எது சொல்லக் கூடாது என்று..." ஒரே நிமிஷத்தில் அமிதாவின் நயமும் வினயமும் மாறிப் புலியாய்ப் பாய்ந்தாள். கோபமும் குரோதமும் நிறைந்த குரலில், "சின்னப் பெண்ணாம் சின்னப் பெண்! எத்தனை புருஷர்களுடன் அலைகிறாள் இவள்? எனக்குத் தெரியாதா என்ன? கல்யாணம் செய்து வைத்திருந்தீர்களானால் மூன்று குழந்தைகளுக்குத் தாயாகத் தெரிந்திருக்கும்" என்று பொங்கினாள்.

இந்த அவமானத்தைக்கூட மாமியார் கவனியாமல் அமிதாவை மேலும் மேலும் சாப்பிட அழைத்தாள். ஆனால் மருமகளின் பிடிவாதம் அசைந்து கொடுக்கவில்லை.

மாலையில் தேவவிரதன் வந்தவுடன் நடந்ததைச் சொன்னாள் அமிதா. அவளுடைய பேச்சைக் கேட்டுக்கொண்டு உடனேயே வெளியில் புறப்பட்டான் திரும்பவும்.. "எங்கே போகிறாய், தேவு?" என்று தாய் கவலையுடன் கேட்டாள்.

"வண்டி ஒன்று கூட்டி வருகிறேன் அம்மா. அவளைப் பிறந்த வீட்டில் சேர்த்துவிட்டு வருகிறேன்" என்றான்.

"பிறந்தகத்துக்கு அனுப்பதாவது! நான் சொல்வதையும் கொஞ்சம்" கேளேன் என்று தடுத்தாள் நிபானனி.

"கேட்க என்ன இருக்கிறது இன்னும்? அவளால் இந்த வீட்டாருடன் இசைந்து வாழ முடியவில்லை. தினமும் சண்டையும் பூசலுமாய் நிம்மதியே இல்லை. அவள் அங்கேயே இருக்கட்டும்" என்றான்.

"அமிதா சொல்வதை மாத்திரம் கேட்டுவிட்டு நீ இப்படி..." என்று என்னவோ சொல்ல ஆரம்பித்தாள் தாய். ஆனால் அதைக்

கேட்கக்கூட நில்லாமல் அங்கிருந்து போய்விட்டான். தாய் வாயடைத்துப் போனாள். சிவவிரத பாபு வீட்டில் இல்லை. யாரும் ஒன்றும் பேசத் தெரியாமல் எதுவோ நாடகத்தைப் பார்ப்பவர்கள் போல் உட்கார்ந்திருந்தனர். அமிதாவின் தாய் வீடு அப்படி யொன்றும் தள்ளியில்லை. அவளை அங்கு விட்டுவிட்டு, தான் திரும்பி வருவதைப் போலவே பேசிச் சென்றான் தேவ விரதன். ஆனால் இரவு பத்து மணி வரையிலும்கூட அவனைக் காணவில்லை. தாய் அவனுக்காகச் சாப்பாட்டை வைத்துக்கொண்டு உட்கார்ந்திருந்தாள். பெரிய தெருவில் கடைசி டிராம் வண்டி போகும் சப்தம் கேட்டது. இரவு பதினொன்று மணி ஆகிவிட்டது. நீலா தன் தாயைப் படுத்துக் கொள்ளச் சொன்னாள். "ஏன் வீணாக உட்கார்ந்திருக்கிறாய் அம்மா? அவன் திரும்பி இங்கு வரமாட்டான் என்று உனக்குப் புரியவில்லையா?" என்றாள்.

"திரும்பி வரமாட்டானா?" நிபானனிக்குக் குரல் எழவில்லை. அதிர்ச்சியில் கை கால் ஓடவில்லை.

நீலா படபடவென்று பொரிந்து தள்ளினாள். "ஏதாவது காரணம் வேண்டும் என்று தானே அவர்கள் காத்துக் கொண்டிருந்தார்கள். இந்த வீட்டுத் தரித்திரம் அவர்களுக்குச் சகிக்கவில்லை. ஓடிப் பிழைத்துக்கொண்டார்கள். உனக்கு இவ்வளவு வயதாகியும் கூட இது தெரியவில்லையே!"

மறு நாள் காலையில் நிபானனி கணவனிடம் விஷயத்தைச் சொன்னாள். "நேற்றிரவு தேவு திரும்பி வரவில்லை" என்றாள். அவருக்கு அவளுடைய தாபம் உரைக்கவில்லை. சதுரங்கம் விளையாடத் தயாராய்க்கொண்டிருந்தார். தலையைக்கூட உயர்த்தவில்லை. "போய்விட்டானோ இல்லையோ மனைவியுடன்? எனக்கு அப்போதே தெரியும் இப்படித்தான் ஆகும் என்று." அமைதியாய் மொழிந்தார் அவர்.

வீட்டுச் செலவு முக்கால்வாசி தேவ விரதனின் வரும்படியில் தான் நடந்துகொண்டிருந்தது. "இப்போது என்ன ஆகும்? எப்படி சம்சாரம் நடக்கும்?" என்று மனைவி கவலைப்பட்டாள்.

"எல்லாம் சரியாய்த்தான் நடக்கும் போ" என்று தள்ளி விட்டார் அந்தக் கவலையையும். "சதுரங்கத்தில் ஒரு யானையோ,

படைவீரனோ நஷ்டப்பட்டதுபோல்தான் ஆகியிருக்கிறது நிலைமை. இன்னும் ராஜாவின் பலம் குறையவில்லை" என்றார் சிரித்தபடி.

* * *

*அறைக்குள்ளேயே வெம்பிப் போய்க்கொண்டிருந்த இந்திர ஜித்தை வெளியே இழுத்து வந்தாள் நீலா. பார்க் பெஞ்சியில் உட்கார வைத்தாள். நல்ல வெயில் இதமாய்க் காய்ந்து கொண்டிருந்தது. ஆனால் இந்திரஜித் முணுமுணுத்துக்கொண்டே இருந்தான். "ரொம்பத் தூசி இங்கே. கூட்டமும் அதிகமாயிருக்கிறது. சந்தையைப்போல் இருக்கிறது." பலவீனம் குரலில் தெரிந்தது.

"தூசிதான், அழுக்குத்தான். ஆனால் கொஞ்ச நேரம் இந்த வெயிலிலும் வெளிச்சத்திலும் உட்கார்ந்திருந்தீர்களானால் உடம்புக்கும் மனத்துக்கும் இதமாயிருக்கும்" என்று சொல்ல விரும்பினாள் நீலா. ஆனால் மனத்தில் தோன்றியதை எல்லாம் எப்படிச் சொல்லுவது? இந்தச் சந்தைக் கூட்டத்தில் இழை ஓடும் வாழ்க்கையின் இன்பம் இந்திரஜித்துக்கு ஏனோ தெரியவில்லை. ரிக்ஷா, டிராம், பஸ் ஆகியவற்றின் சத்தம், சாமான் விற்பவர்களின் கூக்குரல், வெயிலின் சூடு, தூசி இவை எல்லாந்தான் வாழ்வின் அசல் என்று எப்படி அவனுக்குப் புரியவைப்பது? இவற்றிடமிருந்து தப்பித்து ஓடுவது அறிவீனம். நாளெல்லாம் படுத்துக் கொண்டு உத்தரப் பலகையை எண்ணிக்கொண்டிருந்தால் காச நோய்தான் பீடித்துக்கொள்ளும்.

ஏதோ பழக்கமற்ற சூழ்நிலையில் இருப்பதைப் போல் இந்திரஜித்துக்குத் தோன்றிற்று. பூவைக் கிள்ளினான், புல்லைப் பல்லால் சுவைத்தான். இரண்டு பைசாவுக்கு வேர்க்கடலை வாங்கிக் கொறித்தான். "யாருக்குத் தெரியும்? ஒருவேளை இதெல்லாம் எனக்குப் பிடித்துப் போகலாம்." திடீரென்று குஷியில் காலை நீட்டிக்கொண்டான். "ஒவ்வொரு வேளை இந்த மாதிரி சிறு பிள்ளைபோல் இருப்பதும் நன்றாகத்தான் இருக்கிறது" என்றான்.

"நீங்கள் இன்னமும் சிறு பிள்ளைதானே?" நீலா மெள்ளச் சொன்னாள்.

"சிறு பிள்ளையா?" பெருமூச்சுவிட்டான். "நிஜமாய் அப்படி ஆக முடிந்தால்! அந்த வயது இன்பங்கள் எல்லாம் பின் தங்கி விட்டனவே. மரமேறிப் பழம் திருடுவது, குளத்தில் குதித்து நீரை வாரி இறைப்பது முதலிய விஷம விளையாட்டுகள் இனி மேல் கிடையவே கிடையாது என்று நினைக்கும்போது வருத்தமாக இருக்கிறது. வயது ஏற ஏற எவ்வளவோ இன்பங்களை இழந்துவிடுகிறோம்."

"அது சரி. ஆனால் அநுபவிக்க வேண்டிய இன்பம் இன்னும் எவ்வளவோ இருக்கிறதே." நீலாவும் காலை நீட்டிக்கொண்டாள். அவளுடைய கால் விரல் இந்திரஜித்தின் காலைத் தீண்டியது. பட்டென்று காலை இழுத்துக்கொண்டு சரியாய் உட்கார்ந்தாள்.

உலக இயல் இதுதான். மனம் பூரித்து ஆகாயத்தில் பறக்க விரும்பும்போது உடல் தனியாகவே தணிந்துவிடும். பறக்க விரும்பும் பறவை தவித்துப் போகும். வேர்க்கடலைத் தோல் ஒன்றிரண்டு நீலாவின் மேல் விழுந்தன. விரலால் தட்டிவிட்டான் இந்திரஜித்.

"ஈர மணல் இங்கே. பாருங்கள், என் கையிரண்டும் ஈரமாய்ப் போய்விட்டன" என்றான்.

"என் கைகள் கூடத்தான் ஈரமாயிருக்கின்றன" என்று விரித்துக் காண்பித்தாள் நீலா. இளம் சிவப்போடிய இரண்டு வெண்மையான தளிர்கள்.

"புறப்படுவோம் வாருங்கள்" என்றாள். அவளுடைய கையைப் பிடித்துக்கொண்டு எழுந்தான். "உங்கள் கை ஏன் இவ்வளவு சூடாயிருக்கிறது?" என்று திடுக்கிட்டுக் கேட்டான் இந்திரஜித்.

இலேசாகப் புன்முறுவல் செய்து தன் மனப் படபடப்பை மறைக்கப் பார்த்தாள்.

"சாதாரண உடம்பு சூடுதான். உங்கள் கை அசாதாரணமாய்க் குளிர்ந்திருக்கிறது. என் சூடு ஆரோக்கியத்தின் அறிகுறி. உங்களைப் போல் மரணத்தை எதிர்பார்த்துக் கொண்டிருப்பவள் அல்ல நான். நான் வாழ விரும்புகிறேன்" என்றாள்.

"நானுந்தான் வாழ விரும்புகிறேன்' என்று மெள்ளச் சொன்னான் இந்திரஜித். நானும் பிழைத்துக்கொள்ளுவேன் என்று ஏதோ என் மனத்தில் சொல்லுகிறது."

சந்தின் திருப்பத்துக்கு வந்தபொழுதுகூட இருவர் கைகளும் இணைந்திருந்தன. அழிகளுக்குப் பின்னால் அமர்ந்து தங்களைப் பார்த்து ரசிக்கும் இரு கண்களின் கேலியை அவர்கள் அறியவில்லை. 6 எஃப்பின் கீழ் அறையிலிருந்து சாந்தியும் அவர்களைப் பார்த்துக் குரூரமாகச் சிரித்தாள். அதையும் அந்த இளஞ்ஜோடி அறியவில்லை. "உள்ளே வரவில்லையா?" என்று நடுங்கும் குரலில் இந்திரஜித் வினவினான்.

"வருகிறேன்." நீலாவின் குரல் அவளுக்கே கேட்கவில்லை.

புகை ஏறிய விளக்கின் வெளிச்சம் அறையுள் இருட்டை முழுக்க விரட்டவில்லை. தரையின் விரிசல்களிலிருந்து குளிர் எழும்பியது. நீலாவின் உடற் சூடு தன் உடலிலும் ஏறவேண்டும் என்று அவள் கையை விடாமல் பிடித்திருந்தான் இந்திரஜித். அவளுடைய சூடான விரல்கள் இதமாய் ஒத்தடம் கொடுத்தன. அந்த உணர்ச்சியில் உடல் மாத்திரமல்ல, சில்லிட்ட உயிர்கூடச் சூடு பெறலாம். ஐம்முக விளக்கின் திரிக்ளைப்போல் நடுங்கின அவளுடைய விரல்கள். எண்ணெய் வற்றிப் போய் விளக்கு அணைந்துவிட்டது. வெளியில் இருளும் கவ்விக் கொண்டது. "யார் அது?" திடுக்கிட்டு வினவினான் இந்திரஜித். நீலாவுக்கும் தூக்கிவாரிப் போட்டது. வெளியில் ஏதோ அரவம் கேட்டது. கதவின் ஓரத்தில் புடைவைத் தலைப்பு ஒன்று தென்பட்டது. இருட்டில் குரல் கேட்டது. நான் தான் சாந்தி. நீலா உடனே எழுந்துவிட்டாள். அவனுடைய அதரங்களின் இன்பமும் ஈரமும் தாங்கிய முகத்தை மூடிக்கொண்டு ஓடினாள். அவளுக்கு வெட்கமாய்த்தான் இருந்தது, சாந்தி தன்னை இந்த நிலைமையில் பார்த்துவிட்டாளே என்று. ஆனால், பரம திருப்தியாகவும் இருந்தது. சாந்திக்குத் தெரிந்திருப்பது நல்லது தான்.

ஆனால் இந்திரஜித் தைரியமற்று நடந்துகொண்டுவிட்டான். சாந்தியைக் கண்டதும் சட்டென்று நீலாவின் தலையைத் தன் மடியிலிருந்து அகற்றிவிட்டான். கொஞ்சநேரத்துக்கு முன்புதான்

அவன் அவளுடைய தலைமயிரை அவிழ்த்து விளையாட ஆரம்பித்திருந்தான். சாந்தி எல்லாவற்றையும் பார்க்கவேண்டும் என்றே விரும்பினாள், நீலா. ஆனால் இந்திரஜித்துக்குத் வரவில்லையே! இதுவும் ஒரு வெட்கப்படவேண்டிய தோல்வியோ? தைரியம்

அன்றிரவெல்லாம் ஒரே தலைவலி நீலாவுக்கு. நெற்றி நரம்புகள் படபடத்தன. கண்கள் மூடமுடியாமல் நெருப்பாய் எரிந்தன. உடல் இன்பத்தின் அநுபவம் மறைந்துவிட்டது. ஆனால் இனிமையான நினைவுகள் அவளுடைய உணர்வில் தங்கி நின்று வாட்டி எடுத்தன.

13

ஆரம்பத்திலிருந்தே சகுந்தலாவுக்கு எவ்வளவோ தெரியும் கஷ்ட நஷ்டங்கள் உண்டாகக்கூடும் என்று. ஆனால் எல்லாரும் அளித்த உற்சாகத்தில் அவள் எதையும் சமாளிக்கத் தயாரானாள். பெரிய தெருவில் எங்கும் வீடு எடுத்துக்கொள்ளப் பணம் போதவில்லை. இந்த இருட்டுச் சந்தில் பழைய வீட்டைப் பார்த்தபிறகு கூட அவள் பின்வாங்கவில்லை. மற்றப் பெண்களும் அவளுக்குத் தைரியமும் நம்பிக்கையும் ஊட்டினர்.

மேலும் முதல் மாதம் நினைத்ததைவிட வெற்றிகரமாகவே நடந்தேறியது. லலிதாவைத் தவிர மற்றப் பெண்கள் எல்லாரும் வந்துவிட்டனர். எல்லாரும் நாளெல்லாம் வஞ்சனையில்லாமல் உழைத்து நன்றாய்ச் சம்பாதித்தனர். சகுந்தலா இரவு வேலைகளை ஏற்றுக் கொண்டாள்.

ஆனால் இரண்டாவது மாத ஆரம்பத்திலிருந்தே நிலைமை சரியாக இல்லை. முதல் வாரத்தில் சகுந்தலாவுக்கு இரவு அழைப்புகள் ஒன்றிரண்டுதான் வந்தன. அநேகமாய் வேலையில்லை; மந்த ஸீஸன் போலும். சாயங்காலம் கணக்குப் பார்க்க உட்கார்ந்தால் தலை சுற்றியது. அன்று பத்தாம் தேதி. அதுவரையிலும் கிடைத்த வருமானத்தால் எப்படியோ நடந்தேறிவிட்டது. ஆனால் மேலே? சகுந்தலா மட்டுமானால் கவலையில்லை. ஆனால் அவளை நம்பி மூன்று பெண்கள் இருந்தார்களே! சகுந்தலாவிடம் அவர்களுக்கு இருந்த அன்பினாலும் நம்பிக்கையினாலும் தங்கள் வேலையை ராஜினாமாச் செய்துவிட்டு இங்கு வந்து சேர்ந்தனர். அந்த வேலை ஒன்றும் அப்படிப் பிரமாதம் அல்ல. ஆனால் மாதக் கடைசியில் நிச்சயமாய்ச் சம்பளமுண்டே!

பதினைந்தாம் தேதிக்குப் பிறகு சகுந்தலாவுக்குக் கவலை பிடித்துக் கொண்டது. மொத்தம் ஐந்து ரூபாய்தான் வார வரும்படி! கல்லாப் பெட்டியில் ஐம்பது ரூபாய் தான் மிஞ்சியிருந்தது. ஐந்நூறு ரூபாயாவது இருந்தால்தான் நிம்மதியாக இருக்க முடியும்.

மூன்றாவது வாரம் அனிமா படுத்துக்கொண்டாள். சாதாரணமாய்ச் சகுந்தலா கவலைப்பட்டிருக்க மாட்டாள். ஆனால் கஷ்டங்களும் ஏன் இப்படி விடாமல் வரவேண்டும்? முதலில் குளிர்சுரம் போலத்தான் இருந்தது. மலேரியா என்று வைத்தியம் சில நாள் நடந்தது. சுரம் குறையவில்லை. டைஃபாய்டா இருக்குமோ என்ற பயம் பிடித்துக்கொண்டது. கவனிப்பு மாத்திரம் போதாதே! பத்தியமும், டாக்டரின் சிகிச்சையும் மிகவும் முக்கியம் அல்லவா? வேலை குறைவாயிருந்தது ஒரு விதத்தில் நல்லதாயிற்று. சகுந்தலா ஒரு நிமிஷங்கூட அனிமாவைவிட்டு நகரவில்லை. ஆனால் மாத ஆரம்பத்தில் மின்சார பில், வீட்டு வாடகை முதலியவை கட்டினபிறகு சரியாய் ஒரு வார வீட்டுச் செலவுக்குத்தான் பணம் மிஞ்சியிருந்தது.

லலிதாவின் நண்பன் வைத்திய மாணவன் ஒரு நாள் வந்து அனிமாவைப் பார்த்தான். யாராவது நல்ல டாக்டரைக் கூப்பிட்டுக் காட்டும்படி எச்சரிக்கை செய்துவிட்டுப் போனான். சகுந்தலாவுக்கு எவ்வளவோ நல்ல டாக்டர்களைத் தெரியும். ஆனால் யாரும் பணம் வாங்காமல் வரமாட்டார்கள். எல்லாரையும் விரோதித்துக் கொண்டு ஆஸ்பத்திரியைவிட்டு வெளியேறினாள் அவள். இப்பொழுது அவர்களிடம் போய்க் கெஞ்சுவது பெரிய அவமானம்!

அடுத்த நாள் லலிதா நல்ல செய்தி கொண்டு வந்தாள். அரவிந்தனும் அவன் நண்பர்களுமாகக் கொஞ்சம் பணம் சேர்த்து அனிமாவின் வைத்திய செலவுக்கு உதவத் தீர்மானித்திருப்பதாய்ச் சொன்னாள். டாக்டர் உபாத்தியாவும் அனிமாவை வந்து பரிசோதிக்க ஒப்புக்கொண்டிருந்தாராம்.

அப்படியே வரவும் செய்தார். வேண்டியமட்டும் உபதேசம் செய்தார். எப்பவும்போல் சிரித்த முகத்துடன் அன்பாய் நடந்து கொண்டார். சகுந்தலாவிடமோ மற்றப் பெண்களிடமோ கொஞ்சமும் கோபம் இல்லை அவருக்கு. கறுப்பும் வெளுப்பும்

கலந்திருந்த அவர் தலைமயிரைப் போல் அவர் பேச்சும் வங்காளியும் ஆங்கிலமும் கலந்த மணிப்பிரவாளமாக இருந்தது. நோயாளியை நன்றாய்ப் பரிசோதித்து, மருந்து எழுதிக் கொடுத்துவிட்டுப் போனார்.

அவர் வீட்டுக்குப் போய்ச் சேர்ந்ததும் இரண்டு பத்து ரூபாய் நோட்டுக்களும் ஒரு கடிதமும் சகுந்தலா பெயருக்கு அனுப்பி வைத்தார். கடிதத்தைப் பிரித்து வாசித்தாள். சகுந்தலா எப்படி நடந்துகொண்டிருந்தாலும் டாக்டருக்கு அவளிடமும் மற்றப் பெண்களிடமும் அன்பும் ஆதரவும் முன்போலவேதான் இருக்கின்றனவாம். அவர்கள் நலத்தைக் கோரும் நண்பர் அவர். முன்பு அவர்களுடைய எதிர்ப்பால் எவ்வளவு அதிர்ச்சி ஏற்பட்டதோ, அதே அளவு துக்கம் இப்பொழுது அவர்களுடைய நிலைமையால் அவருக்கு ஏற்பட்டதாம். தன்னால் முடிந்த பண உதவி செய்ய விரும்புவதாகவும் எழுதியிருந்தார். சகுந்தலாவுக்குப் புல்லரித்தது. தொண்டையை அடைக்கும் மன நெகிழ்வு, பச்சாதாபம் ஆகிய எல்லா உணர்வையும் அநுபவித்தாள். ஆனால் டாக்டரின் பெருந்தன்மையினூடே ஒருவிதத் திருப்தியும் இருப்பதை ஊகித்துக் கொண்டாள். தம் வார்த்தையைக் கேட்காமல் அசட்டுப் பிடிவாதமாய் நடந்துகொண்ட இந்த அநுபவமற்றப் பெண்கள் இப்பொழுது கஷ்டப்படுகிறார்கள். நரைத்துப் போன தம் தலைமயிருக்கு மரியாதை கொடுக்கவில்லை அவர்கள். இப்பொழுது வட்டியுடன் அந்த மரியாதையைச் செலுத்தவேண்டி வந்துவிட்டது. இது அவருக்குப் பெரிய வெற்றி அல்லவா!

கடிதத்தைச் சுக்குநூறாகக் கிழித்துப் போட்டாள். பணத்தை அப்படிக் கிழித்துப் போட மனம் வரவில்லையே! அதை இறுகத் தலைப்பில் முடிந்துகொள்ளத்தான் செய்தாள். சகுந்தலாவுக்குத் தன் ஏழ்மையின்மேல் வெறுப்பும் அவமானமும் கூடிவந்தன. என்ன பெரிய தலை இறக்கம்!

தபால்காரன் வந்து போனது யாருக்கும் தெரியவில்லை. அடுத்த நாள் வீடு பெருக்குகிறவள் கண்ணில் அந்தத் தபால் உறை படவே அவள் அதைச் சகுந்தலாவிடம் கொடுத்தாள். அது ஒரு செய்திப் பத்திரிகை; வாரப் பத்திரிகை. அச்சும் மோசம், காகிதமும் மட்டம். படித்துப் பார்த்தால் அதன் பாஷை சகிக்கவில்லை.

யார் அனுப்பியிருப்பார்கள் இதை? பார்த்துப் பார்த்துச் சேவா சத்திரத்துக்குத்தானா அனுப்பவேண்டும் இந்தக் குப்பையை? இந்த மாதிரி மஞ்சள் காகிதத்தை இதற்குமுன் பார்த்ததேயில்லை சகுந்தலா. ஆனால் அதன் பெயர் பரிசயமாயிருந்தது. தெரு முனைகளிலும், டிராம் ஜன்னல் வழியாகவும் பேப்பர் பையன்கள் இந்தப் பெயரைக் கூவி விற்பதைக் கேட்டிருக்கிறாள்.

முதலில் வெறுமனே பக்கங்களைத் திருப்பிப் பார்த்தாள், விசேஷ ஆவல் ஒன்றும் இல்லாமல். திடீரென்று ஓர் இடத்தில் அவள் கண்கள் குத்திட்டு நின்றன. தலையங்கத்தைப் படித்தவுடனேயே அவளுடைய கன்னங்கள் ரத்தமேறிச் சிவந்துவிட்டன. மேலே சில வரிகள் படிக்கும் முன்பு உதடுகள் அருவருப்பில் கோணி, பெரு மூச்சும் வேகமாய் வர ஆரம்பித்தது.

அநாமதேயமாய் யாரோ ஒருவன் நர்ஸஸ் ஹோம் ஒன்றைப் பற்றி விரசமாய் எழுதித் தள்ளியிருந்தான். கதை ரூபத்தில், மாற்று ஊர்ப்பெயருடன் சேவா சத்திரத்தைப்பற்றி ஆபாசமாய் எழுதியிருந்தான். அதன் குறி சகுந்தலா. கணவனைவிட்டு ஓடிவந்த வெட்கங் கெட்ட பெண் ஒருத்தி இன்னும் சில பெண்களைக் கூட்டிக் கொண்டு நடு ஊரில் நடத்தும் ஆபாச வாழ்வைப்பற்றிய வர்ணனை. பெண்கள் விடுதி என்னும் போர்வையில் நடக்கும் அவர்களுடைய வாழ்க்கையை மிகவும் கீழ்த்தரமாய்க் கற்பித்து, பரிகாசமாய் எழுதியிருந்தான். கூடவே இம்மாதிரி நடவடிக்கைகளைக் கண்டிப்பது போலீஸின் கடமை என்றும், சமூகத்தின் பொறுப்பு என்றும் எச்சரிக்கை செய்திருந்தான். இந்தப் பெண்கள் விடுதியின் உண்மையான பெயர், விலாசம் வெளியிடப்படும் என்றும் பயமுறுத்தி இருந்தான். எல்லாவற்றுக்கும் எல்லாம் அவசியப்பட்டால் அத்தாட்சி, சாட்சிகள், அந்தப் பத்திரிகாசிரியர் வசம் உள்ளன என்ற எச்சரிக்கையுடன் முடிந்தது அந்தக் கட்டுரை.

எல்லாரும் படித்தார்கள் அதை. கீதாவின் முகம் அவமானத்தால் சிவப்பேறிவிட்டது. அனிமா வெளிறிப் போய்விட்டாள். "யார் எழுதியிருப்பார்கள் அக்கா? யார் வேலை இது?" என்று அங்கலாய்த்தனர். "யாருக்குத் தெரியும் இதெல்லாம்?" என்று அருவருப்புடன் சொன்னாள் சகுந்தலா. பத்திரிகையைத் துண்டுத் துண்டாய்க் கிழித்து எறிந்தாள். யார் வேலை அது என்று

சகுந்தலாவுக்கா தெரியாது? வனமாலியின் விஷமந்தான். அவன் உடலிலிருந்த விஷம் எல்லாம் இறங்கி, பேனா முனையில் உறைந்துவிட்டது போலும்! சகுந்தலாவை வழிக்குக் கொண்டுவரச் சாமதான பேத தண்ட உபாயங்கள் எல்லாம் கையாளத் தயாராகி விட்டிருந்தான் அந்தக் கயவன்!

களங்கத்தைப்பற்றிப் பயமில்லை. ஆனால் வேலையல்லவோ பாதிக்கப்பட்டுவிட்டது. மாதக் கடைசியில் கணக்குப் பார்க்க உட்கார்ந்த சகுந்தலா மனம் இடிந்து போனாள். வேலைக்கு அழைப்பு வருவதே நின்று விட்டது! அந்த வாரப் பத்திரிகையில் சேவா சத்திரத்தைப் பற்றிய அவதூறு தொடர்ந்து வெளிவந்து கொண்டிருந்தது. அதன் பெயர் இன்னமும் வெளிப்படவில்லை. ஆனால் கினு கோனார் தெருவில் இருந்த சேவா சத்திரந்தான் அந்தப் பத்திரிகையில் அடிபடும் “பெண்கள் விடுதி” என்று தெளிவாய்த் தெரிந்தது.

இதை எல்லாம் கவனிக்கக்கூடாது என்று முதலில் சகுந்தலா நினைத்தாள். ஆனால் அந்த அற்ப ஆபாசப் பத்திரிகைக்கும் அவ்வளவு சக்தி உண்டென்று அவளுக்குத் தெரியாது. இப்பொழுதெல்லாம் சகுந்தலா தெருவில் நடக்கும்பொழுது அவளை எல்லாரும் ஆவலுடன் கவனிப்பதை உணர்ந்தாள். அவர்களுடைய பார்வையிலிருந்த விஷமும் பரிகாசமும் அவளைப் பாதித்தன. அவள் தலை தெரிந்தவுடன் அவளை உற்றுப்பார்ப்பதும், குசுகுசு என்று ரகசியம் பேசுவதும் அந்தத் தெருவில் மிகவும் சாதாரணமாய் விட்டன. எல்லாருமாய்ச் சேர்ந்து ஒரு நற்காரியத்தை முளையிலேயே கிள்ளிவிட முயன்று கொண்டிருந்தார்கள்.

தபாலில் பத்திரிகை ஒவ்வொன்றாய்ச் சகுந்தலா பெயருக்கு வந்து கொண்டிருந்தது. அதல்லாமல் இன்னமும் எவ்வளவோ தொல்லைகள் ஆரம்பித்துவிட்டன. டாக்டர் உபாத்தியா அந்த வாரப் பத்திரிகையிலிருந்து துண்டை வெட்டி அனுப்பினார்; “இதென்ன நான் கேள்விப்படுவது?” என்ற குறிப்புடன்!

மாலை நேரத்தில் தெருவிலிருந்து ஜன்னல் பக்கத்திலும் கதவருகிலும் சீட்டியின் ஒலி கேட்க ஆரம்பித்தது. காளை வயதினர் சேர்ந்து இங்கேயும் அங்கேயும் நின்றுகொண்டு விரசமாய்ப் பேச

ஆரம்பித்தனர். சகுந்தலாவால் எதிர்த்து ஒன்றுமே செய்ய முடியவில்லை.

சேவா சத்திரத்தின் வெளிச் சுவரில் அந்தச் செய்திப் பத்திரிகையின் தாளை இரவில் ஒளிந்து ஒட்டிவிட்டுப் போனார்கள் யாரோ சோதாக்கள். காலையில் எழுந்ததுமே அதைக் கிழித்து எறிவதை முதல் வேலையாய் வைத்துக்கொண்டாள் சகுந்தலா. தெரு மூலையில் மாட்டியிருந்த பெயர்ப் பலகையின்மேல் கறுப்பு மையால் பெரிய பெரிய எழுத்தில் சொல்லமுடியாத ஆபாசத்தைக் கிறுக்கி வைத்தனர் வேறு சில ரௌடிகள். சகுந்தலா அந்தப் பெயர்ப் பலகையையே எடுத்துவிட்டாள். அதுமட்டும் சரி. ஆனால் சேவா சத்திரத்தின் ஜன்னலை நோக்கிப் பறந்த கற்களை அவளால் தடுக்க முடியவில்லை. இவை எல்லாவற்றையும் பொறுத்துக்கொண்டு சகுந்தலாவும் மற்றப் பெண்களும் வேலை தேடி வெளியே நடமாடவே செய்தனர்.

ஒரு நாள் லலிதா தெருவில் தென்பட்டாள். சகுந்தலாவைப் பார்த்துவிட்டு அவள் தப்பித்துப் போக முயற்சி செய்தாள். ஆனால் சகுந்தலா அவளுடைய கையைப் பிடித்துக்கொண்டு, "எங்கே ஓடப் பார்க்கிறாய்? என்னிடமிருந்து தப்பிக்கொள்ளப் போய் லாரி அடியில் மாட்டிக்கொண்டிருப்பாயே. லாரியைவிட என்னிடம் பயம் அதிகமா உனக்கு?"

லலிதா மறுத்துப் பேசினாள். "அப்படி ஒன்றுமில்லை அக்கா. நீ எப்போதும் இப்படித்தான் குதர்க்கமாய்ப் பேசுகிறாய். நான் உன்னிடமிருந்து தப்பி ஓடுவானேன்?"

அதைக் காதில் போட்டுக்கொள்ளாமல், "நீ இப்போது சேவா சத்திரத்தின் பக்கமே தலை காட்டுவதில்லையே, லலிதா. ஏனாம்?"

இந்தக் குற்றச்சாட்டை மறுக்க முயன்றாள் லலிதா. ஆனால் கடைசியில் உண்மையை ஒப்புக்கொண்டாள். சேவா சத்திரத்துடன் உள்ள அவள் தொடர்பை ஒரேயடியாய்த் துணித்துவிடச் சொல்லி விட்டானாம் அரவிந்தன். லலிதா இப்போது வெறும் நர்ஸ் அல்லவே. நாளைக்கு டாக்டராகப் போகும் ஒரு கௌரவப் புருஷனின் காதலியுங்கூட. ஊரெல்லாம் காறி உமிழும் ஒரு ஸ்தாபனத்துடன் தொடர்பு லலிதாவுக்கு முக்கியமானால்,

அப்போது அவள் அரவிந்தனின் சிநேகத்தை எதிர்பார்க்க முடியாது. இரண்டில் ஒன்றை அவள் தீர்மானம் செய்யவேண்டும்; இது அரவிந்தனின் கட்டளை.

லலிதாவின்மேல் என்ன தவறு? எல்லாம் கேட்டுவிட்டுச் சகுந்தலா, "உம், எப்போது உன் கல்யாணம்?" என்றாள்.

"அதெல்லாம் இன்னும் ஒன்றும் நிச்சயமாகவில்லை. இதோ இப்போதுதானே பாஸ் செய்தார் அவர். ஆஸ்பத்திரியில் இன்னும் கொஞ்ச நாள் வேலை செய்யவேண்டும். அப்புறந்தான் கல்யாணப் பேச்சு."

"அதுவரை காத்திருப்பாயா நீ?" என்று கேட்டாள் சகுந்தலா.

காத்திருக்கத் தயாராயிருந்தாள் லலிதா. ஒரு வருஷம் பொறுத்தால் எல்லாம் சரியாய் நடக்கும்; அவர்களுடைய திட்டங்கள் பயன் தரும். அரவிந்தன் கல்கத்தாவில் தன் தொழிலை ஆரம்பிக்க விரும்பவில்லை. இங்கே டாக்டர்கள் எவ்வளவோ, கணக்கில்லை. சிறு ஊர்களில் போட்டி இருக்காது. அங்கே தொழில் செழிக்க வழி உண்டு. மேற்கே சிறிய ஊரைத் தேடிப் போவதாய்ப் பேச்சு. அழகிய சிறிய வீடு, அந்த வீட்டில் அரசு செலுத்த லலிதா: இந்த நினைவே லலிதாவுக்குக் கிளுகிளுப்பாக இருந்தது. ஒரு வருஷம் காத்திருப்பது பிரமாதமா என்ன?

மேன்மேலும் நடந்த இரண்டு சம்பவங்களால் சகுந்தலாவின் மனம் கலக்கம் அடைந்தது.

சாயங்கால வேளையில் ஒரு நாள் யாரோ ஒருவன் நேரே மேலே ஏறி வந்துவிட்டான். தெருக்கதவு திறந்து கிடந்திருக்க வேண்டும். கீதா மாத்திரமே வீட்டில் இருந்தாள். அவளை வணங்கி விட்டு, "சீக்கிரம் புறப்படுங்கள். ரொம்ப முக்கியமான கேஸ்" என்று அவசரப்படுத்தினான். கொசுவின வேட்டி, சட்டை, கம்பீரமான தோற்றம். "ரொம்ப அவசரமோ" என்று கீதா வினவினாள். "ஆமாம், ரொம்ப அவசரந்தான்" என்றான். மாலை வெளிச்சத்தில் அவன் முகபாவம் சரியாய்த் தெரியவில்லை. இலேசாய்ச் சிரித்திருப்பானோ?

அனிமாவின் உடம்பு அப்பொழுது தேறி இருக்கவில்லை. சகுந்தலாவும் வீட்டில் இல்லை. கீதாவுக்குத் தெரியவில்லை, போவதா வேண்டாமா என்று. எத்தனையோ நாட்களுக்குப் பிறகு வந்திருக்கும் கேஸ். அதை விடவும் மனம் வரவில்லை. புறப்படும் முன் சகுந்தலா வந்துவிட்டாளானால் கீதாவின் பொறுப்புத் தீர்ந்துவிடும். ஆனால் அந்த மனிதன் விடவில்லை; அவசரப் பட்டான்.

"ஆபத்தான கேஸாக இருந்தால் அதற்குச் சம்பளமும் அதிகமாகும், தெரியுமோ இல்லையோ?" என்று அவனை அடக்கப் பார்த்தாள். "அதிகமா? எவ்வளவு வேண்டும் உங்களுக்கு?" பாக்கெட்டிலிருந்து கற்றைக் கற்றையாய்ப் பத்து ரூபாய் நோட்டுக்களை எடுக்க ஆரம்பித்தான். நூறு ரூபாய் தாள்கள்கூட இருந்திருக்கலாம், நடுநடுவே.

கீதா கண் பிதுங்க அந்தப் பணக் கற்றைகளைப் பார்த்தாள். இதுவரை இவ்வளவு பணத்தை அவள் கண்டதே இல்லை. பணத்தைப் பார்த்தே எவ்வளவோ நாளாய்விட்டதே! அவளுக்கு நாக்கில் தண்ணீர் ஊறியது.

"ஏதாவது முன் பணம் தரவேண்டும்" என்றாள்.

"எவ்வளவு?"

"இருபத்தைந்து ரூபாய்" என்று அவள் சொல்லி முடிக்கும் முன் மூன்று பத்து ரூபாய் நோட்டுகளை எடுத்து நீட்டினான். இன்னும் அதிகமாய்க் கேட்கவில்லையே என்று கீதா வருந்தினாள். கேஸ் எவ்வளவு சீரியஸோ?

கடைசியில் சகுந்தலாவுக்கு ஒரு துண்டுக் கடிதம் எழுதி வைத்து விட்டுக் கீதா வெளியேறினாள். மூன்று நோட்டுகளையும் கடிதத்துடன் பிணைத்து வைத்தாள். பணத்தைப் பார்த்துச் சகுந்தலா திகைத்துப் போய்விடுவாள் என்று கீதா எண்ணிக்கொண்டாள்.

திரும்பி வந்து கடிதத்தைப் படித்த சகுந்தலாவுக்கு முதலில் ஒன்றும் புரியவில்லை. மனத்துள் ஏதோ கலக்கமாக இருந்தது. தான் வீட்டில் இல்லாத சமயத்தில் கீதா இப்படித் தனியாய்ப் போயிருக்கக் கூடாது.

பத்தடித்தது, பதினொன்று, பன்னிரண்டும் அடித்தது. ரொம்ப நேரம் கீதாவுக்காக விழித்திருந்த சகுந்தலாவுக்குக் கடைசியில் அவளுக்குத் தெரியாமலேயே தூக்கம் வந்துவிட்டது. கீதா கதவைத் தட்டியபோது மணி இரண்டோ மூன்றோ.

கீதாவின் தோற்றம் அலங்கோலமாக இருந்தது. கலைந்த தலை, உலர்ந்து வெளிறிய கன்னங்கள், கண்களில் களைப்பு, மடிப்புக் கலையாமல் உடுத்திப் போன புடைவைகூடத் தாறுமாறாகக் கசங்கிப் போயிருந்தது. கீதா உள்ளே வந்ததும் விளக்கை இறக்கிவிட்டாள். அடைத்த குரலில், இப்போது ஒன்றும் கேட்காதே அக்கா! நாளைக்கு எல்லாம் சொல்லுகிறேன் என்று சொன்னாள். ஆனால் அவளால் பொறுக்க முடியவில்லைபோலும். உடனேயே கேவலும் அழுகையுமாய்ப் பேச ஆரம்பித்தாள்:

பெரிய தெருவில் நின்ற அந்த ஆளுடைய காரில் புறப்பட்டுப் போனார்கள். எங்கெங்கேயோ சுற்றிவிட்டுக் கடைசியில் வண்டி நின்றது, எங்கோ ஊருக்கு வெளியே. பிரம்மாண்டமான வீடு. மாடிக்குமேல் மாடியாய்க் கீதா அவனைத் தொடர்ந்தாள். சுவர்களிலெல்லாம் எண்ணெய்ச் சித்திரங்கள்; விலை மதிப்பற்ற அலங்காரப் பொருள்கள், பெரிய பெரிய கண்ணாடிகள்! ஏதோஅரண்மனை போல் தோன்றியது.

"நோயாளி எங்கே?" ஒருவிதத் திகில் பிடித்துக்கொண்டது கீதாவை. "யாருக்கு உடம்பு?" என்றாள்.

"எனக்குத்தான்" என்றான் நகைத்தபடி. கட்டில்மேல் உட்கார்ந்து கொண்டு தலையணையில் சாய்ந்தபடி அவளையே கவனித்தான்.

"என் முகத்தைப் பார்த்தால் சுரமுள்ளவன் போலத் தெரியாது. தொட்டுப் பார் தெரியும்" என்று பேசியபடியே கீதாவின் கையை இழுத்துத் தன் நெஞ்சின்மேல் அழுத்திக்கொண்டான்.

திமிறினாள் கீதா. தொண்டை பயத்தால் வறண்டுவிட்டது. தடுமாறிக்கொண்டு, "விட்டு விடுங்கள் என்னை. என்னை வீட்டிற்கே அனுப்பிவிடுங்கள். நீங்கள் தப்பாய் என்னைப் புரிந்து கொண்டிருக்கிறீர்கள்" என்று நயமாய்ச் சொன்னாள்.

“கட்டாயம் நானே உன்னைக் கொண்டு போய் விடத்தான் போகிறேன். நல்ல தட்சணையும் தருவேன். இப்போது ஏன் கலாட்டா செய்கிறாய்? பேரம் பேசப் போகிறாயா?” என்று இளப்பமாய் அவளிடம் பேசினான்.

“நீங்கள் இப்படி என்னை ஏமாற்றி அழைத்து வந்தது சரியில்லை” என்று செயலற்றவளாய்க் கீதா திரும்பத் திரும்பச் சொன்னாள்.

“ஊர் முழுதும் உங்களைப்பற்றித் தெரியும். உங்கள் தொழில், உங்கள் நடத்தை தெரிந்ததுதானே. தவறு நானா செய்தேன்?” ஒரு காகிதத்தை அவள் முன்னால் பிரித்துக் காண்பித்து, “சமூகம் உங்களைப்பற்றிப் பேசுகிறது! அந்தப் பத்திரிகையிலும் அச்சாகிருக்கிறது, உங்கள் பெருமை. எல்லாமே பொய்யா? உங்கள் கீர்த்தி தான் தெருத் தெருவாய் அடிபடுகிறதே! நீ இப்பொழுது ஏன் இடக்குச் செய்கிறாய்? முதலிலேயே விலை பேசி உன்னை அழைத்துக் கொண்டு வந்திருக்கவேண்டும். ஆனால் அப்படிக் கடை வியாபாரம் செய்யப் பிடிக்கவில்லை எனக்கு. கொஞ்சம் குஷி, சுவை இருந்தால் தானே தமாஷாயிருக்கும். நீ இப்படி இடக்குச் செய்கிறாயே!” என்றான்.

கீதாவுக்குத் தொண்டை வறண்டுவிட்டது. “கொஞ்சம் தண்ணீர் வேண்டும்” என்றாள்.

“தண்ணீர் எதற்கு? இளநீர் தருகிறேன். சில்லென்றிருக்கும்” என்று இளநீர் கொண்டு வந்தான்.

“எனக்கு இருந்த தாகத்தில் உடனேயே இரண்டு மடக்குக் குடித்து விட்டேன். ஏதோ ஒரு சுவை புலப்பட்டது. தொண்டை எரிய ஆரம்பித்துவிட்டது. தலையும் சுற்றியது. இளநீருடன் ஏதோ மதுபானம் கலந்துவிட்டிருந்தான் அந்தக் கயவன்” என்று கூறிக் கொண்டே போனாள் கீதா.

“அப்புறம்....” சகுந்தலா பயத்துடன் கேட்டாள்.

“அப்புறம் என்ன அப்புறம்? இதோ கொஞ்சம் நாழி முன்புதான் என்னைக் காரில் கொண்டுவந்து இறக்கிவிட்டுப் போனான்.”

பேசி ஓய்ந்தாள் கீதா. பிறகு மெதுவாய், "பணத்தை மறக்காமல் வாங்கி வந்துவிட்டேன் அக்கா. நீ என்னை இங்கிருந்து விரட்டி விடுவாயா இப்போது? என்று பரிதாபமாய்க் கேட்டாள். அவள் வாயிலிருந்து இலேசாய்க் குடி நாற்றம் வீசியது. சகுந்தலா அன்புடனும் ஆதரவுடனும் அவள் தலையைக் கோதிவிட்டாள். "நீ போய்த் தூங்கு இப்போது" என்று அனுப்பி வைத்தாள்.

நாலைந்து நாட்களுக்குப் பிறகு இரண்டாவது சம்பவமும் நடந்தேறியது.

14

வடக்கு இந்திய பாணியில் உடை அணிந்திருந்தான் அந்தக் கனவான். சூடிதார் பைஜாமா, ஷர்வானி, நறுக்கு மீசை. சகுந்தலா அவனுடன் ஹிந்தியிலேயே பேச ஆரம்பித்தாள். ஆனால், அவன், "நான் வங்காளிதான். என் உடையைப் பார்த்துத் தப்பாய் நினைத்து விட்டீர்கள். இது வியாபார உடை" என்று வங்காளியில் பேசினான்.

"என்ன கேஸ்!" என்று சகுந்தலா விசாரித்தாள்.

"பிரசவம்" என்றான்.

"சரி. எப்பொழுது வரவேண்டும். சொல்லுங்கள்?"

அந்த ஆள் தொண்டையைக் கனைத்துக்கொண்டான்.

"இன்னொரு விஷயம். என் மனைவி வயதில் சிறியவள். பலவீனம் வேறே . . ."

சகுந்தலா நகைத்தாள். "அதற்காக ஏன் கவலைப்பட வேண்டும்? யாராவது நல்ல டாக்டர் ஒருவரை ஏற்படுத்தினால் ஆச்சு." டாக்டரா? சுரத்து இறங்கின குரலில் தொடர்ந்து, "ஆமாம். டாக்டரையும் ஏற்படுத்தி விடலாம். அப்போது இன்று மாலை என் மனைவியை அழைத்து வருகிறேன். ஒரு தடவை நீங்களும் பாருங்கள்" என்று விடைபெற்றுச் சென்றான்.

சாயங்காலம் வந்தாள் அந்தப்பெண். சோகை ஓடின தோற்றம், படி ஏற முடியாத பலவீனம். வந்ததுமே குடிக்கத் தண்ணீர் வேண்டும் என்று கேட்டு வாங்கிக் குடித்தாள். மிகவும் இளம் வயசு; பாலொழுகும் முகம், பச்சை நரம்போடின தளர்ந்த உடல்.

"இவள்தான் என் மனைவி" என்றான் கனவான்.

"உங்களுடன் கொஞ்சம் தனியாய்ப் பேசவேண்டும், வெளியில் வாருங்கள்."

இருவரும் தனியாய்ப் பேச அமர்ந்தனர்.

"இன்னும் ரொம்ப நாள் இருக்கிறது பிரசவத்துக்கு. அதற்குள் ஏன் கவலைப்படுகிறீர்கள்? பிரசவ வேளைக்குக் கூப்பிட்டனுப்புங்கள், வருகிறேன்" என்றாள் சகுந்தலா.

அந்த மனிதன் தயங்கித் தயங்கி விஷயத்தை விளக்கினான். சகுந்தலா திகைத்துப் போய்விட்டாள். "பிரசவத்துக்காக அவள் உதவி தேவைப்படவில்லை. அதைத் தடை செய்யத்தான் அவள் ஏற்பாடு செய்யவேண்டும்" என்றான் அந்தப் புருஷன், "இதென்ன விஷயம்?" என்று திடுக்கிட்டுக் கூவினாள் சகுந்தலா.

தன் கலவரத்தை மறைக்க ஒரு சிகரெட்டைப் பற்ற வைத்துக் கொண்டான்.

"என் மனைவி மிகப் பலவீனமாயிருக்கிறாள். பிரசவத்தில் தேறமாட்டாள். நீங்கள் ஏதாவது ஏற்பாடு செய்ய முடியாதா? கட்டாயம் உங்களால் முடியும். அவளை இங்கேயே கொஞ்ச நாள் விட்டுப் போகிறேன்" என்று கேட்டான்.

"பலவீனத்தைப்பற்றிக் கவலைப்படாதீர்கள். இம்மாதிரி வேளைகளில் பெண்களின் உடம்பு, அநேகமாய் இப்படித்தான் இருக்கும். எல்லாம் சரியாய் நடக்கும் பாருங்கள்" என்று சகுந்தலா தைரியம் சொன்னாள்.

ஆனால் அந்தக் கனவான் எதையும் காதில் போட்டுக் கொள்ளவில்லை. தாழ்மையுடன் தன் போக்கிலேயே பேசிக் கொண்டிருந்தான். சகுந்தலாவின் குரலில் கடுமை இழைந்தது. வாக்குவாதம் முற்றிற்று. கடைசியில் அந்த மனிதன் உண்மையான நிலைமையை ஒப்புக் கொண்டான். "எங்கள் இருவருக்கும் குழந்தை குட்டிகளே வேண்டாம் மிஸ் ஸர்க்கார்" என்றான்.

"உங்கள் மனைவிக்கும் வேண்டாமா?"

"வேண்டாம். இவள் என் மனைவி இல்லை. இப்பொழுது புரிந்ததா?" என்றான்.

சகுந்தலாவால் பேசவே முடியவில்லை. ஒரு வித அருவருப்பு தோன்றிற்று அந்த மனிதனிடம். "நீங்கள் தவறாய் நினைத்து விட்டீர்கள். இந்த மாதிரி காரியங்கள் ஒன்றும் நாங்கள் செய்வதில்லை" என்று சிறிது கடுமையாய் மறுத்தாள்.

"புரிந்தது. பண விஷயந்தானே? எவ்வளவு ஆகும் சொல்லுங்கள். ஒரு செக் இதோ தருகிறேன்" என்று மொழிந்தான்.

"அதெல்லாம் நடக்காது." சகுந்தலா திடமாய் மறுத்தாள்.

"கொஞ்சம் தயவு செய்யுங்கள். என் பெயர்..." என்று ஆரம்பித்தவனைத் தடுத்துச் சகுந்தலா சொன்னாள். "இந்த மாதிரி காரியங்களுக்கெல்லாம் வேறு இடம் இருக்கிறது. நீங்கள் தவறான இடத்துக்கு வந்துவிட்டீர்கள். இவ்வித அசிங்கமான நடவடிக்கை களுக்காக அல்ல சேவா சத்திரம்."

"தவறான இடத்துக்கா வந்தேன்?" பாக்கெட்டிலிருந்து ஒரு துண்டுக் காகிதத்தை எடுத்துக் காட்டினான்.

"இதைப் பாருங்கள். உங்கள் பெயரும் விலாசமும் எவ்வளவு தெளிவாய் எழுதியிருக்கிறது என்று. கையெழுத்து புரிகிறதா உங்களுக்கு?"

புரியாமல் என்ன சகுந்தலாவுக்கு? நீண்ட நாளாய் அந்தக் கையெழுத்தை அவள் பார்க்கவில்லைதான். ஆனாலும், வனமாலி ஸர்க்காரின் எழுத்து மறக்கவில்லை. அவன்தான் விஷமம் செய்திருந்தான். இந்த ஆளை சகுந்தலாவிடம் அனுப்பினதும் அவனே தான். சேவா சத்திரத்தை எவ்வளவுக்கெவ்வளவு இழிவு படுத்தலாமோ அவ்வளவும் செய்துகொண்டுதான் இருந்தான்.

ஆனால், சகுந்தலாவால் என்ன செய்யமுடியும்?

எல்லாவற்றையும் கவனித்துக்கொண்டிருந்த ஸ்டெல்லா தன் அதிருப்தியை வெளியிட்டாள். "ஏன் இந்தக் கேஸை ஒப்புக் கொள்ளவில்லை அக்கா, நீங்கள்? ஆயிரம் ரூபாயாவது வந்திருக்குமே!"

"அதற்கும் மேலேயே கிடைத்திருக்கலாம்." சகுந்தலா ஒப்புக் கொண்டாள். ஆனால், ஸ்டெல்லா, நியாயம், அநியாயம் என்று

பார்க்கத்தான் வேண்டும். நீயும் எங்கள் சமூகத்தில் உட்பட்டவள் தானே! பெயர் மேல்நாட்டுப் பெயராயிருந்தாலுங்கூட நீயும் இந்தியப் பெண்தானே. இந்திய ஆசார விசாரங்கள் உன்னையும் தான் பாதிக்கும்."

"அப்படியே ஆனாலுங்கூட இவ்வளவு பணத்தை இலேசில் விடுவது சரியல்ல. அதை வைத்துக்கொண்டு புதிதாய் வேலையை ஆரம்பித்திருக்கலாம். வெறுமனே நியாயம், தர்மம் என்று பார்த்துக் கொண்டிருப்பதில் என்ன லாபம் உனக்கு? எல்லாரும் காரித் துப்புகிறார்களே" என்றாள் ஸ்டெல்லா.

"துப்பட்டும். என்னால் இந்த மாதிரி இழிவான காரியங்களில் தலையிட முடியாது." சகுந்தலா திடமாய்ச் சொன்னாள்.

பழிக்குப் பழி வாங்குவதில் வனமாலி ஸர்க்காரைப்போல் யார் இருக்க முடியும்? இப்பெண்களின் எதிர்காலம் தன் பொறுப்பு என்று ஏற்றுக்கொண்டுவிட்ட சகுந்தலாவுக்குக் கவலையாய் விட்டது. இந்தப் பெண்களின் மனமும் தடுமாற ஆரம்பித்து விட்டதே என்று பயப்பட்டாள். கொஞ்ச நாளாகவே கீதா முகத்தைத் தூக்கி வைத்துக்கொண்டு வளைய வந்தாள். ஸ்டெல்லா வெளியிலேயே அதிகமாய்ச் சுற்றி வந்தாள். அனிமாவின் உடம்பு சரியாகிவிட்டது. ஆனால், வேலைக்குப் போகும்படி ஆகவில்லை. எல்லார் முகத்தையும், மாறுதல்களையும் கவனித்துக் கொண்டுதான் இருந்தாள் சகுந்தலா. மனத்துக்குள்ளேயே வெதும்பினாள். இந்தப் பெண்களின் மன பலவீனம் புதிய பிரச்னையாகி விட்டது. இவர்களால் தன்மானத்தைக் காப்பாற்றிக் கொண்டு, உலகியல் ஏமாற்றங்களை ஏற்றுக்கொண்டு அதிக நாள் கால் ஊன்றி நிற்க முடியும் என்று சகுந்தலாவுக்குத் தோன்றவில்லை. பணமும் இல்லை, மன பலமும் இல்லை. இந்த நர்ஸ் வேலைக்குத் துல்லியமான உடைகட்டாயம் வேண்டும். அதுகூடக் கிடைப்பது கஷ்டமாகி விட்டது. கூலி கிடைக்காததனால் வண்ணான் வேலை செய்ய மறுத்துவிட்டான். மேலும் உடையில் கிழிசல்களும் தென்பட ஆரம்பித்துவிட்டன.

புதிய துணி வாங்கப் பணம் எங்கே? சகுந்தலாவுக்குத் தலை சுற்றியது.

அன்று அனிமா மாத்திரந்தான் சகுந்தலாவுடன் வீட்டில் இருந்தாள். திடீரென்று அனிமா, "அந்தப் பிரசவக் கேசை ஒத்துக் கொள்வதுதானே சகுந்தலாக்கா?" என்று கேட்டாள். சகுந்தலாவுக்கு அழுகையே வந்துவிட்டது. "நீ... நீ கூடவா இப்படிப் பேசுகிறாய் அனிமா?" என்றாள்.

தலையைக் குனிந்துகொண்டு, "கீதாவும் ஸ்டெல்லாவும்கூட அப்படித்தான் சொல்லுகிறார்கள். ஸ்டெல்லா இனிமேல் இங்கே தங்கப் போவதுமில்லை. உனக்குத் தெரியுமா அது?" என்றாள் அனிமா.

"தங்கப் போவதில்லையா?"

"இல்லை. அவளுடைய தூர உறவினன் ஒருவன் ரொம்ப நாளாய் வெளி ஊரில் இருந்துவிட்டுத் திரும்பி வந்திருக்கிறான். அவனுடன் போகப் போகிறாளாம்."

"ஆமாம். இப்படித்தான் ஒவ்வொருவராய்ப் புறப்பட்டுப் போவார்கள். எனக்குத் தெரிகிறது" என்றாள் சகுந்தலா.

15

சிறியதாய்த் தோன்றும் விரிசல் மெள்ள மெள்ளப் பரவுவது போல் நீலாவின் நிலைமையும் பரிச்சயம் என்ற உறவிலிருந்து காதல் என்ற உணர்ச்சிவரை எட்டிவிட்டது. இந்திரஜித்திடம் முதலில் சிநேகந்தான் தோன்றியது. அது பிறகு பரிவாய் மாறி இப்போது காதலாய்க் கனிந்து அவளை உலுக்கி எடுத்தது. அந்தக் காதல் ஈடேறாது என்று நிச்சயமாய்த் தெரிந்துவிட்டால் ஒருவேளை மெள்ள மெள்ள நிம்மதி வருமோ? இந்த வேதனை வளரவும் இல்லை, அகலவும் இல்லை. அப்படியே அவள் உடலையும் மனத்தையும் தன் வசமாக்கிக் கொண்டு வாட்டி எடுத்தது.

டானிக் மருந்தை எடுத்துக்கொண்டு நீலா அவனுடைய அறைக்குப் போனாள். படுக்கையில் உட்கார்ந்துகொண்டிருந்தான். முதலில் அந்த டானிக்கை ஏற்றுக்கொள்ள மறுத்தான். "எனக்காக நீங்கள் ஏன் இதெல்லாம் வாங்கி வரவேண்டும்? சரியாயில்லை" என்றான். அதற்கு நீலா, "புதிதாய் வாங்கவில்லையே. அம்மாவுக்காக வாங்கியிருந்தோம் இதை. அவள் சாப்பிட மறுத்துவிட்டாள். அந்தச் சீசாதான் இது" என்று ஒரு பொய்யை அளந்தாள்.

சமாதானமடைந்து இந்திரஜித்தும் அவள் ஊற்றிக் கொடுத்த மருந்தைக் குடித்தான். குடித்துவிட்டு வாயைத் துடைத்துக் கொள்ளத் துணி தேடினான். படுக்கை விரிப்பின் நுனியை இழுத்தான். நீலா அவனைத் தடுத்தாள். "இன்னமும் உங்களுடைய சுகாதாரமற்ற பழக்கவழக்கங்கள் மாறவில்லையே? இதனால் தான் எப்போதும் வியாதி சுற்றி வருகிறது. படுக்கை விரிப்பிலா வாயைத் துடைப்பது? அதோ உங்கள் பழைய வேட்டி இருக்கிறதே; அதில் துடைத்துக் கொள்ளுங்கள். நான் கசக்கிப் போட்டுவிடுகிறேன்" என்றாள்.

இந்திரஜித் அசடுபோல் சிரித்தான். நீலாவின் புடைவைத் தலைப்பு கூடத்தான் இருந்தது, வாயை ஒத்திக்கொள்ள! அதை ஏன் அவள் நீட்டவில்லை? பெண்களின் காதலுக்கு வரம்பில்லை என்றாலும் அதை அடக்கி வைப்பதில் அவர்கள் தேர்ந்தவர்கள் தாம்! கடிவாளத்தை இழுத்துப் பிடிக்க முடியும் அவர்களால்.

"எனக்காக நீங்கள் ரொம்பவும் செய்கிறீர்கள்" என்று மரியாதை மொழி கூறினான் அவன். ஒருவரிடம் உயிரையே கொட்டிக் கொடுக்கத் தயாராயிருக்கும்போது, அவர் உபசாரப் பேச்சுக்கள் பேச ஆரம்பித்தால் என்ன செய்வது? செயலற்று, பேச்சற்று, உணர்ச்சியற்று நீலா பிரமித்துப் போய் நின்றாள்.

நீலாவுக்கு அவள் வீட்டு நிலவரம் ஒன்றுமே தெரியவில்லை. பிரமோத் பத்தர் தினமும் சதுரங்கம் ஆடவந்தார். ஆனால், திரும்பிப் போகும்போது வெறுங்கையுடன் போவதில்லை. மெள்ள மெள்ள அவருடைய இரும்புப் பெட்டியில் நீலாவின் வீட்டுப் பொருள்கள் சேர ஆரம்பித்தன. நீலாவின் தாயின் மிஞ்சிய ஒன்றிரண்டு நகைகள், வெள்ளி வெற்றிலைப் பெட்டி, தந்தையின் கடிகாரச் சங்கிலி, நீலாவின் பழைய கொலுசு, எல்லாம் ஒவ்வொன்றாய்ப் பத்தரின் பெட்டிக்குள் அடங்கின. ஒரு கையால் பொருள்களை வாங்கி வைத்துக்கொண்டார். மற்றொரு கையால் தாராளமாய் வழங்கினார். இன்னும் ஒன்றிரண்டு முறை இந்தக் கொடுக்கல் வாங்கல் நடந்தால் ஆச்சு, சிவவிரத பாபுவின் காரியம். முழுத் தோல்விதான்.

கடைசியில் அவருடைய பொத்தான்களையும் எடுத்துக் கொடுத்து விட்டார் பத்தர் கையில். அப்புறந்தான் நீலாவுக்கு விஷயம் தெரிந்தது.

நீலா சமைத்துக்கொண்டிருந்தாள். நிபானனி எழுந்து வந்து தயங்கி நின்றாள். "என்ன வேண்டும் அம்மா?" என்று கேட்டாள் நீலா. "நான் சொல்வதைக் கேட்பாயா நீ, நீலா?" என்றாள் தாய். வியப்புடன் நீலா தாயை நோக்கினாள். கொஞ்சம் தடுமாறி விட்டு, "நீ ஒருதரம் தேவுவுடன் பேசிவிட்டு வருகிறாயா?" என்றாள்.

"அண்ணாவிடம் நான் போவதா? எதற்காக?" நீலா வியப்பும் திகைப்பும் ஒன்றுசேரக் கேட்டாள். "எதற்காக என்றா கேட்கிறாய்? இங்கேயுள்ள நிலைமை தெரியவில்லையா உனக்கு? கையில்

பணமே இல்லை. உன் அப்பாவால் ஒன்றும் செய்யமுடியாது. தேவுவிடம் எல்லாம் விவரமாய்ச் சொல். என்னை வந்து பார்க்கச் சொல் அவனை. மேலும் நீதான் அமிதாவிடம் தவறாய் நடந்து கொண்டாய். இன்னும் ஒரு தடவை மன்னிப்புக் கேட்டுக் கொண்டால் பாதகமில்லை. வயதில் அவள் பெரியவள்தானே. இதில் அவமானம் ஒன்றுமில்லை. என்னவானாலும் அவள் பெரிய வீட்டுப் பெண். பெருந்தன்மையுடன் நடந்துகொள்வாள். போய் வா" என்று உபதேசித்தாள்.

"என்னாலாகாத காரியம் இது, அம்மா. என்னை விட்டுவிடு" என்று நீலா கண்டிப்புடன் சொன்னாள்.

சில நிமிடங்கள் யோசித்தவாறு நின்றாள் நிபானனி. பிறகு, "சரி, நீ போகவேண்டாம். நானே போகிறேன். உங்கள் நலந்தான் முக்கியமே தவிர என் மானம் பெரிதல்ல" என்று மனத்தாங்கலுடன் மொழிந்தாள்.

அம்மா அங்கே போவதா? மகனின் வேட்டகத்துக்குப் போய் அங்கு அவமானப்படுவதா? அது நடக்கக்கூடாது. நீலா தன் பிடி வாதத்தைத் தளர்த்திக்கொண்டாள். "நீ போகக்கூடாது அம்மா. நானே போகிறேன்" என்று புறப்பட்டுவிட்டாள்.

இரண்டு மணி நேரம் பொறுத்துத்தான் திரும்பி வந்தாள்.

"என்ன நடந்தது?" என்று ஆவலுடன் விசாரித்தாள் தாய். கைப்பையைப் படுக்கையின்மேல் விட்டெறிந்தபடி, "என்ன நடக்கும் என்று எதிர்பார்த்தாய்? போய் வந்தேன், அவ்வளவு தான்!" என்றாள் அசிரத்தையாய்.

"தேவுவைப் பார்த்தாயா?"

"இல்லை. அவன் வேலையாய் வெளியூர் போயிருக்கிறான்." "அமிதா?"

"அமிதாவைப் பார்த்தேன்" என்று சுருக்கமாய்ப் பதிலளித்தாள் நீலா.

தன் மகளின் சுரத்தற்ற பதில்களால் கலவரப்பட்டு விட்டாள் நிபானனி.

"உன்னை அவர்கள் அவமானப்படுத்தி விட்டார்கள், இல்லையா? அமிதா உன்னைத் தெரிந்து கொண்டதாகவே காண்பித்துக் கொள்ளவில்லையா?" என்று படபடத்தாள்.

"தயவுசெய்து என்னைத் துளைக்காதே. கொஞ்சம் தனியாய் இருக்கவிடு. அவமானம் செய்தார்களா என்று இலேசாய்க் கேட்கிறாயே. நன்றாய்ச் செய்தார்கள். பெரிய வீட்டுப் பெண் அல்லவா அவள்! அவமானமும் விசேஷ முறையில் தான் செய்தாள். நான் அங்கே போய்ச் சேர்ந்தவுடனேயே பெரிய உபசாரம் நடந்தது. சிற்றுண்டி பரிமாறினார்கள், எல்லாரும் சிரித்துப் பேசினார்கள். மன்னிகூட மிகச் சுமுகமாய்ப் பழகினாள்" என்று விவரித்தாள் நீலா. "இங்குள்ள நிலைமையைப்பற்றிச் சொன்னாயோ?" தாய் ஆவலுடன் கேட்டாள்.

"எங்கே விட்டார்கள் அந்தப் பேச்சை எடுக்க? அவர்கள் செய்த உபசாரத்தின் நடுவில் நம் இல்லாமையை எப்படி எடுத்து உரைப்பதாம்?"

"உன்னை உன் மன்னி எப்படி வரவேற்றாள்?" என்று நிபானனி விசாரித்தாள்.

"பங்காவைத் திருப்பிவிட்டாள். வளர்ப்பு நாயைச் செல்லமாய்க் கடிந்துகொண்டாள். புடைவைக் கட்டு ஒன்றைக் கொண்டுவந்து என்முன் பிரித்துக் கொட்டினாள். 'ஃபாஷன் ஃபேரிலிருந்து இதைப் பொறுக்கி எடுத்துக்கொண்டேன். விலை 200 ரூபாயேதான். என் பிறந்த நாள் பரிசு, சிற்றப்பாவின் சார்பாக. இதைப் பார் நீலா, ரூபாய் 150 தான். என் அத்தை பெண் பணம் அனுப்பினாள். அதைப் போட்டு வாங்கிக்கொண்டேன். அப்புறம் இந்தப் புடைவை உன் தமையனின் அன்பளிப்பு. நீ எப்பொழுதாவது ஃபாஷன் ஃபேருக்குப் போயிருக்கிறாயா நீலா? அங்கே குறைந்த விலையில் ரகம் ரகமாய்த் துணிமணி கிடைக்கிறது. நீயும் வாயேன். ஒருநாள் போய் வருவோம்' என்றாள்."

"நீ என்ன சொன்னாய்?" தாய் வினவினாள்.

"நான் என்னத்தைச் சொல்வதாம்? உடுத்து இருக்கும் இந்தப் புடைவையே கரையின் பக்கத்தில் விட்டுக்கொண்டிருக்கிறது.

அதை எப்படியோ மூடி மறைத்துக்கொண்டு உட்கார்ந்திருந்தேன்" என்றாள் நீலா.

"அப்புறம் என்ன நடந்தது?"

"அப்புறம் இரு கனவான்கள் வந்தனர். கார் விற்பனையாளர் என்று புரிந்தது. பட்டியலைத் திறந்து வைத்துக்கொண்டு வித விதமான பேச்சு நடந்தது. மன்னியே அவர்களுடன் பேசி முடித்தாள். கடைசியில் என்னையும் அறிமுகம் செய்துவிட்டாள். 'என் நாத்தனார் இவர், மிஸ் நீலா ராய். இவரும் ஒரு கார் வாங்கப் போகிறார். நீங்கள் இவருடனும் பேசுங்கள்' என்றாள்! நீயே சொல் அம்மா, இதைவிடப் பெரிய அவமானம் நடக்க முடியுமா?' நீலா வெதும்பிப் போய்ப் பேசினாள்.

"நீ எப்படித் தப்பித்துக்கொண்டாய்?" தாய்க்கும் அவமானமாக இருந்தது.

அந்த இருவரும் என் பக்கம் திரும்பி விற்பனைப் பேச்சை ஆரம்பித்தனர். புதிய மாடல்களின் விலை, ஒவ்வொரு மாடலின் குண விசேஷங்கள் எல்லாம் எனக்குப் புரியவைக்க முயன்றனர். என் செவிகள் இரண்டும் அவமானத்தால் சிவந்துவிட்டன. எனக்குக் கார் அவசியமில்லை என்று சொல்லித் தப்பி வருவதற்குள் போதும் போதும் என்றாய்விட்டது என்று தன் கதையை முடித்தாள் நீலா.

16

கினு கோனார் சந்தில் ஒவ்வொருவராய்க் குடி வந்ததுபோல இப்பொழுது ஒவ்வொருவராய்ப் புறப்பட்டுப் போகவும் ஆரம்பித்து விட்டனர், ஆட்டம் முடியும் முன்பே கொட்டகையை விட்டு நழுவுகிறவர்களைப் போல்.

ஸ்டெல்லா விவியனுடன் புறப்பட்டுவிட்டாள். என்னவித உறவோ யாருக்குத் தெரியும்? சிறு வயதில் ஒரே அநாதாலயத்தில் வளர்ந்தவர்கள் என்ற உறவுதான் தெரிந்தது. அப்போதிலிருந்தே இரு நிராசை மிகுந்த இளம் உள்ளங்கள் பிணைந்துபோயிருக்கலாம். அப்புறம் இருவரும் வெவ்வேறு திசையில் போய் விட்டனர். ஸ்டெல்லா நர்ஸிங் ஸ்கூல், ஆஸ்பத்திரி வேலை, சேவா சத்திரம் என்று பிரிந்துவிட்டாள். விவியனோ எங்கெங்கேயோ சுற்றிவிட்டு, உடலிலும் மனத்திலும் நிறைய அடிபட்டு, அந்தத் தழும்புகளுடன் இப்போது ஒரு வொர்க்ஷாப்பில் வேலையில் இருந்தான். அவன் உடல், உள்ளம் இரண்டுமே மிகவும் அவக்கேடான நிலையில் இருந்தன. கெட்ட பழக்க வழக்கங்களால் அழிந்துபோய்க் கொண்டிருந்த அவனுக்குக் கைகொடுத்து உதவி செய்யப் புறப்பட்டு விட்டாள் ஸ்டெல்லா. அவனுடைய மனைவிகூட அவனை விட்டு விட்டிருந்தாள். அவ்வளவு நாதியற்ற அவனுக்கு ஸ்டெல்லாவே உறுதுணை. அவனைப் படுகுழியிலிருந்து இழுத்து நிறுத்துவதைத் தன் கடமையாய்க் கருதினாள் ஸ்டெல்லா.

புறப்பட்டுப் போகும் முன் சகுந்தலாவைச் சந்திக்க அவளுக்குத் தைரியமில்லை. நிலைமையை விவரித்து ஒரு கடிதம் எழுதி வைத்து விட்டுப் போய்விட்டாள். அதைப் படித்த சகுந்தலாவுக்கு வருத்தமாயிருந்தது. "பெரிய தியாகி ஆகிவிட்டாளோ ஸ்டெல்லா! அவனை இவளால் திருத்தவா முடியும்? இவளுடைய உடலை விரும்பி அல்லவா அவன் வேஷம் போடுகிறான்? அந்தப்

போதை தெளிந்தவுடன் அவளை நடுத்தெருவில் விட்டுவிட்டுத் தன் வழியே போய் விடுவான். இது தெரியவில்லையே அந்த அசட்டுப் பெண்ணுக்கு! என்று அங்கலாய்த்தாள்.

இதுவரையிலும் வனமாலி ஸர்க்கார் தூரயிருந்தபடியேதான் தன் பழி வாங்கும் வேலையைச் செய்தான். தன் எதிரில் தைரியமாய் வந்து அவன் நிற்கவும் கூடும் என்று சகுந்தலா நினைக்கவே இல்லை.

கிருஷ்ண வர்ணம் அவனுடைய மேனி. ஆனால் உடுப்பது என்னவோ பீதாம்பரம் அல்ல, நல்ல வெள்ளைக் கதர். கதவைத் திறந்த சகுந்தலா திகைத்தாள். முகத்திலேயே அறைந்து சாத்தி விடலாமா என்று யோசித்து முடிவு செய்யும் முன்பு அவன் உள்ளே வந்துவிட்டான். ஒரு விதத்தில் அதுவும் நல்லதுதான் என்று சகுந்தலா எண்ணிக்கொண்டாள். அவனுடன் பேசி முடிக்க வேண்டிய விஷயம் இருந்தது.

"இந்த வேளையில்கூட நீ வீட்டில் இருக்கிறாயே சகுந்தலா. வேலைக்குப் போகவில்லையோ?" என்று ஒன்றும் தெரியாதவன் போல் கேட்டான்.

"அதுதான் எங்கள் பிழைப்பில் மண்ணை வாரிக் கொட்டி விட்டீர் களே, வேலை எப்படி வரும்?" என்று கசப்புடன் பதில் சொன்னாள்.

"அதென்ன விஷயம்? வா, மேலே போகலாம். உட்காரக் கூடச் சொல்லமாட்டாயா என்னை?"

"வாருங்கள் போவோம். ஆனால் உங்களுக்கு இன்னமும் என்ன வேண்டும் வனமாலி பாபு? இன்னும் என்னென்ன ஆயுதம் வைத்திருக்கிறீர்கள் எங்கள்மீது தொடுக்க?"

வனமாலி அசட்டு முழி முழித்தான். "ஆயுதமா? எனக்குப் புரியவில்லை, சகுந்தலா" என்றான்.

"புரியவில்லையா? தூரயிருந்தே அம்பை எய்துவிட்டு ஓடி வந்திருக்கிறீர்கள் எங்கள் துடிப்பைப் பார்த்து ரசிக்க. நீங்கள் உங்கள் வாரப் பத்திரிகையில் சேவா சத்திரத்தைக் களங்கப்படுத்திக்

கற்பனைகளைப் புனைந்து எழுதவில்லையா? இங்குள்ள பெண்கள் தொழில் நடத்தும் தேவதாசிகள் என்று பிரசாரம் செய்ததும் நீங்கள்தாமே? மேலும் பணத்துக்காக எவ்வித இழிவான காரியங்களும் செய்யத் தயாராயிருக்கிறோம் நாங்கள் என்று நீங்கள் ஆட்களை இங்கு அனுப்பவில்லையா? ஒப்புக்கொள்ளுங்கள் வனமாலி பாபு. நீங்கள் எங்களை நாசம் செய்யவே உழைக்கிறீர்கள்." ஆவேசமாய்ப் பேசினாள் சகுந்தலா.

ஆரம்பத்தில் குற்றமற்றவனைப் போல் உட்கார்ந்திருந்தான் வனமாலி. மெள்ள மெள்ள முகத்தில் கடுமை ஏற ஆரம்பித்தது. சமாளித்துக்கொண்டுவிட்டான்.

"ஆமாம். நான்தான் கதை கட்டினேன். எல்லாம் உன் நன்மைக்காகத்தான் சகுந்தலா. ஒருவேளை உன் மனம் மாறினால்..."

"மனம் மாறுகிறதா இல்லையா என்று பார்க்கத்தான் வந்தீர்கள் போலும் இன்று. நீங்கள் போய்ச் சேருங்கள் வனமாலி பாபு. என் மனம் மாறாது. உங்கள் பத்திரிகையில் இன்னும் கொஞ்சம் விஷத்தைக் கக்கிவிடுங்கள். அதைக் கண்டு பயப்படுகிறவள் அல்ல நான்." அடியுண்ட வேங்கையாய்க் கர்ஜித்தாள் சகுந்தலா.

கண்களைப் பாதி மூடியபடி வனமாலி கவர்ச்சியாய் நடிக்கப் பார்த்தான். "அது தெரியும் எனக்கு. உன் மன தைரியந்தான் என்னை இங்கு இழுத்து வருகிறது" என்று கூறி விடை பெற்றுக்கொண்டான்.

வனமாலியின் ஆயுதபலம் முழுவதும் சகுந்தலாவுக்குத் தெரிந்திருக்க நியாயமில்லை தான். போகப் போகத்தான் தெரிய வந்தது.

ஸ்டெல்லா போய்விட்டாள்; அனிமா படுக்கையிலேயே இருந்தாள், கீதாவின் மனமும் நிலையில்லை. எப்பொழுதும் வெளியிலேயே சுற்றி வந்தாள். வீட்டுக்கு வரும்பொழுது அயர்ச்சி அவள் மென்னியைப் பிடிக்கும். "தலையைச் சுற்றுகிறது, சகுந்தலாக்கா" என்றாள்.

"சுற்றாதா பின்னே? இரவும் பகலுமாய் ஏன் இப்படி அலைகிறாய்?" என்று கடிந்துகொண்டாள் சகுந்தலா.

"அலைந்தும் என்னத்தைக் கண்டேன்? என் தலையெழுத்து இப்படி அவதிப்படவேண்டும் என்று இருக்கிறது. வயிறு நிரம்பினால் தலை சுற்றாது. சுற்றிச் சுற்றி என் கால்கள் தள்ளாடுகின்றன. புருஷனாக இருந்தால் ஏதோ மரத்தடியில் கொஞ்சம் இளைப்பாறலாம்; பசித்தால் வேர்க்கடலையையாவது வாங்கிக் கொறிக்கலாம். இந்தப் பாழும் பெண் ஜன்மத்துக்கு அவ்வளவு சுதந்தரங்கூடக் கிடையாதே. உற்று உற்றுப் பார்ப்பார்கள், குசுகுசு என்று பேசுவார்கள், ஒரு பெண் குழாயடியில் நின்று தன் தாகத்தைத் தணித்துக்கொண்டால் கூட. எனக்கு ரொம்ப அலுத்துப் போய் விட்டது அக்கா" என்று கீதா தன் தோல்வியை ஒப்புக்கொண்டாள்.

பெரிய சாலை வந்து கூடும் முனையில் கீதா தென்பட்டாள், ஒரு நாள் மாலை. யாருடனோ பேசிக்கொண்டு நின்றாள். சகுந்தலாவுக்கு அவன் முகம் சரியாய்த் தெரியவில்லை. ஆனாலும் ஏதோ பரிசய முள்ளவன் போலவும் தோன்றிற்று. கீதாவை அப்புறமாய் விசாரிக்கவேண்டும் என்று நினைத்தாள். ஆனால் மறந்துபோய் விட்டாள்.

சில நாட்களுக்கப்புறம் ஒரு நாள் கீதா ரிக்‌ஷாவிலிருந்து இறங்குவதைக் கண்டாள். கீதா அவளைப் பார்க்கவில்லை. வீட்டுக்குள் வந்ததும் சகுந்தலா கீதாவின் முதுகைத் தொட்டாள். "எங்கே போயிருந்தாய்?" என்று சாதாரணமாய்த்தான் கேட்டாள்.

ஏதோ அதிர்ச்சியால் திடுக்கிட்டவள்போல் ஒரு நிமிஷம் பேந்தப் பேந்த விழித்தாள் கீதா. உடனேயே சமாளித்துக் கொண்டு வாய் கிழியும்படி சிரித்துக்கொண்டே, "இன்று நான் சுற்றினது இருக்கே, சொல்லவே முடியாது. கால்கள் ஒடிந்தே போயின" என்றாள்.

படி ஏறிக்கொண்டிருந்த சகுந்தலா மெள்ள, "ஆனால் நீ சொல்வது விநோதமாயிருக்கிறது கீதா. ரிக்‌ஷாவின் குலுக்கலில் ஒவ்வொரு சமயம் இடுப்பிலும் முதுகிலும் வலிக்கலாம். ஆனால் காலிலும் வலிக்கும் என்று நீ சொல்லத்தான் தெரிகிறது" என்றாள்.

கீதா கலவரத்தில் இன்னுமொரு பொய்யைச் சொல்லத் தயாரானாள். ஆனால் சகுந்தலாவின் கண்களில் தெறித்த கோபத்தைப் பார்த்து வாயடைத்துப் போனாள்.

தனக்காக என்று தனியாய் ஓர் ஆழாக்குப் பால் வாங்க ஆரம்பித்தாள் கீதா. வாசனை எண்ணெய், ஸ்நோ எல்லாம் நடுநடுவே வாங்கி ஒளித்து வைத்துக்கொண்டாள். அன்று இரவு கதவை மூடிவிட்டுக் கண்ணாடிமுன் நின்றுகொண்டு முகத்தில் ஸ்நோ பூசிக் கொண்டிருந்தாள். சகுந்தலா தூங்குவதாக அவள் நினைப்பு. ஆனால் அவளையே கவனித்துக்கொண்டிருந்தாள் சகுந்தலா. சிருங்காரம் முடிந்து ஸ்நோ சீசாவை வைக்கத் திரும்பினபோது கீதாவின் கண்களும் சகுந்தலாவின் கண்களும் சந்தித்துக் கொண்டன.

"கன்னம் இரண்டும் ரொம்ப வறண்டுவிட்டன, அக்கா. அதனால் தான்..." என்று தடுமாறினாள் கீதா. பதில் சொல்லாமல் போர்வைக்குள் முகத்தைப் புதைத்துக்கொண்டு தூங்கிவிட்டாள் சகுந்தலா. குளிர்காலத்தில் முகம் வெடிப்பதும் எரிவதும் சாதாரணந்தான். ஆனால், இந்தக் க்ரீம், ஸ்நோ எல்லாம் வாங்கப் பணம் எங்கிருந்து வருகிறது? மர்மந்தான் இந்த விஷயம்.

விரும்பியிருந்தால் கீதாவை நேரே கேட்டிருக்கலாம், இல்லை அவளுடைய படுக்கையையும் சாமான்களையும் துழாவி மர்மத்தைத் துப்பறிந்திருக்கலாம். ஆனால், சகுந்தலாவால் அந்த மாதிரி இழிவாய் நடந்துகொள்ள முடியாதே. அடிமேல் அடி விழுந்தாலும் பின்வாங்குவாளே தவிர, தன் நிலையிலிருந்து கீழிறங்கமாட்டாள்; நிமிர்ந்தே நிற்பாள்.

பங்குனி மாத ஆரம்பத்திலேயே சேவா சத்திரத்தில் எல்லாருக்கும் தனித்தனியாய் இளம் ரோஜா நிறக் காகிதத்தில் அச்சடிக்கப்பட்ட லலிதாவின் கல்யாண அழைப்பிதழ்கள் வந்து சேர்ந்தன. அரவிந்தனின் தந்தையின் சார்பாகத்தான் அழைப்பு. எல்லாம் முறைப்படிதான் நடக்கிறாற்போல் இருந்தது. கடைசி வரையில் அரவிந்தனின் தந்தை இந்தக் கல்யாணத்துக்குச் சம்மதிப்பாரா என்று லலிதாவுக்கே தெரியாமல் இருந்தது. எல்லாம் சுபமாய் முடிந்துவிட்டது. லலிதாவின் மலர்ந்த முகத்தை நினைத்துப் பார்த்துத் திருப்தி அடைந்தாள் சகுந்தலா.

ஒவ்வோர் அழைப்பிதழின் பின்னாலும் லலிதா கைப்பட எழுதி மிகவும் அன்புடன் அழைத்திருந்தாள். ஆனால், நேரே வந்து

கூப்பிட்டிருக்கலாமே என்று சகுந்தலாவுக்குத் தோன்றிற்று. எவ்வளவுதான் கல்யாண வேலையிருந்தாலும் ஐந்து நிமிஷங்கள் கூடவா வரமுடியாது? பழைய சிநேகமாச்சே, இதையும் மன்னிக்கத்தான் வேண்டும். எல்லாருமாய்ச் சேர்ந்து ஏதாவது அன்பளிப்பும் தரத்தான் வேண்டும். மொத்தம் இருபது ரூபாய்தான் தேறிற்று. அதற்குத் தகுந்தபடி நாகரிகமான சாமான் ஒன்றை வாங்கினாள். லலிதாவுக்குத் தெரியாதா, தன் தோழிகளின் பண நிலைமை?

கீதா, அனிமா, சகுந்தலா மூவருமே கல்யாணத்துக்குப் போவதாகத் தீர்மானித்தனர். ஆனால், புறப்படும் வேளைக்குக் கீதா மறுத்து விட்டாள். எனக்கு உடம்பு தள்ளவில்லை. நீங்கள் போகிறீர்களே, நானும் போனமாதிரிதான் என்று பிடிவாதமாய்ப் படுக்கையிலிருந்தே பேசினாள். "உடம்பா சரியில்லை?" அவளைக் கூர்ந்து கவனித்தாள் சகுந்தலா. இலேசாய்ச் சிரித்தபடி, "உடம்பு சரியாகத்தான் இருக்கிறது. மனந்தான் சரியாயில்லை. லலிதாவிடம் பொறாமை உனக்கு, இல்லையா? அந்த மெடிக்கல் ஸ்டூடன்ட்மேல் நீயும் ஒரு கண் வைத்திருந்தாயோ? சொல் உண்மையை" என்று மிரட்டும் குரலில் கேட்டாள்.

கீதா பதில் ஒன்றும் சொல்லவில்லை. அநாவசியமாய்ப் பேச்சை வளர்த்தி, சகுந்தலாவின் கோபத்தைக் கிளப்பிவிட விரும்பவில்லை அவள். சுவர்ப் பக்கமாய்த் திரும்பியபடி அசையாமல் படுத்திருந்தாள்.

வெளியேறி வந்த சகுந்தலாவுக்குத் தன் மேலேயே கோபம் வந்தது. இவ்வளவு கடுமையாய்ப் பேசியிருக்கக்கூடாது. இளம் சமூகத்தால் நிராகரிக்கப்பட்டவர்கள், வயதுப் பெண்கள், சகுந்தலாவைத் தவிர வேறு நாதி அற்றவர்கள், அவர்களை ஆதரவுடன் அணைத்துச் செல்லவேண்டுமே தவிர இப்படியா நெருப்பைக் கக்குவது அந்தப் பெண்மேல்? சகுந்தலாவின் மனம் தவித்தது.

கல்யாண ஏற்பாடுகள் தடபுடலாயிருந்தன. தோரண அலங்காரங்கள், நாகசுர இன்னிசை, மின் விளக்குகளின் ஜோதி ஒன்றும் குறைவில்லை. அறிமுகமானவர் யாரும் தென்படவில்லை.

ஒரே அவசரம் கடைசியில் டாக்டர் உபாத்தியா வந்தார். அவருக்கு. விருந்துண்ண மறுத்துவிட்டு வதுவரனை ஆசீர்வதிக்க மட்டுமே தங்கினார்.

லலிதாவுடன் நின்ற சகுந்தலாவையும் அனிமாவையும் பார்த்து ஒரு நிமிஷம் திகைத்தார். பிறகு சமாளித்துக்கொண்டு பேசத் தயாரானார். சகுந்தலாவுக்குக் கவலையாகப் போய்விட்டது, இந்தக் கூட்டத்தின் நடுவில் எங்கே அவர் நர்ஸ் தொழிலைப்பற்றிய தம்முடைய வழக்கமான பிரசங்கத்தை அவிழ்த்துவிடுவாரோ என்று! ஆனால், சந்தர்ப்பம் சரியாயில்லை, டாக்டருக்கும் அவசரம். அதனால் சகுந்தலா தப்பித்துக்கொண்டாள். லலிதாவிடம் உசிதமான சில உபதேச மொழிகளை உதிர்த்துவிட்டுப் போய்விட்டார் டாக்டர் உபாத்தியா.

லலிதா, சகுந்தலாவையும் அனிமாவையும் வீட்டுக்குள் அழைத்துப் போனாள்.

"நீங்கள் வந்ததைப்பற்றி எனக்கு மிகச் சந்தோஷம், அக்கா. நான் நேரில் வந்து கூப்பிடவில்லை என்று கோபமோ கீதாவுக்கு?"

சகுந்தலா ஏதோ சாக்குச் சொல்லத் தயாரானாள். ஆனால், லலிதா பேசிக்கொண்டே போனாள். ஒரே பூரிப்பு அவளுக்கு.

"கல்யாணச் செலவை எல்லாம் இவரேதான் ஏற்றுக்கொண்டு நடத்துகிறார், அக்கா. அவர் தந்தைக்கும் என்னைப் பிடித்துப் போய் விட்டது. அரவிந்தனுக்குத் தாய் இல்லை. நான்தான் போய்க் குடும்பத் தலைவியாய் வீட்டை நடத்தவேண்டும். என்னால் என்ன முடியும் அக்கா? ஒன்றும் தெரியாதே எனக்கு!" என்று கலகலத்தாள்.

சிரித்துவிட்டாள் சகுந்தலா. "எல்லாம் செய்வாய் லலிதா. மெள்ள மெள்ளக் கற்றுக்கொள்வாய். உன் மகன் பேறுக்கு எங்களைத் தான் கூப்பிட்டனுப்பவேண்டும், தெரியுமா? இப்போதே 'புக்' பண்ணியிருக்கிறோம் உன் கேஸ்" என்றாள்.

தலையைக் குனிந்துகொண்டாள் லலிதா. நாணத்துடன், "ஆனால், மகன் பிறக்கமாட்டான் அக்கா" என்றாள்.

"மகன் பிறக்காமல் என்னடி?"

"மகன் வேண்டாத மனம் அவருக்கு. முதலில் பெண்தான் பிறக்க வேண்டுமாம்" என்று அசடாய்ப் பேசினாள் லலிதா.

கனிவுடன் சகுந்தலா லலிதாவைப் பார்த்தாள். நல்ல அசட்டுக் களைதான் லலிதாவுக்கு. ஆனால், சந்தோஷமும் பொங்கி வழிந்தது, அந்த அசட்டுத் தோற்றத்துடன். அழகிதான் லலிதா. எவ்வளவு எளிதில் பெண் மனம் திருப்தி அடைந்துவிடுகிறது! கொஞ்சம் அசடாயிருந்தாலே தேவலையோ? திருப்தி எளிதாய்க் கிட்டி விடுகிறது. அழகும் மலர்கிறது.

சீக்கிரமாகவே வீடு திரும்பிவிட்டனர் சகுந்தலாவும் அனிமாவும். அன்று முகூர்த்த நாள் போலும். வழி நெடுகக் காஸ்லைட்டுகளும், பந்தல்களும், இன்னிசையும் தடபுடலாய் இருந்தன. வீட்டை அடைந்து, வெகு நேரம்வரையில் கதவைத் தட்டின பிறகே கீதா இறங்கி வந்தாள்.

"ஏன் இவ்வளவு தாமதம் கதவைத் திறக்க?" என்று உறுமினாள் சகுந்தலா.

"தூங்கிப் போய்விட்டேன்" என்றாள் கீதா.

கசங்கின தலையும், கலைந்த புடைவையும் கொட்டாவியும் எல்லாம் சரிதான். ஆனால் கண்களில் தூக்கக் கலக்கமே இல்லை. கீதாவின் பொய் தெளிவாய்த் தெரிந்தது. சகுந்தலாவுக்கு இன்னுமோர் ஆச்சரியமும் காத்திருந்தது. முன் அறையின் கதவு மூடியிருந்தது; ஆனால் விளக்கொளி தெரிந்தது. மெள்ள எட்டிப் பார்த்தாள் உள்ளே. நாற்காலியில் அமர்ந்து ஏதோ படித்துக்கொண் டிருந் தான் வனமாலி ஸர்க்கார்.

"இந்த இரவு நேரத்தில் நீங்கள் இங்கே ஏன் வந்தீர்கள்?" என்று கோபத்துடன் கேட்டாள்.

கண்ணாடியைக் கழற்றித் துடைத்துப் பாக்கெட்டுக்குள் வைத்துக் கொண்டான் வனமாலி. நிதானமாய், "நீ இப்போதுதான் வருகிறாயா, சகுந்தலா? நான் ரொம்ப நேரமாய்க் காத்துக் கொண்டிருக்கிறேன். அலுத்துக்கூடப் போய்விட்டது" என்றான்.

"நீங்கள் இந்தச் சமயம் ஏன் இங்கு வந்தீர்கள்? அதுதான் தெரிய வேண்டும் எனக்கு.

“எனக்கு இந்த வேளைதானே ஒழிவு. உனக்குத் தெரியாதா என் வேலையைப் பற்றி?”

அப்புறம் கொஞ்சம் பொறுத்து ஒரு பத்திரிகைத் தாளை எடுத்து நீட்டினான். “படித்துப் பார்” என்றான்.

மேல்வாரியாய்ப் படித்த சகுந்தலா திகைத்துப் போனாள். கண்களைச் சிமிட்டிச் சிரித்துக்கொண்டிருந்த வனமாலியைக் கவனித்துப் பார்த்தாள். இன்று வேறு மாதிரியான ஆயுதம் தொடுத்திருந்தான் அவன். பத்திரிகையில் சேவா சத்திரத்தின் புகழ் வெளியாயிருந்தது! கூடவே பத்திரிகாசிரியரின் ஒரு குறிப்பும் இருந்தது. இதுவரை நடந்த தூற்றல் படலத்துக்காக மன்னிப்புக் கோரி எழுதியிருந்தான்!

“இதையும் நீங்கள் தான் எழுதினீர்களா?”

“ஆமாம். நானேதான். இப்போதாவது புரிகிறதா, சகுந்தலா, நான் அப்படி ஒன்றும் கெட்டவன் இல்லை என்று? என்னை நம்பு நீ...”

அவனைத் தடுத்து, “இவ்வளவு சுலபமாய் இந்த மாற்றத்தை என்னால் ஒப்புக்கொள்ள முடியாது. நீங்கள் இப்பொழுது போய் வாருங்கள். எனக்கும் யோசிக்கச் சாவகாசம் வேண்டும்” என்று அவனை அனுப்பி வைத்தாள்.

அவன் போன பிறகு சகுந்தலா படுக்கை அறைக்குள் வந்தாள். கீதா திரும்பத் தூங்குவதுபோல் பாசாங்கு செய்துகொண்டிருந்தாள்.

“தூங்கிவிட்டாயா என்ன?” என்றாள் சகுந்தலா. ஏதோ முணு முணுத்தாள் கீதா பதிலுக்கு.

“இந்த மனிதன் எப்பொழுது வந்தான்?”

“நீங்கள் அந்தப் பக்கம் போய்ச் சில நிமிஷங்கள்கூட ஆகியிருக்காது, அவர் வந்துவிட்டார்” என்றாள் கீதா.

“இவ்வளவு நேரமாய், சுமார் மூன்று நான்கு மணி நேரமாய், அவன் அங்கேயா உட்கார்ந்திருந்தான்? நீ இங்கே தூங்கினா யாக்கும்?” என்று நம்பிக்கை அற்ற குரலில் சகுந்தலா சொன்னாள்.

“ஆமாம் அக்கா.”

கீதாவை ஊடுருவிப் பார்த்தாள் சகுந்தலா. நாவுரைக்கும் அசத்தியத்தை எல்லாச் சமயமும் கண்கள் ஆமோதிப்பதில்லை. கீதா அகப்பட்டுக் கொண்டாள். அவளுடைய மணிக்கட்டை இறுகப் பிடித்துக்கொண்டாள் சகுந்தலா. நீ பொய் சொல்லுகிறாய் கீதா. அந்த மனிதன் இந்த அறையில் உன்னுடன்தான் முழு நேரமும் இருந்தான். நாங்கள் இவ்வளவு சீக்கிரமாய்த் திரும்பி விடுவோம் என்று நீ நினைக்கவில்லை. அதுதானே உண்மை? என்று அருவருப்புடன் குறுக்கு விசாரணை செய்தாள்.

கீதா திமிறினாள். தெளிவற்ற குரலில், "கையை விடு அக்கா" என்று முணுமுணுத்தாள்.

சகுந்தலா ஏசிக்கொண்டே போனாள். "அப்படியானால் அவனுடன்தான் நீ ரிக்ஷாவில் ஊர் சுற்றுகிறாயா? அவன்தான் உனக்கு அலங்காரப் பொருள்கள் எல்லாம் வாங்கித் தருகிறானாக்கும். எனக்குக் கொஞ்ச நாளாகவே சந்தேகந்தான். ஆரம்பத்திலேயே புரிந்துகொண்டிருக்க வேண்டும் நான். நீ கேள் கீதா-உன் ஆணையாய்ச் சொல்லுகிறேன். இங்கே இதெல்லாம் நடக்க விடமாட்டேன். அவன் இனிமேல் இங்கு வரவே கூடாது. எனக்கு அவனைப்பற்றி அணு அணுவாய்த் தெரியும். நீ ஒன்றும் எனக்குச் சொல்லித் தர முடியாது. உனக்குந்தான் இந்த எச்சரிக்கை. இங்கே தங்குவதாயிருந்தால் இம்மாதிரி விவகாரமெல்லாம் கண்டிப்பாய்க் கூடாது என்று ஆவேசத்துடன் பேசி ஓய்ந்தாள்.

அன்றிரவு வெகு நேரம்வரை சகுந்தலாவின் கோபம் அடங்கவில்லை. வனமாலியின் வெற்றி முரசு கொட்டும் உருவம் அவள் கண் முன் நின்றது. வெளியிலிருந்தபடியே ஆயுதம் வீசுவதை நிறுத்திவிட்டு, நேரே உள்ளே வந்தே சூறையாடிவிட்டான்! சகுந்தலா அவனுக்கு இணங்காவிட்டால் குடியா முழுகிப் போகும்? வங்கத்தில் பெண்களுக்கா குறைச்சல்? சகுந்தலாவின் வீட்டுக் குள்ளேயே ஒருத்தி அகப்பட்டு விட்டாளே அவன் பின் ஓட?

எல்லார் மேலும் கோபம் பற்றிக்கொண்டு வந்தது. வெறுப்புக் குமிழியிட்டது. லலிதா எவ்வளவு எளிதாய்த் தங்களை எல்லாம் உதறிவிட்டுத் தன் நலத்தை மாத்திரமே குறியாக்கிக்கொண்டு விட்டாள்!

அனிமா ஓயாத நோயாளியாய்விட்டாள்; ஒரு பாரமாகி விட்டாள். கீதாவும் பெரிய துரோகி. அந்தக் கயவன் பின்னால் ஓடும்படி அவளுக்கு ஏன் மூளை கெட்டுவிட்டது? சகுந்தலாவின் ஆதிக்கத்தில் இருந்த பெண்ணை வைத்துக்கொண்டே அவளை அடக்கிவிட்டானே இந்த வனமாலி! சீ! இதைவிட பெரிய அவமானமும் உண்டா?

சரியாய் இரண்டு நாட்களுக்குப் பிறகு கீதா மறைந்து விட்டாள். காலையிலிருந்தே அவள் வீட்டில் இல்லை. ஒரு கடிதம் அவளுடைய படுக்கைமேல் கிடந்தது.

“போய் வருகிறேன். உன்னை இனிமேல் நான் சந்திப்பது சந்தேகம். ஆனால் நீ கவலைப்படாதே. நீ நினைப்பதுபோல் அவ்வளவு மோசமில்லை நிலைமை. வனமாலி என்னை மணந்து கொள்வார். அடுத்த வாரத்திலேயே தேதி பார்த்தாய்விட்டது. உன்னால் ஆசீர்வாதம் செய்ய முடியாவிட்டால் மன்னித்தாவது விடு-கீதா.”

அழகுதான்! துண்டுத் துண்டாய்க் கடிதத்தைக் கிழித்தெறிந்தாள். கீதாவை மணந்துகொள்ளப் போகிறானாமே வனமாலி! நல்ல வேடிக்கை.

கீதா விட்டுப் போன எண்ணெய் புட்டி காலில் இடறிற்று. காலியாய்ப் போன ஸ்நோ சீசாக்களும் சிதறிக் கிடந்தன. ஒரு மூலையில் அவளுடைய பழைய புடைவை ஒன்றும் கிடந்தது. கீதா புறப்பட்டுப் போய்விட்டாள்.

அனிமா இன்னமும் தூங்கிக்கொண்டிருந்தாள். இரண்டு நாள் முன்பு இவள்மேலும் சகுந்தலாவுக்குக் கோபமே வந்தது. ஆனால் இன்று கனிவு மனமெல்லாம் நிறைந்து வெறுப்பைத் துடைத்து விட்டது. மெள்ள மெள்ள அனிமாவின் தலைமாட்டில் வந்து நின்றாள். கடைசியில் நீயும் நானுந்தான் மிஞ்சினோம் அனிமா. நீயும் நானுந்தான் என்று தனக்கே சமாதானம் சொல்லிக் கொண்டாள்.

17

மேஜை மேல் முழங்கைகளை ஊன்றி, கைகளால் முகத்தை மறைத்துக்கொண்டு அலுப்பே உருவாய் உட்கார்ந்திருந்தான் மணீந்திரன். கொட்டகையில் ஜன நடமாட்டம் இன்னமும் அடங்கவில்லை. கொஞ்ச நேரத்தில் விளக்குகளை அணைத்துக் குப்பையைக் கூட்டிக் கொட்டகையை மூடிவிடுவார்கள். எழும் தூசியுடன் கலந்து பறந்து போய்விடும், அன்று மாலை நடந்த நடிப்பும் மற்ற நிகழ்ச்சிகளும்.

அவனுடைய முதல் நாடகத்தின் நூறாவது காட்சி அன்று நடந்தது. அதை ஒட்டி ஒரு சிறு விழாவும் நடத்தினர். டைரக்டர் மேடை ஏறிப் பேசினான்; மணீந்திரனும் மரியாதைக்காக ஏதோ சில வார்த்தைகள் சொன்னான். எல்லாரும் உணர்ச்சிவசப்பட்டு இந்த வெற்றியை அநுபவித்தனர். நாடகமும் அமோகமாய் நடந்தேறியது. ஓயாமல் கைத்தட்டல், ஆரவாரிப்பு! "ஒன்ஸ்மோர்" என்ற ஒலிகூடக் கேட்டது.

இந்த நாடகம் புத்தக உருவத்தில் பட்ட பாடு என்ன? இப்பொழுது அநுபவிக்கும் பெருமை என்ன! ஆறு மாதம் வரையில் வீட்டிலேயே கேட்பாரற்று விழுந்து கிடந்தது. அச்சான பிறகு புத்தகக் கடைகளில் தூசியும் தும்புமாய்த் தூங்கிற்று, அநேக உருவத்தில் நூறாவது மாதங்கள். அதே புத்தகம் நாடக தடவையாய் அரங்கேறிவிட்டது! மணீந்திரனாலேயே இதை நம்ப முடியவில்லை.

இப்போது கொஞ்சம் கொஞ்சமாய் அவனுடைய நம்பிக்கைகளும் வளர ஆரம்பித்திருந்தன. லட்சுமி கடாட்சம் அவனை மாற்றி விட்டது. முன்பு கடவுள், தர்மம் என்றெல்லாம் அவன் நம்பினதே இல்லை. பதிவிரதம், பத்தினி விரதம், புத்திரபாசம், தாயன்பு முதலிய மேன்மையான உணர்ச்சிகளின்

பெயரைக் கேட்டாலே கேலி செய்வான். இப்போது அவனுக்குக் கடவுள், தர்மம், நியமம், நிஷ்டை எல்லாவற்றிலுமே மிகவும் சிரத்தை வந்து விட்டன. பாவம் செய்தவர்கள் கட்டாயம் நரகம் போய்ச் சேரத்தான் வேண்டும் என்று நம்பினான். அவன் கதைகளில் கெட்டவர்கள் எல்லாருமே தங்கள் கர்மத்துக்கேற்ற தண்டனையைக் கட்டாயம் அநுபவித்தார்கள். நாய்க் கடியிலிருந்து தப்பித்துக் கொண்டால் ரயில் விபத்து காத்திருக்கும், அவர்களை விழுங்க! அதிர்ஷ்டம் அவனைப் பார்த்து இனிமையாய் நகைத்தது. பிறகு அதில் நம்பிக்கை வராதா அவனுக்கு?

அவனுடைய இரண்டு நாடகங்கள் வெற்றிகரமாய் ஓடிக் கொண்டிருந்தன. முதல் நாடகத்தின் நூறாவது இரவைத்தான் அன்று கொண்டாடினார்கள். இரண்டாவது நாடகத்துக்கும் அமோகமான வரவேற்புத்தான். நாடகம் எழுதுவது அல்லது நாவலை நாடகமாய் மாற்றுவது இரண்டுமே லாபகரமான வேலைதான். வாழ்க்கை விமரிசனந்தானே அது? அதிக உழைப்பில்லை அதில். ஒன்றிரண்டு பாத்திரங்களை நிறுத்தி, அவர்களைச் சுற்றி உணர்ச்சியைக் கிளறும் சில சம்பவங்கள், கற்பனை சில, உண்மையானவை சில எழுத வேண்டும். எதிர்பாராத விளைவுகளும் கூடிக்கொண்டால் ஆயிற்று, ஒரு நாடகம் வெற்றிதான்.

கதை, கட்டுரை எழுதிக்கொண்டிருந்த வரை மணீந்திரனைப் பற்றி யாருமே கேள்விப்பட்டதில்லை. தாள்களை நிரப்பப் பத்திரிகாசிரியர்கள் அவனுடைய கற்பனைகளைப் பிரசுரித்தார்கள். விமரிசகர்கள் ஒவ்வொரு சமயம் கன்னத்தில் அறைந்தார்கள். சில சமயம் அதே கையால் ஆதரவுடன் தடவியும் கொடுத்தனர். மணீந்திரனுக்குத் தன்னுடைய இரண்டும் கெட்ட எழுத்துத் திறனைப்பற்றி வெறுப்பு எழுந்ததும் உண்டு. நடுத்தர எழுத்தாளனாக இருப்பதைவிட எழுதாமலிருப்பதே மேல் என்று தோன்றியதுண்டு.

இந்த நாடக உலகம் எவ்வளவோ தேவலை. முதலில் அதில் புகுவது சுலபமில்லைதான். ஆனால் புகுந்துவிட்டால் அப்புறம் கவலையே இல்லை. தானாய் இயங்கும் ஏதோ யந்திரம்போல் அதிருஷ்டம் வேலை செய்ய ஆரம்பித்து விடும். இங்கே போட்டியும் அதிகமில்லை. மக்களின் வரவேற்பு ஒரு பக்கம், விமரிசகர்களின்

புகழ் மாலை மறு பக்கம். நாடகத்தின் இலக்கிய தரத்தைப்பற்றி யாரும் அதிகமாய்க் கவலைப்படுவதில்லை. அதுவும் நல்லதுதான்.

கழுத்தில் பூமாலை, பாக்கெட்டில் பணக் கற்றை. மணீந்திரனின் எல்லாக் கவலைகளும் ஒழிந்துவிட்டன.

“வீட்டுக்குப் போகவேண்டாமா?” குரல் கேட்டு மணீந்திரன் தலையை உயர்த்தினான். எதிரில் சமேலி நின்றாள். இதற்குள்ளாகவே வேஷத்தைக் கலைத்துவிட்டுப் புறப்படத் தயாராகிவிட்டாள். கண் மை மாத்திரம் அழியவில்லை. எனக்கு ரொம்பத் தூக்கம் வருகிறது என்றாள் கொட்டாவி விட்டபடியே.

“புறப்படு, போகலாம்.” எழுந்துவிட்டான் மணீந்திரன். வண்டியில் அயர்ச்சியுடன் உட்கார்ந்தாள் சமேலி. “இன்று என் நடிப்பு எப்படி இருந்தது?” என்றாள்!

“நன்றாகத்தான் இருந்தது. மிகச் சிறப்பாக இருந்தது” என்றான் மணீந்திரன். கிலுகிலுத்தாள் சமேலி.

“ஊஹும். அந்த மாதிரி சுரத்தில்லாமல் சொன்னால் போதாது. மற்றத் தினங்களைவிட இன்று நன்றாயிருந்ததா இல்லையா என்று சொல்லுங்கள், அவ்வளவு கை தட்டினார்களே, அதெல்லாம் உங்கள் நாடகச் சிறப்புக்கு என்று நினைத்தீர்களா? நான் இப்படி உயிரைவிட்டு நடிக்காவிட்டால் இவ்வளவு ரசித்திருப்பார்களா என்ன?”

சமேலியின் கையை அழுத்தினான் மணீந்திரன். “நான் வேறு என்ன சொன்னேன்? உன் நடிப்பு அபாரம்” என்றான்.

இலேசாய் நகர்ந்துகொண்டாள் சமேலி; ஆனால் கையை இழுத்துக் கொள்ளவில்லை. “அப்பொழுது பெருமை எனக்கு வரவேண்டுமா இல்லையா சொல்லுங்கள்” என்றாள்.

மணீந்திரன் ஒன்றும் சொல்லாமல் தன் கழுத்து மாலையைக் கழற்றி அவளுக்குப் போட்டான். “எல்லாப் பெருமையுமே உனக்குத்தான், சரியா?”

திரும்ப ஒட்டி உட்கார்ந்து கொண்டாள் சமேலி. பூவைப் பிய்த்தபடி, “இதற்கு வாசனையே இல்லை” என்றாள். “வாசனை

இருக்கிறது, பார்'' என்று தன் முகத்தை அவள் பக்கமாய்க் கொண்டு போனான். அவனுடைய கை அவளுடைய முதுகை வளைத்துத் தழுவியிருந்தது. சமேலி மூக்கைப் பொத்திக்கொண்டாள். ''என்ன நாற்றம்! திரும்பவும் குடித்தீர்களா?''

''ஒரு துளிதான். மரியாதைக்காகக் குடிக்கவேண்டி வந்தது. மேலும் தொண்டை வறட்சி மாறவேண்டாமா சொற்பொழிவு நடத்தும் முன்?''

சமேலியின் வீட்டு வாசலில் கார் நின்றது. ''என்னை என் வீட்டில் விட்டுவரச் சொல், தயவுசெய்து''..என்றான் மணீந்திரன்.

''கட்டாயம். ஆனால் உடனேயே போகவேண்டுமா? உள்ளே வாருங்களேன்'' என்று அழைத்தாள்.

''இல்லை, எனக்குத் தலை வலிக்கிறது'' என்றான்.

''மணி இன்னம் பதினொன்றுகூட ஆகவில்லை. கொஞ்ச நேரம் வரக்கூடாதா?'' என்று வற்புறுத்தினாள்; குலுக்கி மினுக்கினாள்.

சமேலியின் கவர்ச்சிகரமான தோற்றமும், அவளுடைய அழைப்பும் அவனைக் கிறங்கவைத்தன. மேலும் மறுக்காமல் அவளைப் பின் தொடர்ந்தான்.

குளுமையான நீல ஒளி அறையினுள். மதமதவென்றிருந்த படுக்கையில் படுத்துக்கொண்டு சுவர்மேல் காலைத் தூக்கி வைத்துக் கொண்டாள் சமேலி. மணீந்திரனையும் பக்கத்திலேயே உட்காரும் படி சைகை செய்தாள்.

''என்ன உங்களுக்கு வந்துவிட்டது? பேசவே மாட்டேன் என்கிறீர்களே.''

''தாகமாயிருக்கிறது'' என்று தடுமாறினான்.

''ஸோடா தரவா?'' என்று உபசாரம் செய்தாள் சமேலி.

''சரி'' என்று ஒத்துக்கொண்டான். புட்டி திறக்கும் ஓசை கேட்டதும், ''ஸோடா சரி. அதன்கூட மருந்து எங்கே?'' என்றான்.

''மருந்தும் இருக்கிறது.'' அலமாரியைத் திறந்து அவனுக்கு வேண்டிய திராவகத்தைக் கொட்டிக் கொண்டு வந்து கொடுத்தாள்.

"ஒரு துளி சாப்பிட்டுவிட்டுத் தலைவலியை வரவழைத்துக் கொண்டீர்கள். இன்னம் இரண்டு துளி எடுத்துக்கொள்ளுங்கள், எல்லா வலியும் பறந்துவிடும்" என்றாள்.

மணீந்திரனின் காதில் ஏதோ குலுங்கும் ஓசைபோல் கேட்டுக் கொண்டிருந்தது. மயக்கம் வந்தது. சமேலி அவன் பக்கத்தில் உட்கார்ந்துகொண்டு, "தலைவலி விட்டுவிட்டதா?" என்றாள்.

"ஆமாம்."

"தாகம்?"

"இன்னம் தணியவில்லை" என்று கரகரத்த குரலில் பதில் சொன்னான்.

மணி அடிக்கும் ஓசை கேட்டு விழித்துக்கொண்டாள் சமேலி. மணி என்னவோ தெரியவில்லை. ஜன்னல் வழியாகச் சுகமான காற்று வீசியது. மிருதுவான படுக்கை, சுகமான காற்று. இதைவிட இன்பம் வேறு என்ன வேண்டும்?

திடீரென்று கலவரப்பட்டுக்கொண்டு எழுந்தாள், கண்ணைக் கசக்கியபடி.

"என்ன விஷயம், மணி பாபு? நீங்கள் இன்னமும் இங்கேயே இருக்கிறீர்களே? வீட்டிற்குப் போகவேண்டாமா?" என்றாள்.

"இதோ புறப்பட்டுவிட்டேன்" என்று எழுந்து நின்றான் மணீந்திரன். ஆனால் நிற்கமுடியவில்லை; கால்கள் தள்ளாடின. "இன்னம் கொஞ்சம் உட்கார்ந்துவிட்டுப் போங்கள். உங்களுடன் கொஞ்சம் பேசவேண்டும்" என்று அவனை அமர்த்தினாள்.

பிழைத்தான் மணீந்திரன். படி இறங்கிப் போய், கதவைத் திறந்து கொண்டு வெளியே போகவேண்டும் என்ற நினைவே அவனுக்குப் பயமாயிருந்தது. தலையைச் சுற்றியது. கொஞ்சம் தங்கிப் போனால் நல்லதுதான்.

அவன் எதிரே உட்கார்ந்துகொண்டாள் சமேலி.

"உங்கள் நாடகத்தைச் சினிமாவாக எடுக்கப்போகிறார்களாமே" என்று பேச்சைத் தொடங்கினாள்.

எனக்கு ஒன்றும் தெரியாதே என்றான் மணீந்திரன்.

"தெரியாதா? பாசாங்கு பண்ணினது போதும். எல்லாம் தெரியும் உங்களுக்கு. சொல்ல இஷ்டமில்லை, அவ்வளவுதான். ஆனால் எனக்குத் தெரிந்துவிட்டது விஷயம். இரண்டாயிரம் ரூபாய்க்கு ஒப்பந்தம் தயார். நீங்கள் கையெழுத்துப் போட வேண்டியதுதான் பாக்கி."

மணீந்திரன் அவள் கையைப் பிடித்துக்கொண்டு. "உன்மேல் ஆணை சமேலி, இதெல்லாம் ஒன்றுமே தெரியாது எனக்கு" என்றான்.

கையை விடுவித்துக்கொண்டாள் சமேலி. கம்பீரமான குரலில் பேச ஆரம்பித்தாள். "நன்றாய்க் கேட்டுக்கொள்ளுங்கள். பாப்புலர் ஆர்ட் ஃபிலிம் கம்பனியின் முதலாளி இன்று நாடகம் பார்க்க வந்திருந்தான். இதற்கு முன்னும் ஒன்றிரண்டு தடவை நாடகத்தைப் பார்த்துப் போனான். அதன்மேல் அவனுக்கு ஒரு கண். சீக்கிரமாகவே உங்களிடம் வருவான் பேரம் செய்ய. நல்ல விலை கேளுங்கள். எளிதில் விட்டுவிடாதீர்கள். புரிந்ததா?

"சரி" என்றான் மணீந்திரன்.

தலையை அவிழ்த்து விட்டுக்கொண்டாள் சமேலி. மயிரைக் கோதியபடி, "இதுமாத்திரம் சொல்ல உங்களை அழைத்து வரவில்லை. என் சொந்த விஷயமும் இருக்கிறது. நாடகத்தில் இருப்பது போலவே சினிமாவிலும் கதாநாயகியாய் நான் நடிக்க வேண்டும். நீங்கள் இதைச் சாதிக்கமுடியும்" என்றாள்.

மணீந்திரனுக்குத் தொண்டை திரும்ப வறள ஆரம்பித்தது, தலையும் வலித்தது. சைகையால் தன் தேவையைத் தெரிவித்துக் கொண்டான். சமேலி அவனுக்கு வேண்டியதை ஊற்றிக் கொடுத்தாள். "முடியுமா, முடியாதா சொல்லுங்கள்" என்று மேலும் மல்லுக்கு நின்றாள்.

"என்னால் என்ன முடியும் சமேலி? முதலாளியின் இஷ்டம் போல் தானே இதெல்லாம் நடக்கும்!" என்று மெதுவாய்ச் சொன்னான் மணீந்திரன்.

சமேலியின் கண்கள் திடீரென்று குறுகின, புருவங்கள் நெரிந்தன.

“புரிந்தது மணி பாபு. உங்கள் காரியம் ஆய்விட்டதோ இல்லையோ? இனிமேல் நான் எப்படிப் போனால் என்ன? இதோ கொஞ்ச நாள் முன் தான் உங்கள் புத்தகத்தைத் தூக்கிக்கொண்டு அலைந்துகொண்டிருந்தீர்கள். இன்று பெரிய நாடகாசிரியர் ஆய்விட்டீர்கள். ஆனால் உங்கள் நாடகத்துக்கு உயிர் ஊட்டியது யார் சொல்லுங்கள். கதையை நன்றாய் அமைத்து, மெருகு ஏற்றி வெளிப்படுத்தியது யார்? உங்கள் வசனத்தைக் கேட்கவா கூட்டம் வருகிறது? அப்படியிருந்தால் புத்தகத்தை வாங்கி வாசிப்பதோடு சரியாய்ப் போயிருக்குமே. அவர்கள் வருவது என் நடிப்பை ரசிக்க, என்னைப் பார்க்க! இதை நிச்சயமாய்த் தெரிந்து கொள்ளுங்கள் மணி பாபு” என்று ஆவேசத்துடன் பேசினாள்.

“தெரியும் சமேலி” என்று ஒத்துக்கொண்டான் மணீந்திரன்.

தலைக் கொண்டையைச் சரி செய்துகொண்டாள் சமேலி.

“ஒத்துக்கொள்ளுகிறீர்களா? அந்த நாடகத்தை வைத்துக் கொண்டு நான் பாடுபட்டது கொஞ்ச நஞ்சமல்ல. எவ்வளவோ மாறுதல்கள் செய்தேன், கவர்ச்சி ஊட்டினேன். இன்று வேறு யாரோ வந்து என் உழைப்பை எல்லாம் சூறையாடுவதா? அது நடவாது, மணீந்திர பாபு.” திடீரென்று ஏதோ கட்டளை இடுவது போல், “படத்திலும் எனக்குத்தான் ஹிரோயின் வேஷம் வர வேண்டும். நீங்கள் படிப்படியாய் நிலையில் உயர்ந்து இப்பொழுது சினிமா உலகத்திலும் புகழ் சம்பாதிக்கும் அளவிற்கு வந்து விட்டீர்கள். நான் மாத்திரம் இருந்த இடத்திலேயே இருப்பதா? அப்படி விழுந்து கிடக்க நான் தயாராயில்லை. நாடக மேடையில் புகழுடன் நான் உலவுவதுபோல் திரையிலும் நட்சத்திரமாய் ஜ்வலிக்க வேண்டும். எனக்கும் ஆசைகள் உண்டு மணி பாபு.”

கடைசித் துளிவரை மதுவை உறிஞ்சிவிட்டு, “கட்டாயம் உண்டு, சமேலி” என்றான்.

“இந்தப் போலிப் பேச்சு போதும். விஷயத்தைப் புரிந்து கொண்டு, தக்க வேளையில் செய்யவேண்டியதைச் செய்யுங்கள். நந்தன் பாபு வாரத்தில் மூன்று நடையாவது தியேட்டருக்கு வருகிறான். படத்தில் கதாநாயகியாய் நடிக்க பெரிய இடத்துப் பெண் வேண்டுமாம்! தேடுகிறான்.”

"அது யார் நந்தன் பாபு?"

"அவன்தான் பாப்புலர் ஃபிலிம்ஸின் உரிமையாளன். எனக்குத் தான் கதாநாயகியின் பார்ட் தருவதாக வாக்களித்திருந்தான். இப்பொழுது குடும்பப் பெண்கள் வேண்டுமாம் அந்த வேலைக்கு. விளம்பரம்கூடக் கொடுத்துவிட்டான். இது என்ன அநியாயம் சொல்லுங்கள்! நான் இல்லாமல் இந்த நாடகம் ஒருநாள்கூட நடவாது என்று உங்களுக்குத் தெரியுமே. ஆனால் சினிமாவில் நடிக்க வேறு பெண்களைத் தேடி அலைகிறானே!"

ஒத்துப் பாடும் பாணியில் மணீந்திரன் ஏதோ சொல்ல நினைத்தான். ஆனால் சமேலி அவனைப் பேசவிடவே இல்லை.

"இந்தக் குடும்பப் பெண்களுக்கு நடிப்பைப்பற்றி என்ன தெரியும்? நிலைமைக்குத் தக்கவாறு சிரிக்கத் தெரியுமா, அழத் தெரியுமா? திடீரென்று முக பாவத்தைத்தான் மாற்றிக்கொள்ள முடியுமா அவர்களால்? அவர்கள் அழகோ கேட்கவே வேண்டாம். தினமும்தான் பார்க்கிறோமே, குடும்பப் பெண்களை. விளம்பரத்தைப் பார்த்துப் போட்டோவுடன் விண்ணப்பம் செய்திருக்கிறார்கள் அநேகர். விளம்பர இலாகாவைச் சேர்ந்த அமீர் என்ற பையன் என்னிடம் இந்தப் படங்களைக் கொடுத்துப் போனான் பாருங்கள். நீங்களும் பாருங்கள் அவர்கள் அழகை! சகிக்கவில்லை" என்று சொல்லியபடி அந்தப் படங்களை விசிறிபோல அடுக்கிப் பிரித்துக் காட்டினாள். ஒரு படத்தை முக்கியமாய்க் காட்டி, "பாருங்கள், இவள் அழுது வடி வதை. இவள் சினிமாவில் நடிக்க வேண்டுமாம்!"

மணீந்திரனுக்குத் திடீரென்று தலை சுற்றியது. சம்மட்டி அடி தலையில் விழுந்ததுபோல் பெரும் அதிர்ச்சியில் நிலை தெரியாமல் தடுமாறினான்.

"என்ன வந்துவிட்டது உங்களுக்கு? ஏன் இப்படி விழிக்கிறீர்கள்?" என்று சமேலி கூவினாள். கலைந்த மயிர், சிவந்த கண்கள், வெளிறிய முகம். பயங்கரமாயும் வேடிக்கையாயும் இருந்தான். மணீந்திரனின் கண்கள் நெருப்பாய் எரிந்தன. இரண்டு வாய் குடிப்பதற்குள் இந்தக் கதியா? "இந்த அவலட்சணங்களைப் பார்த்தாலே இப்படித்தான் தலை சுற்றும். இன்னும் கொஞ்சம் குடியுங்கள்; சரியாய்ப் போய்விடும்" என்று எழுந்தாள் சமேலி.

ஆனால் மணீந்திரன் மறுத்துவிட்டான். நாற்காலியைப் பிடித்துக் கொண்டு மெள்ள எழுந்து நின்றான். உலர்ந்த குரலில், "ஒரு டம்ளர் தண்ணீர் தருகிறாயா?" என்று கேட்டான். "இதோ கொண்டு வருகிறேன்" என்று உள்ளே போனாள் சமேலி.

அவள் போய்த் திரும்பும் முன் மேஜைமேல் பரவியிருந்த படங்களிலிருந்து ஒன்றை எடுத்துத் தன் உள் பாக்கெட்டில் பத்திரப்படுத்திக் கொண்டான். சமேலி அவனிடம் தண்ணீரை நீட்டியபடி, "பார்த்தீர்களா இல்லையோ இந்தக் குடும்ப ரத்தினங்களை? என்னையும் பாருங்கள் நன்றாய். என்னால் இவர்களைவிடத் திறமையாய் நடிக்க முடியுமா, முடியாதா சொல்லுங்கள்? உங்கள் புத்தகம். நீங்கள் கொஞ்சம் கண்டிப்புடன் சொன்னீர்களானால் யாராலும் மறுக்கமுடியாது" என்றாள்.

டிரைவரைக் கூப்பிடுவதாகச் சொன்னாள் சமேலி. ஆனால் மணீந்திரனுக்குத்தான் மயக்கம் தெளிந்து முழு அறிவும் வந்து விட்டதே. நடு இரவில் டிரைவரை எழுப்புவானேன்? டாக்சியை வைத்துக்கொண்டு போய் விடுவதாகச் சொல்லிவிட்டு வெளியேறினான். குளிர்ந்த காற்று இதமாய் வீசியது. மயக்கம் நன்றாய்த் தெளிந்துவிட்டது.

விளக்கடியில் நின்றுகொண்டு அந்த ஃபோட்டோவைத் திரும்பப் பார்த்தான் மணீந்திரன். பற்கள் கிட்டிக்கொண்டன, குளிரால் மாத்திரம் அல்ல. கசப்பான ஒரு சிரிப்பு அவன் தோற்றத்தை விகாரப்படுத்தியது. அவரவர் குடி மயக்கம் தெரிவதில்லை. எதிராளியின் போதைதான் அதை அறிவுறுத்தும்; சொந்த நிலையைக் கண்ணாடிபோல எடுத்துக்காட்டும். மணீந்திரனின் வாழ்வின் விகாரம் முழுவதுமே அந்தப் படத்தில் தெரிவதுபோல் தோன்றிற்று அவனுக்கு.

***

அன்று இரவில், கினு கோனார் தெருவின் முனையில் ஒரே சமயத்தில் இரண்டு டாக்சிகள் வந்து நின்றன. பணத்தைக் கொடுத்து விட்டு நடக்க ஆரம்பித்த மணீந்திரனுக்குத் தன் பின்னே யாரோ வருவது உடனேயே தெரியவில்லை. ஒரே அமைதி எங்கும். அவன் பின் வந்த காலடிகளின் ஒலி சுவரில் போய் முட்டிக்கொண்டு

திரும்பவும் அவனுடைய கால் பக்கமே எதிரொலித்தன. பின் தங்கிய நிழல் வேகமாய் முன்னேறியது. திடுக்கிட்டுத் திரும்பிப் பார்த்த மணீந்திரன் அந்த நிழலை அடையாளம் தெரிந்து கொண்டான். நிழலும் அவனைக் கண்டு கொண்டது.

"நீங்கள்?"

"ஆமாம், நான் தான். இந்த இருட்டில் எங்கே போய் வருகிறாய் சாந்தி?"

திக்குமுக்காடிப் போய்விட்டாள் சாந்தி. சட்டென்று பொய் கூட வாய்க்கு வரவில்லை. கடுமையாய் அவளைக் கண்டிக்கத் தயாரானான் மணீந்திரன். ஆனால் களையற்ற ஒரு சிரிப்புத்தான் வெளிப்பட்டது. சாந்தியின் முதுகில் தட்டிக் கொடுத்தான். நிறுத்திக்கொள் சாந்தி. பொய் ஒன்றும் சொல்லாதே. எனக்கு எல்லாம் தெரியும் என்றான்.

காஸ் விளக்கினடியில் சாந்தியின் முகத்தைத் தூக்கிப் பிடித்தவாறு, "சமேலி உன் போட்டோவை மாத்திரமே பார்த்தாள். உன்னை நேரில் பார்க்கவில்லையே. அதனால்தான் உன் நடிப்புத் திறன் அவளுக்குத் தெரியவில்லை. இப்பொழுது உன்னைப் பார்த்தாளானால் தன் கருத்தை மாற்றிக்கொள்வாள். நீ இயற்கை நடிகை. வெட்கம், பயம், வெறுப்பு, கர்வம், கோபம் ஆகிய எல்லாவித உணர்ச்சிகளும் ஒன்றை ஒன்று துரத்திக்கொண்டு உன் முகத்தில் மாறி மாறித் தோன்றுகின்ற அழகே வேறுதான். மேடை நடிகையான சமேலியால் உன்னைப் போல் உணர்ச்சியுடன் நடிக்க ஏழு ஜன்மத்திலும் முடியாது. ஆனால் நீ ஏன் சினிமா நட்சத்திர விளம்பரத்துக்குப் பதில் எழுதினாய் சாந்தி? வேண்டாம், வேண்டாம். மன்னிப்பு கின்னிப்பு என்ற பேச்சே வேண்டாம்." அவன் காலைத் தொடக்குனிந்த சாந்தியை இரு கைகளாலும் தூக்கி நிறுத்தினான். "இன்று மாலை முழுவதும் மேடை நாடகம் பார்த்தேன். சமேலி, தன் வீட்டிலும் ஒரு சிறு நாடகமே நடத்தினாள். இப்பொழுது இங்கே, இந்த நடு இரவில் நின்றுகொண்டு நாடகம் நடிக்கவோ பார்க்கவோ எனக்குப் பொறுமையில்லை. பாரேன் நீயே, என்னால் சரியாய் நிற்கக்கூட முடியவில்லை; பேச்சும் தடுமாறுகிறது. வா, வீட்டுக்குப் போகலாம்" என்றான்.

இரண்டடி எடுத்து வைத்துவிட்டுத் திரும்ப நின்றுவிட்டான் மணீந்திரன். "அதுவும் அல்லாமல் யார் யாரைக் குற்றம் சாட்டுவதாம்? நானும் குற்றவாளிதானே. நான் எப்படி உன்னைக் கண்டிக்க முடியும்?" பேசிக்கொண்டே சாந்தியின் காதடியில் முகத்தைக் கொண்டு போய் அந்தரங்கமாய், "வா, நாம் இருவரும் இங்கிருந்து வேறு இடம் பார்த்துக்கொண்டு போவோம். நாம் எப்போதும் இப்படியா இருந்தோம்? நாம் இங்கே வரும் முன் இருந்த நிலையை நினைத்துப் பார். இல்லாமை அப்போதும் இருந்தது. ஆனால் நாம் இருவரும் இப்படிப் பிரிந்து வெவ்வேறு வழிகளில் போய் விட்டுத் திரும்ப எதிரும் புதிருமாய்ச் சந்தித்துக் கொள்ளச் சந்தர்ப்பம் ஏற்படவில்லையே. இந்தச் சந்து நம் வாழ்வைக் குலைத்து விட்டது. ஆகாயம் இல்லை, இங்கே சுதந்தரமாய் வாழ. இந்தச் சூழ்நிலையில் மனம் உடல் எதுவுமே முறைப்படி வேலை செய்யமுடியாது. நாம் பிழைக்கவேண்டுமானால் இங்கிருந்து போய்விடவேண்டும். காச நோய் குணமாக வேண்டுமானால் இடமாற்றந்தானே உத்தம வைத்தியம்!"

அவர்கள் அங்கிருந்து அகன்றதும் சந்தின் ஓரத்தில் தெரு பக்கமாக இருந்த ஜன்னல் மூடிக்கொண்டது. அந்த இருட்டறை யிலிருந்து வேடிக்கை பார்த்துக்கொண்டிருந்த தனி மனிதன் ஒருவனின் முகத்தில் இலேசாகச் சிரிப்பு நிழலாடியது. "இவர்களும் புறப்பட்டுவிட்டார்களா? போகட்டும். ஒவ்வொரு கூடாய் வந்து குடி புகுந்த மாடப் புறாக்கள் இப்போது ஒவ்வொன்றாய் வேறு இடம் தேடிப் பறந்து போக ஆரம்பித்திருக்கின்றன. ஜோடி ஜோடியாகவே கூடப் போகின்றன. யாரோ எப்படியோ போகிறார்கள். கினு கோனார் தெருவில் வாழும் சாதாரணத் தட்டான், என்னால் என்ன செய்ய முடியும்? செய்யவும் முடியாது. ஒன்றும் சொல்லக்கூட முடியாது. செயலற்றுப் பார்த்துக் கொண்டு தான் இருக்கமுடியும்." பிரமோத் பத்தரின் மனத்தில் வருத்தம் ஊறியது.

18

இந்தச் சந்தில் இவ்வளவு காலமாக வாழ்ந்த பிறகுகூட நீலாவுக்கு, தான் அந்த இடத்தைச் சேர்ந்தவள் என்று தோன்றிய தில்லை. ஏதோ கனவில் நடக்கும் ஒரு சம்பவம் போல்தான் தோன்றிற்று. தூக்கம் கலைந்தால் இந்தச் சந்தும், இந்தத் தரித்திர வாழ்வும் மறைந்து விடக்கூடாதா? எத்தனையோ கதைகளில் படித்திருப்பதுபோல் உண்மையாகவே தன் விஷயத்திலும் நடக்க முடியாதா? ஒன்றிரண்டு மணிநேரத் தூக்கத்தில் தோன்றும் கஷ்ட நஷ்டங்கள்போல் தானும் விழித்தெழும்பொழுது கினு கோனார் தெரு மறைந்து பாப்புலர் பார்க்கில் இருக்கக் கூடாதா? மிருதுவான படுக்கை, சுகமான கவலையற்ற தூக்கம் அங்கே. இந்தச் சந்தின் தூசி மறைந்துவிடலாம். அங்கு உலாவிய மனிதர்கள் கூட மறைந்து விடுவார்களோ? பத்தர், சாந்தி, மணீந்திரன், சேவா சத்திரப் பெண்கள், இந்திரஜித் எல்லாருமேதான். இவர்கள் எல்லாரும் நீலாவின் கெட்ட கனவில் தோன்றியவர்கள் தாமா? வாழ்வில் இவர்களுக்கு இடமேது?

பாப்புலர் பார்க்கில் படுக்கையில் இருந்தபடியே டெலிபோனில் பேசுவாள் மன்னியுடன். "மன்னி, இன்று மாலை விஷயம் நினைவில் இருக்கிறது இல்லையா? வரமுடியாதா? நல்ல ஆள்தான் நீ போ. வாக்குக் கொடுத்துவிட்டு இப்பொழுது பின்வாங்க முடியுமா? சரியாய் மூன்று மணிக்கு மனன் காருடன் வருவான். நீ இல்லா விட்டால் ஏமாற்றமாய்ப் போய்விடும் அவனுக்கு. என்ன சொன்னாய்? ஏமாற்றமாக இருக்காதா? மனத்துள் சந்தோஷப்பட்டுக் கொள்வானா? இந்த மாதிரி கேலிப் பேச்செல்லாம் வேண்டாம் மன்னி. சொல்லிவிட்டேன் நான்."

ஆனால் கினு கோனார் தெரு கனவில்லையே? பாப்புலர் பார்க்தான் கனவில் எப்போதாவது மீண்டும் வரலாம். அந்த வாழ்வு

நீலாவுக்கு இனிமேல் கிட்டவே கிட்டாது. தலைப் பின்னலுடன் பள்ளிக்குப் புறப்படும் அந்தச் சந்தோஷ நாட்கள் மறைந்துவிட்டது போல் மனன், ஸௌமியன், மனீஷா எல்லாருமே காற்றுடன் போய்விட்டனர். நீலாவின் நினைவில் அவர்களுடைய நிழல் மாத்திரமே தோன்றின, ஓடும் ரயிலிலிருந்து தென்படும் கம்பித் தூண்களைப் போல், கிரமமாய்த் தெளிவற்ற நிழல்களாய்.

ஆனால் சாந்தி, பத்தர், சகுந்தலா, இந்திரஜித்? இவர்களும் நீலாவின் வாழ்விலிருந்து மறைந்து போய் விடுவார்களோ? மாட்டவே மாட்டார்கள்.

இந்திரஜித்தின் கதவை இலேசாய்த் தட்டினாள் நீலா. உள்ளே இருந்தான் அவன். "வாயேன்" என்றான். என்னவோ எழுதிக் கொண்டிருந்தான். "காலேஜிலிருந்து எப்பொழுது வந்தாய் நீ?"

கதவை மூடிவிட்டு உள்ளே வந்தாள்.

"இன்று நான் போகவேயில்லை. என் பெயரை எடுத்து விட்டார்கள் காலேஜிலிருந்து."

"பாட்டு ஸ்கூல்?"

"அதுவுமில்லை. மூடிவிட்டார்கள் தெரியாதா?" என்றாள் விஷமச் சிரிப்புடன்.

"நல்லதாயிற்று. என் படிப்பும் நின்றுவிட்டது. உன் படிப்புக்கும் முற்றுப்புள்ளி."

கேள்வி தங்கிய அவள் கண்களுக்குப் பதில் சொல்வதுபோல் ஒரு கடிதத்தை எடுத்தான் புத்தகத்தின் அடியிலிருந்து. "அப்பா எழுதியிருக்கிறார். அங்கே பணமுடையாம், வரும்படி குறைந்து விட்டதாம். வேலையற்ற பிள்ளையைக் கல்கத்தா நகரில் வைத்துக் காப்பாற்ற முடியாதாம். சீக்கிரமாகவே ஏதாவது வேலையைத் தேடிக்கொள்ளச் சொல்லுகிறார்."

கொஞ்சம் தயங்கி மேலும் பேசினான். "அப்பாவைக் குற்றம் சொல்ல முடியாது. ஆனால் நான் இப்பொழுது என்ன செய்வதாம்? தலையெழுத்துப் போல் நடக்கும் என்று இதுவரை இருந்து விட்டேன், கவலையில்லாமல். ஆனால் அந்தத் தலையெழுத்தை

அமலுக்குக் கொண்டுவர நான் முயற்சி செய்யவேண்டும் போல் இருக்கிறதே. இதைத்தான் வாழ்க்கைப் போர் என்று சொல்லுவார்கள். கேட்க நன்றாய்த்தான் இருக்கிறது. ஆனால் விஷயம் ரொம்ப மோசம் நீலா. விண்ணப்பத்துடன் வாசல் வாசலாய் ஏறி இறங்க வேண்டும். அயோக்கியர்களிடம் அவமானப்பட வேண்டும். அலைச்சலால் வாடிப் போன தோற்றம், பசியால் ஒட்டின வயிறு; போதுமா வர்ணனை?"

நீலாவின் மடியில் தலைவைத்துப் படுத்திருந்தான் இந்திரஜித். கண்களைச் சிவந்த கை ஒன்று பொத்தியிருந்தது. அந்தக் கையை இழுத்து அதன் மணத்தை முகர்ந்தான். பிறகு அதைத் தன் உதடுகளில் ஒத்திக்கொண்டான். அந்த உணர்ச்சியில் இருவருமே தங்களை இழந்துவிட்டனர். "ஏன் பேசமாட்டேன் என்கிறாய், சாந்தி?" என்றான் திடுதிடுப்பென்று.

அந்தப் பெயருக்குத்தான் எவ்வளவு சக்தி! நீலாவின் நெஞ்சிலிருந்து கால் விரல் வரை பாம்பு விஷம் ஒழுகிப் பரவியது. மறந்துவிட்ட விஷயம் நினைவுக்கு வந்துவிட்டதுபோல், அவன் பேசி முடியும் முன்பே, "சாந்தி புறப்பட்டுப் போகிறாளாம், கேள்விப்பட்டேன்" என்றாள்.

இந்திரஜித் அவளை உற்றுப் பார்த்தான். "அப்படியா? யாரும் எனக்குச் சொல்லவில்லையே! என் சாப்பாட்டிலும் விழுந்தது மண். இனிமேல் ஹோட்டலில் தான் ஏற்பாடு செய்துகொள்ள வேண்டும்."

இந்திரஜித்தின் குரலில் கேலியைத் தவிர வேறொன்றும் ஒலிக்கவில்லை. ஆனாலும் தன் கையை இழுத்துக்கொண்டாள் நீலா. குரல் சாதாரணமாயிருந்தாலும் அவனுடைய முகம் ஏன் இவ்வளவு வாடவேண்டும்? சாப்பாட்டுக் கவலையில் யாரும் இவ்வளவு அதைரியப்பட மாட்டார்களே!

"நான் வருகிறேன். அம்மாவுக்கு உடம்பு சரியாயில்லை. தனியாக இருக்கிறாள்" என்று மெள்ளச் சொன்னாள். இந்திரஜித்துக்கு அவள் கூறியது உரைக்கவில்லை போலும். அவன் மனம் வேறு எங்கோ இருந்தது. "அவர்கள் எப்பொழுது போகிறார்களாம்? தெரியுமா உனக்கு?" என்றான்.

"ஒன்றிரண்டு நாட்களுக்குள்ளேயே போவார்களாம். சரியாய்த் தெரியாது. ஆனால் சாந்தி அக்கா தட்டுமுட்டுச் சாமான்களை மூட்டை கட்டிக்கொண்டிருந்தாள். பார்த்தேன்." அவனுடைய தலையை மெள்ள இறக்கிவிட்டு நீலா எழுந்து நின்றாள். கதவு வரையில் போனபிறகு திரும்பிப் பார்த்தாள். இந்திரஜித் அசைவற்றுப் படுத்திருந்தான். வெளியே வந்து கதவை மூடினாள்.

அரைமணி நேரம் பொறுத்தே இந்திரஜித்தின் துக்கம் கலைந்தது. கதவு திறக்கும் சப்தம் கேட்டு, "யார் அது?" என்றான்.

இறங்கிப் போயிருந்த திரியைத் தூக்கிவிட்டார் யாரோ. சாந்திதான்.

காலைச் சூரியனின் ஒளியுடன் விளங்கியது அவளது குங்குமப் பொட்டு. இளம் நீலநிறப் புடைவை நெற்றிவரையில் இறங்கி கண்களின் கருமணிகள் இரவின் ஆகாயத்தை நினைவூட்டியது. கருமையுடன் பளபளத்தன. இந்திரஜித் மந்திரத்தில் கட்டுண்டவன் போல் அவளையே கண்கொட்டாமல் பார்த்தான்.

அவளுடைய வசீகரத் தோற்றம் அவன் உணர்ச்சிகளைத் தட்டி எழுப்பியது. ஒவ்வொரு நரம்பும் நாளமும் அவளுடைய ஸ்பரிசத்துக்காக ஏங்கின. பயம், காதல், கோபம் எல்லாம் அவன் உடல், மனம் எங்கும் ஆட்கொண்டு புது மழைத் தண்ணீரின் பிரவாகத்தைப்போல் பரவி இன்பக் கிளுகிளுப்பை எழுப்பின.

பார்வைக்கே இவ்வளவு சக்தியா! இன்னம் ஸ்பரிச இன்பம் கிட்டவில்லையே. கொஞ்சநேரம் முன்புதான் வேறொரு பெண்ணுடன் கொஞ்சிக் குலாவினான். அப்போது இந்த நெருப்பு அவனை வாட்டவில்லையே? ஒருவித அமைதியான, இன்ப மயமான குளிர்ச்சியைத்தான் அநுபவித்தான். சாந்தி வந்ததும் பற்றிக்கொண்டு விட்டது, உணர்ச்சியின் ஜ்வாலை. அமைதி மறைந்து கலவரந்தான் எஞ்சியது. உலர்ந்து போயிருந்த புல் கட்டில் நெருப்புப் பற்றிக் கொண்டுவிட்டது. உணர்ச்சி அலை அலையாய் மோதி அவன் அறிவைத் தடுமாறச் செய்தது. தலை எடுக்க விடாமல் மூச்சுத் திணறச் செய்த இந்த அலை பின்வாங்கிப் போகும் போது, உப்பின் கரிப்பையும் அதன் வெண்மையையும் மாத்திரமே விட்டுச் செல்லும்.

நீண்ட நாளாய்ச் சாந்தி அவன் அறைக்கு வரவில்லை என்பதை மறந்துவிட்டான் இந்திரஜித். ஏதோ சிறு பையன் என்று அவனைக் கருதினாளே தவிர, அதற்குமேல் மதிப்புக் கொடுக்கவில்லை. சத்தற்ற பொருளைப் போல் அவனை எறிந்துவிட்டுப் போகப் போகிறாள்.

"ரொம்ப நாள் பொறுத்து நீங்கள் வந்திருக்கிறீர்கள் என்றான்.

"ஆமாம். ரொம்ப நாளாய் விட்டது" என்றாள் சாந்தி. இந்திரஜித்தின் குரல் எவ்வளவுக்கெவ்வளவு உடைந்து நடுங்கியதோ அவ்வளவுக்கு அவளுடைய குரல் கணீரென்று ஒலித்தது. "நீங்கள் வீடு மாறிப் போகிறீர்களாமே?" என்று குழறினான்.

"ஆமாம். அதைச் சொல்லத்தான் இப்போது இங்கே வந்தேன். நீயும் எங்களுடன் வருகிறாய் இல்லையா?"

"இல்லை; நான் எப்படி வருவது?"

சாந்தி சிரித்துக்கொண்டே, "புரிந்தது. நீ இந்த வீட்டை விட்டு போக விரும்பவில்லை. இந்தச் சந்தும் இந்த அறையும் உனக்கு அவ்வளவு பிடித்துப் போய்விட்டனவா, இந்திரஜித்?" என்றாள்.

"பிடித்துப் போகவில்லை, உன்னுடன் வாதம் செய்ய நான் தயாராயில்லை, சாந்தி. பிடிக்காவிட்டாலும் எவ்வளவோ விஷயங்களை நான் ஏற்றுக்கொண்டிருப்பதுபோல இந்த இருட்டு அறையையும் ஒப்புக்கொண்டுவிட்டேன்." பிறகு புன்முறுவலுடன், அதுவுமல்லாமல் உங்கள் பின்னாலேயே நான் எங்கெங்கே போவதாம்? ஊரின் தெற்குப் பாகத்தில் நல்ல வீடு ஏற்பாடு செய்திருப்பீர்கள். புகழ் பெற்ற கணவன். கௌரவம் மிக்க நண்பர்கள். பணக்காரர்கள் எல்லோருமே. வந்து ஒட்டிக்கொண்டால் யாருக்கும் பிடிக்காது. வேண்டாத நான் அங்கேயும் உறவாய்த் தோன்றும். நான் உன் இறந்த காலத்தைச் சேர்ந்தவன், சாந்தி. என்னைப் பார்க்கும்போதெல்லாம் உன் தரித்திரமும், என்னுடன் சூதாடிப் பணம் சேர்த்த அவமானமும் தான் நினைவுக்கு வரும். அல்லல் படுத்தும் என்றான்

சிரித்த முகத்துடன், "அப்படியானால் வராதே.. ஆனால் நான் உன் நலத்தை எண்ணித்தான் கூடவரச் சொன்னேன். பெரிய வீடு எடுத்துக்கொண்டிருக்கிறோம்; பத்துப் பன்னிரண்டு அறைகள் உள்ளன. நீ ஒன்றில் தாராளமாய், சுயேச்சையாய் இருக்கலாம்; வாழவும் முடியும். இங்கே நீ இறந்து கொண்டிருக்கிறாய்; தெரிய வில்லையா உனக்கு? காற்றும் வெளிச்சமுமற்ற இந்தச் சூழ்நிலையில் அடைந்து கிடப்பது வாழ்வல்லவே" என்று அவன் மனத்தை மாற்றப் பார்த்தாள்.

"நான் வாழ விரும்பவில்லை" என்றான் இந்திரஜித் கண்ணை மூடியபடி.

அநேக விநாடிகளுக்குப் பிறகு கண்களைத் திறந்து பார்த்தான். சாந்தி அங்கு இல்லை. போகும்பொழுது சரியாய்க் கதவை மூடிவிட்டுக்கூடப் போகவில்லை. குளிர்காற்றும் துர்நாற்றமும் கதவிடுக்கு வழியே நுழைந்தன. எந்த வீட்டில் அடுப்பு மூட்டினார்களோ; கல்கரியின் புகை வீடு முழுவதும் நிறைந்து விட்டது.

இந்திரஜித்தின் மனம் விஷமாய்க் கசந்தது. இதுதான் சாந்தியின் சுயநலம். நல்லதாயிற்று அவள் போனது. என்ன அகங்காரம்! என்ன நீலித்தனம்! அவளிடம் அவனுக்கு வெறுப்பு மூண்டது.

அவளுடைய நடை, உடை, பேச்சு எல்லாவற்றிலுமே ஏதோ ஏளனம் தேங்கி நின்றதுபோல் தோன்றியது அவனுக்கு. நளின மற்ற சுபாவம் அவளுக்கு, சுவை அற்ற இயற்கை. பண ஆசை பிடித்த இந்தப் பெண் அவனை ஏமாற்றிவிட்டாள். இந்திரஜித்துக்காக ஒரு துளி கனிவோ, பச்சாதாபமோ அவள் மனத்தில் இல்லை. இந்தப் பெண்ணை இப்போதாவது வெறுக்க முடிந்ததே என்று திருப்தி அடைந்தான். அவன் மன உளைச்சலும் கொஞ்சம் குறைந்தது.

நாளைக்கே போய்விடுவார்கள் அவர்கள். இவ்வளவு சுலபமாய்க் காரியம் முடிந்துபோனதும் நல்ல காலந்தான். சாந்தி அவனை நிராகரித்துவிட்டாள். ஆனால் அவனுக்குத் துணை நீலா இருக்கிறாள். ஆமாம் நீலா. சாந்தியின் முகத்துக்கு நேரே இதைச் சொல்லியிருக்க வேண்டும், "எனக்கு நீலாவின் பக்கபலம் இருக்கிறது" என்று. நீலாவுக்கும் சாந்திக்கும் நடுவில் எவ்வளவு வித்தியாசம்!

இந்திரஜித் உணர்ச்சிவசப்பட்டான். நீலா அவனைக் கடைத்தேறச் செய்துவிட்டாள். இந்தக் கபடமற்ற பெண்ணின் கண்களில் ஒளியிடும் மிருதுவான அன்புக்கு உவமையே கிடையாது. நீலாவிடம் தான் அவனுக்குக் காதல், சாந்தியிடம் வெறுப்புத்தான். இதுவரை இந்த விஷயம் அவனுக்குப் புலப்படாமல் இருந்து விட்டதே! நீலாவைப் பிடித்துக்கொண்டே பிழைத்து எழுந்து விடுவான் இந்திரஜித். ஒன்றும் கெட்டுப் போகவில்லை. ஒன்றும் முடிந்து போக வில்லை. ஒளிமயமான எதிர்காலம் பரவிக் கிடந்தது அவன்முன்!

எழுந்து கதவைச் சரியாய் மூடப் போனான். சாந்தியின் அறையின் கதவு வழியாய்த் தெரிந்த பளீரென்ற விளக்கொளியின் கிரணம் ஒன்று நேரே அவன் கண்களைத் தாக்கிக் கூசச் செய்தது. அறையுள் பெட்டிகளை இழுக்கும் ஓசை கேட்டது. புறப்படத் தயாராகிவிட்டார்கள் போலும்.

இன்று ஒலியும் ஒளியும் நிரம்பிய இந்த அறை நாளைக்கு இருளடைந்து வெறிச்சோடிவிடும் என்ற நினைவையே அவனால் பொறுக்க முடியவில்லை. சமாதியைப் போன்ற நிசப்த நிலையில் எப்படித் தங்குவது? உடல் இலேசாய் நடுங்கிற்று. சில நாட்களாகவே அவர்களுடன் விசேஷத் தொடர்பு இருக்கவில்லைதான். குறிப்பிட்ட வேளைக்கு உணவு வரும், அவ்வளவுதான். அவர்களுடைய போக்குவரவைப்பற்றி ஒன்றுமே தெரியாது அவனுக்கு. கண்முன் இல்லாவிட்டாலும், இருக்கிறார்கள் அவர்கள் என்பதற்கு அடையாளம் இருந்தது. சாந்தி ஈடுபட்டிருந்த அவலட்சண வாழ்வும் கண்முன் தெரிந்தது.

நாளை முதல் அதுவும் கிடையாது. நல்லதாயிற்று. நன்றாய்க் கழுவித் துடைத்துப் புதிதாய் வாழ்வைத் துவக்கலாம், கழுவிவிட்ட தரையில் புதிதாய் இடும் கோலம்போல். ஆனாலும், இந்த நினைவுகள் விடவில்லையே அவனை! சாந்தியிடம் வெறுப்புத்தான். அவளுடைய நடை, உடை, தோற்றம் எதுவுமே சரியாயில்லை. ஆனால், அவள் பிரிந்து போகிறாள் என்றால் ஏன் இப்படி மனம் அலைக்கழிய வேண்டும்?

திடீரென்று அடித்த காற்றில் அவர்களுடைய கதவு நன்றாய்த் திறந்துகொண்டது. ஒளியின் கிரணத்தின் தீவிரம் நூறு மடங்காய்ப் பெருகியது. திரைவழியே, சாந்தியின் பழைய புடைவை ஒன்று தான்-அவளுடைய உருவம் நிழலாடியது. பெட்டிகளை இழுத்தாள், துணிமணிகளைக் கட்டினாள். சாவிக் கொத்தின் ரீங்காரமும் வளைகளின் கலகலப்பும் நன்றாய்க் கேட்டன. செயலற்று, அவளையே பார்த்தவாறு மோக வலையில் சிக்குண்டு நின்றான் இந்திரஜித்.

இப்போதும் அவனுக்குச் சாந்தியிடம் காதல் தான்! பிடிக்காதவளிடமும் தன்னை இழக்கலாம் என்ற உண்மை அவனுக்கு விளங்கிற்று. கதவை மூடிவிட்டுப் படுக்கையில் வந்து விழுந்தான்.

இரவில் திரும்ப அவனுடைய கதவு திறந்துகொண்டது. யார் வந்தவள் என்று அவனுக்குத் தெரியும். இவள் வந்தவுடன் விளக்கைத் தூண்டிவிடமாட்டாள். சாவிக்கொத்தின் கிலுகிலுப்போ, வளைகளின் கலகலப்போ அவளுடன் வராது. ஓசை யில்லாமல் நடந்து வந்தாள். படுக்கை பக்கத்தில் வந்து நின்றாள். அவள் யார், அவனுக்குத் தெரியும்.

இரு கைகளாலும் அவளைத் தழுவித் தன் பக்கத்தில் இழுத்துக் கொண்டான். நன்றி பெருக்கெடுத்து ஓடியது. மெள்ள அவள் காதருகில், "சாந்தி வந்திருந்தாள். நாளைக்குப் போகிறார்களாம். பத்துப் பன்னிரண்டு அறைகள் கொண்ட வீடாம். சொல்லிவிட்டுப் போனாள். போனால் போகிறாள் அவள். நீ என்னுடனேயே எப்பவும் இரு" என்றான்.

19

அடுத்த நாள் வெகுநேரம் பொறுத்துத்தான் தூங்கி எழுந்தான், இந்திரஜித். சிறு வயதில் இரவெல்லாம் நாடகம் பார்த்துவிட்டு இப்படித்தான் நடுப்பகல் வரையிலும் தூங்குவான். உடம்பு, கை, கால் எங்கும் கனக்கும்; கண்களும் முகமும் சிவந்து வீங்கிப் போய்விடும்.

இன்றும் அப்படித்தான் இருந்தது. முன் இரவெல்லம் யாரோ அவனுடன் உறங்கின விஷயம் ஏதோ கனவுபோல் நினைவில் வந்தது. அவனுடைய தலையணையிலிருந்து வாசனை எண்ணெயின் மணம் இலேசாய் எழுந்தது. படுக்கையில் நீள மயிர் ஒன்றிரண்டு கிடந்தன. பிறைச் சந்திர வடிவத்தில் குஜிலிப் பொட்டு ஒன்று தலையணையிலிருந்து நழுவி விழுந்தது. அதை எடுத்துப் பார்த்தான் இந்திரஜித். நினைவு பின்னோக்கி ஓடியது.

இந்தப் பொட்டுக்குச் சொந்தக்காரி நான்காம் ஜாமத்தில் படுக்கையிலிருந்து மெதுவாய் இறங்கி, மூடிய ஜன்னலைத் திறந்து விட்டாள். காலை வேளையின் குளிர்க் காற்றும் ஒளியும் பாய்ந்து வந்தன. இந்தச் சந்தில் இது ஓர் ஆச்சரியந்தான். எங்கும் அடைத்த சுவர்களினூடே வழி கிடைத்தபொழுது வெளிச்சமும் காற்றும் நன்றாகவே வந்தன. சுகமாய்த் தூங்கினான் இந்திரஜித். பாதித் தூக்கத்தில் அவளுடைய தலைப்பை இழுக்க முயன்றான். ஆனால், நழுவிவிட்டாள்.

எழுந்து முகத்தைக் கழுவி க்ஷவரம் செய்துகொண்டு, தயாரானான். வெளியே போய் வரவேண்டும். மணி என்னவோ இப்பொழுது? பத்தா பதினொன்றா? சரியாய்த் தெரியவில்லை.

வெளியே வந்தான். எதிர் அறை கண்ணில் பட்டது. அப்படியே அயர்ந்து நின்றான். பூட்டுத் தொங்கியது கதவில்.

அவர்கள் போய் விட்டார்கள். கடைசி வரை அவனுக்கு நம்பிக்கையில்லை, அவர்கள் இப்படி ஒரே அடியாய்ப் போய்விடுவார்கள் என்று. சாந்தி அவ்வளவு இரக்கமற்றவளா? கடைசியில் சொல்லிக்கொள்ளாமலேயே போய்விட்டாளே. போனதுகூடப் பரவாயில்லை. அவனிடம் விடைபெற்றுக் கொள்ளாமல் போய்விட்டாளே, அதைத்தான் அவனால் பொறுக்க முடியவில்லை. அவளுடைய அறையுள் எட்டிப் பார்க்கவேண்டும் என்று ஆவல் எழும்பியது. தன் அறையைப் பூட்டிவிட்டு எதிர் அறையின் கதவண்டை போய் நின்றான். இலேசாய் வீசின காற்றில் உலர்ந்த இலைகள் படபடவென்று பறந்து வந்து குவிந்தன. அவள் கதவும் இலேசாய் அகன்று கொடுத்தது. உள்ளே இருளாக இருந்தது. உறவின் நெருக்கமும், நட்பின் இனிமையும் மறைந்து போய்விட்டன. இருட்டு மாத்திரமே எஞ்சி நின்றது. ஒரு காலத்தில் அவன் விரும்பிய சாந்தியுடன் எவ்வளவோ இன்பம் அநுபவித்த அறை இது. இரக்கமின்றி அதை இருளில் தள்ளிவிட்டுப் போய் விட்டாள் சாந்தி. தாழ்ப்பாளை இழுத்துப் போட்டு, பூட்டையும் தொங்க விட்டுவிட்டாள். மரப்பலகையின் மேல் இரும்பு எழுத்துக்களால் பொறித்த உசிதமான "எபிடாப்" தான்.

இன்னும் கொஞ்சம் அகன்றது கதவின் பிளவு. சுண்டெலி ஒன்று வெளிவரப் பார்த்தது. அவனுக்கு உடலெல்லாம் குபீரென்று அருவருப்பு பரவியது. சிலிர்த்துக்கொண்டு அந்த இடத்தை விட்டு அகன்று தெருவை அடைந்தான்.

கை கால் அசந்து போயின, அதிர்ச்சியின் தாக்குதலைத் தாங்க மாட்டாமல். உடல், மனம் இரண்டுமே தள்ளாடின. நினைவே யில்லாமல், ஒருவிதக் குறிக்கோள் இல்லாமல் நாளெல்லாம் சுற்றி அலைந்தான். சாயங்காலமாய்ப் பார்க்கில் வந்து சேர்ந்தான். ஒன்றைப்பற்றியும் நினைக்கவில்லை அவன், நினைக்க விரும்பவுமில்லை. தலை கனத்தது. பேசாமல் உட்கார்ந்திருக்கவும் பிடிக்கவில்லை. ஆனால், என்னதான் பிடிக்கும் என்று அவனுக்குத் தெரியவில்லை. வேர்க்கடலைப் பையன், ஷூ பாலிஷ் பையன், மாலீஷ்காரர்கள் எல்லாரும் ஒவ்வொருவராய் அவனைத் தாண்டிப் போனார்கள். அவர்கள் எல்லாரையும் கூப்பிட நினைத்தான் இந்திரஜித். ஆனால் அதற்குக்கூடத் தெம்பில்லை. அவனைச்

சுற்றிலும் எறும்புக்கூட்டம் மொய்க்க ஆரம்பித்துவிட்டது. அசைந்து கூடக் கொடுக்காமல் அவற்றைக் கவனித்துக் கொண்டிருந்தான். தலையில் ஏதோ டக் என்று விழுந்தது-ஓர் எலும்புத் துண்டு. ஏதோ காகமோ, கழுகோ நழுவவிட்டிருக்கும்.

மாலை மனோரம்மியமாய் இருந்தது. வெப்பம் குறைந்து சுகமாக இருந்தது. பார்க்குக்குள் மக்கள் வர ஆரம்பித்தனர். அவர்களுடைய எண்ணிக்கையை எடுக்க முயற்சித்து விட்டு விட்டான் இந்திரஜித். சிலர் பார்க்கில் சுற்றிச் சுற்றி உலாவினார்கள். வயது முதிர்ந்தவர்கள் பெஞ்சுகளில் வரிசையாய் உட்கார்ந்திருந்தனர். பள்ளிப் பிள்ளைகள் தங்கள் விளையாட்டுகளை முடித்துக்கொண்டு போய் விட்டனர். காஸ் விளக்கை ஏற்றிக்கொண்டு முட்டைக் கறியும், சுண்டலும் விற்கிறவன் தன் வியாபாரத்தை ஆரம்பித்தான். கொஞ்ச தூரத்தில் காலேஜ் பிள்ளைகள் கேள்வித் தாள்களைப் பிரித்து வைத்துப் பேசிக்கொண்டிருந்தனர். தெருவில் டீக்கடை ரேடியோ மாலைச் செய்தியை அறிவித்தது.

மாலை மயங்க ஆரம்பித்ததும் வயதானவர்கள் புறப்பட்டு விட்டனர். கூட்டம் குறைந்தது. தரையில் அமர்ந்து நதியின் போக்கைக் கவனிப்பதுபோல் ஒரு பக்கமாய் உட்கார்ந்து மக்களின் போக்குவரத்தைக் கவனித்துக்கொண்டிருந்தான். மனம் எங்கெங்கோ பறந்தது.

திடீரென்று தணிந்த சிரிப்பொலி அவனைத் தட்டி உணர்த்தியது. பக்கத்துப் புதர் ஒன்றின் மறைவிலிருந்தே அந்தக் கேலி ஒலி எழும்பிற்று! இரு பெண்கள் அங்கிருந்து அவனைக் கவனிப்பதை முன்பே அவன் கண்டுகொண்டிருந்தான். அப்புறம் அவர்களைப் பற்றி நினைக்கவும் இல்லை, தன்னை அவர்கள் கவனிப்பதை அறியவுமில்லை. இப்பொழுதுதான் அந்தச் சிரிப்பொலி அவனை இவ்வுலக உணர்வுக்கு இழுத்து வந்தது. அந்தப் பெண்கள்மேல் எரிச்சலாய் வந்தது அவனுக்கு. இவ்வளவு அடக்கம் இல்லாமலா சிரிப்பது? மரியாதை தெரியாதவர்கள் போலும்.

எழுந்துவிட்டான் பெஞ்சியிலிருந்து. பனி பெய்ய ஆரம்பித்திருந்தது. ஆனால், அதற்குப் பயந்து அவன் புறப்படவில்லை. அந்த ஏளனச் சிரிப்புத்தான் அவனை விரட்டி அடித்தது. வீட்டுக்குத்

திரும்பிப் போனான். தன், அறைக்குள் நுழையும் முன் எதிர் அறையைப் பார்த்தான். சாந்தி அதனுள் அடைத்துப் போயிருந்த இருள் இப்பொழுது வெளியிலும் பரவிவிட்டது. ஒன்றும் தெரியவில்லை. தாழ்ப்பாள், பூட்டு எதுவும் தெரியவில்லை. அந்த எலி இன்னமும் வெளிவரப் பயப்பட்டுக்கொண்டு கதவடியில் இருக்குமோ?

தன் அறைக்குள் காலை வைத்தவுடனே அதிசயம் காத்திருந்தது. நீலா காத்திருந்தாள் அவனுக்காக! மனம் குளிர்ந்தது. விளக்கை ஏற்றிவிட்டான். "இப்போது தானா வருவது? நான் எத்தனை நாழியாய்க் காத்திருக்கிறேன் தெரியுமா?" வருத்தமும் களிப்பும் கலந்த குரல். அழகாயிருந்தாள் அவள். கவர்ச்சியாய் உடுத்திய இளநிறப் புடைவை, தாம்பூலத்தால் சிவந்த உதடுகள். இதுவரை இவ்வளவு அழகாய்த் தோன்றியதில்லை நீலா.

"வெற்றிலை போடும் வழக்கம் உண்டா உனக்கு?

"இன்று தான் ஒன்றே ஒன்று போட்டுக்கொண்டேன். வழக்கமாயில்லை. உங்களுக்கு ஏன் இவ்வளவு தாமதமாயிற்று?" என்றாள்.

நீலாவின் கைப்பட்டு அந்த அறை பளிச்சென்றிருந்தது. இன்று தரை மெழுகப்பட்டிருந்தது. படுக்கை தட்டி உதறிப் போடப் பட்டிருந்தது. சிதறிக் கிடந்த பொருள்கள் சீர் செய்யப்பட்டிருந்தன. மேஜைமேல் தட்டில் உணவு மூடி வைக்கப்பட்டிருந்தது. "யாருக்கு இது?" என்று அர்த்தமில்லாமல் கேட்டான். "உங்களுக்குத்தான். இன்றிலிருந்து நீங்கள் எங்களுடன் சாப்பிடப் போகிறீர்கள்" என்றாள் நீலா. நன்றிப் பெருக்கில் திக்குமுக்காடிப் போனான். இந்த ஒளியற்ற அறையில், இரவின் இருட்டில், நிசப்தத்தில் நீலாவிடம் ஒருவிதச் சிரத்தை தோன்றிற்று அவனுக்கு. ஒருசில விநாடிகளுக்கு முன்பு தான் எல்லாம் சூனியமாய்த் தோன்றிற்று அவனுக்கு. முடிவு காலமே வந்துவிட்டதைப் போல் உறைந்து போனான். ஆனால், இதோ உயிர் திரும்பி வந்துவிட்டதே? மரண நீலம் பரவிய அந்த விநாடியில் சஞ்சீவினியைக் கொண்டு வந்து உயிர் மூட்டியவளிடம் ஜன்மத்துக்கும் கடமைப்பட்டுள்ளவன் ஆவான் அவன்.

பெருமுயற்சிக்குப் பிறகு ஒரு வேலையும் கிடைத்தது அவனுக்கு. சாதாரண வேலைதான். சம்பளமும் மிகவும் சொற்பம். ஓர் அச்சுக் கூடத்தில் புரூஃப் திருத்தும் வேலை. இருபத்தைந்து ரூபாதான் சம்பளம். எத்தனை நாள்தான் நீலாவின் தயவில் சாப்பிட்டுக் கொண்டிருப்பது? வெட்கமில்லை? நீலாவின் வீட்டு நிலைமை தெரிந்ததுதானே. எப்படியோ இழுத்துப் பிடித்து மிச்சப்படுத்தி இந்திரஜித்துக்கு உணவு பரிமாறினாள். ஒருவேளை அவள், பாதி வயிறு நிறையக்கூடச் சாப்பிடுவதில்லையோ?

இந்திரஜித்துக்கு வேலை கிடைத்த விஷயம் நீலாவுக்கு மகிழ்ச்சியை அளித்தது. ஆனால் சம்பளத் தொகையைக் கேட்டுக் குன்றிப் போனாள். "இந்த வேலை உங்களுக்கு லாயக்கா?" என்றாள் சந்தேகத்துடன்.

"சரிதான் போ. நான் இந்த வேலைக்கு யோக்கியமானவனா என்றல்லவா அவர்கள் சந்தேகப்படுகிறார்கள்! எனக்கு எவ்வித வேலைத் திறனும் இல்லை; இந்தச் சம்பளம்கூட அதிகம் என்று நினைத்தார்கள்! சம்பளமில்லாமல் ஒன்றிரண்டு மாதம் வேலை செய்து தொழிலைக் கற்றுக்கொள்ளச் சொன்னார்கள். எவ்வளவோ கெஞ்சிக் கூத்தாடி இந்த இருபத்தைந்து ரூபாய்வரை கொண்டு வந்தேன், தெரியுமா நிலவரம் உனக்கு?" என்றான் இந்திரஜித்.

அச்சுக்கூட முதலாளி பிரபாகர் பாபு அவனை அடுத்த நாள் அதி காலையிலேயே வரச் சொல்லியிருந்தான். வேலையைக் காட்டிக் கொடுப்பதாய்ச் சொன்னான்.

வெகு சீக்கிரமாகவே புறப்பட்டுப் போனான் இந்திரஜித். அங்கே கதவுகூடத் திறக்கவில்லை. சரியாய்ச் சாப்பிடக்கூடச் செய்யாமல் இவ்வளவு அவசரப்பட்டிருக்கவேண்டாம். அந்தத் தெருவை சில முறை சுற்றி வந்தான். அப்புறம் ஒரு டீக்கடையுள் நுழைந்து டீ குடிக்க ஆரம்பித்தான். பொறுமை குறைய ஆரம்பித்தது. திரும்பக் கொஞ்சம் உலவிவிட்டு வந்தபோது அச்சுக்கூடம் திறந்துவிட்டிருந்திருந்தது. ஒன்றிரண்டு அச்சுக்கோப்பாளர்கள் வந்தனர். இந்திரஜித்தைப் பார்த்துவிட்டு ஒருவன் எதிர்கொண்டு அழைத்து, நாற்காலியில் அமர்த்தி உபசாரம் செய்தான். ஏதாவது புது ஆர்டர் உண்டா என்று வினயமாய் விசாரித்தான்! தானும்

அங்கு வேலையில் சேர வந்திருப்பவன் என்று சொல்லிக் கொள்ள விரும்பவில்லை இந்திரஜித். "பிரபாகர் பாபுவைப் பார்க்க வந்திருக்கிறேன் என்று சொல்லித் தப்பித்துக் கொண்டான். தலைமைக் கோப்பாளர் கண்ணாடியின் அடி வழியாய் அவனை உற்றுப் பார்த்தார். "உட்காருங்கள். இதோ வந்துவிடுவார் அவர்" என்றார்.

பிரபாகர் பாபு சரியாய் ஒன்றரை மணி நேரம் கழித்து வந்தார். இந்திரஜித்தைப் பார்த்துவிட்டு, "வந்துவிட்டீர்களா? வழியில் வண்டி மக்கார் செய்ததினால் நாழியாய்விட்டது. என்னுடன் வாருங்கள் பரிசயம் செய்து வைக்கிறேன் எல்லாரையும் உங்களுக்கு" என்றார். அதற்குள் இருவர் மேஜை அண்டை வந்து அமர்ந்தனர். இந்திரஜித்தை அவர்களுடைய பக்கத்திலேயே உட்காரவைத்தார் பிரபாகர் பாபு.

"சசிபத பாபு, இன்றிலிருந்து இவர் இங்கு வேலை செய்வார். முறையாய் எல்லாம் கற்றுக் கொடுங்கள்" என்று சொல்லிப் போய்விட்டார் முதலாளி.

அவர் தலை மறைந்ததும் சசிபத பாபு தம் கையிலிருந்த தாளை ஒரு பக்கமாய் வைத்தார். அருகில் அமர்ந்து எழுதிக் கொண்டிருந்த இளைஞனைக் கூப்பிட்டு ஒரு பைசா கொடுத்தார். "நீ போய் நகுல், ஒரு நல்ல பீடா வாங்கி வா. தனியாய்ப் புகையிலையை வாங்கிக்கொள்ள மறக்காதே" என்று அனுப்பினார். அப்புறம் பொடி டப்பாவை வெளியிலெடுத்து ஒரு சிட்டிகை மூக்கில் வைத்து உறிஞ்சினார். நிறையத் தும்மல்கள் எழும்பின. அழுக்குக் கைக்குட்டையால் மூக்கைச் சிந்திவிட்டுப் பொடி டப்பாவை இந்திரஜித் பக்கமாய் நீட்டினார். "வழக்கமுண்டா?" என்றார். தலை அசைத்து மறுத்தான். "பீடி தரவா!" என்று உபசாரம் செய்தார். ஒருவித வெட்கத்துடன் திரும்பவும் மறுத்தான் இந்திரஜித். "ஓ! குட் பாய்!" பீடியைப் பற்ற வைத்துக்கொண்டார். "ஸைன் எல்லாம் தெரியுமோ இல்லையோ?" என்று கேட்டார். இந்திரஜித்துக்கு உடனடியாய் அவர் கேள்வி புரியவில்லை. "என்ன ஸைன்?" என்றான்.

முகத்தைச் சுளுக்கிக் கொண்டு, "ஸைன் என்றால் தெரியவில்லை, புரூஃப் திருத்த வந்துவிட்டாயே, சின்னங்கள் தெரியவேண்டும் இந்த வேலையில்" என்றார்.

"ஓ! அதுவா? கொஞ்சம் கொஞ்சம் தெரியும்."

கொஞ்சங்கிஞ்சம் எல்லாம் போதாது ஐயா. நன்றாய்த் தெரிந்திருக்க வேண்டும். இந்த நகுல் இருக்கிறானே ஆறு வருடமாய் வேலை பயின்றுகொண்டிருக்கிறான். ஆனால் அவனால் இன்னமும் புரூஃப் ரீடர் ஆக முடியவில்லை பார். வேலை சுலபமில்லை ஐயா. ட்ரெய்ண்ட் ஐ வேண்டும் இதற்கு. வங்காளி, ஆங்கிலம் இரு மொழிகளின் கன்ஸ்ட்ரக்ஷனைப்பற்றிய அறிவு (நாலட்ஜ்) வேண்டும்..."

நகுல் வந்துவிட்டான் பீடாவுடன். அதை வாங்கி வாயில் திணித்துக்கொண்டார். ஜர் தாவையும் போட்டுக்கொண்டார் சசிபத பாபு. எழுந்து போய் ஒருமுறை துப்பிவிட்டு வந்து அமர்ந்தார். "உங்களுக்கு எவ்வளவு தருவதாய்ப் பேச்சு, ஐயா?" என்று இந்திரஜித்தை வினவினார்.

தன் குறைந்த சம்பளத்தை விளம்பரப்படுத்திக்கொள்ள விரும்பவில்லை அவன். ஆனால் இங்கே பொய் சொல்லித் தப்பமுடியாதே.

"ரொம்பக் குறைவு. இருபத்தைந்து ரூபாயேதான்."

சசிபத பாபுவின் கண்களும் கண்ணாடியும் சேர்ந்து நெற்றியை நோக்கி ஏறின.

"குறைவென்றா சொல்லுகிறீர்கள்? பெரிய தொகை அல்லவா அடித்துவிட்டீர்கள்! பன்னிரண்டு வருடமாய் நானும் இங்கு வேலை செய்கிறேன். இருபது ரூபாயில் ஆரம்பித்தேன். இப்பொழுது நாற்பது ரூபாய்தான் வாங்குகிறேன்! சரியாய் வேலை மாத்திரம் வாங்கி விடுகிறார்கள். ஆரம்பத்தில் வங்காளி திருத்துவதற்கு என்று என்னை ஏற்படுத்தினார்கள். இப்போது ஆங்கிலம், ஹிந்தி, ஸம்ஸ்கிருதம் எல்லாமே படிக்கவேண்டியிருக்கிறது. இதோ இருக்கிறானே நகுல், பன்னிரண்டு ரூபாயில் ஆரம்பித்தான். இன்னும் இருபது வரைகூட எட்டவில்லை. ஏண்டா நகுல், பதினெட்டு ரூபாய் தானே வாங்குகிறாய் நீ, இல்லையா?"

மறுபடியும் எழுந்து போய்த் துப்பிவிட்டு வந்தார். “என்ன செய்வது ஐயா. ஒரே மோசம்! இவ்வளவு குறைந்த சம்பளத்துக்குத் தேர்ந்தவர்கள் வருகிறார்களே என்ற நன்றி உண்டா இவர்களுக்கு? கொஞ்சங்கூட இல்லை. முன்பு நான் எழுதவும் செய்வேன். கல்யாணப் பதம் சுமார் முப்பதாவது எழுதியிருக்கிறேன் இதுவரை. எனக்கு எழுதத் தெரியாதிருந்தால் எவ்வளவு நஷ்டம் ஏற்படலாம் என்று யோசித்தார்களா எப்போதாவது? கமிஷனாவது தந்தார்களா? ஒரு பைசாகூட இல்லை. பிரபாகர் பாடல் நல்ல அறிவாளி. ஆனால் என்ன பிரயோசனம்? இங்கு நடக்கும் ஊழல்களைப் பற்றியோ, கொள்ளைகளைப்பற்றியோ அவருக்குத் தெரியவில்லையே. காகிதத்தைத் திருடுகிறார்கள், எல்லாவற்றையுமே திருடுகிறார்கள். யாராலும் ஒன்றும் செய்ய முடியவில்லை அதைத் தடுக்க. நாமும் பார்த்துக்கொண்டுதான் இருக்கவேண்டும்.”

தலைமைக் கம்பாஸிட்டர் நிவாரன் அங்கு வந்து அவசரப்படுத்தினார்.

“அப்போதிலிருந்து பேசிக்கொண்டே இருக்கிறீரே ஐயா. வேலை அவசரம் தெரியவில்லையா? சாயங்காலத்துக்குள் இதை எல்லாம் அனுப்பியாக வேண்டுமே, நினைவில்லையா?”

கப்சிப் என்று எல்லாரும் வேலை செய்ய ஆரம்பித்தனர். சசிபத பாபுவும் தாள்களைக் கவனிக்க ஆரம்பித்தார். நகுலை விரட்டினார். “வாயைப் பிளந்துகொண்டு என்ன பார்க்கிறாய்? வேலையைக் கவனி” என்று உருட்டினார்.

நிவாரன் அந்தப் பக்கம் போனதும் பாதி மூடிய கண்களுடன், அடங்கிய குரலில், “இவர் ஒரு தடபுடல் ஆசாமி. முதலாளி இவர் சொல்படிதான் நடப்பார். உட்காரச் சொன்னால் உட்காருவார், நில்லென்றால் நிற்பார். இங்கு நடக்கும் விஷயங்களை எல்லாம் ஒன்றுக்குப் பத்தாய்ப் பெருக்கி இந்த நிவாரன் பாபு முதலாளியிடம் ஒப்புவிப்பார். உங்களுக்கும் மெள்ள மெள்ள எல்லாம் புரியும்” என்றார்.

சசிபத பாபுளின் பேச்சு எப்படி இருந்தாலும் அவர் முகத்தில் பயக்களை பரவியது. நிவாரன் பாபுவிடம் நல்ல நடுக்கந்தான் அவருக்கு.

சரியாய் நாலு மணிக்குச் சசிபத பாபு எழுந்துவிட்டார். அறை மூலையிலிருந்த ஒரு கிழிந்த குடையை எடுத்துக் கொண்டு புறப்பட்டு விட்டார். "நீங்கள் புறப்படவில்லையா?" என்று இந்திரஜித்தைக்கேட்டார்.

"பிரபாகர் பாபு இன்னமும் திரும்பி வரவில்லையே? முதல் நாள் அவரிடம் விடை பெற்றுப் போவதுதான் மரியாதை" என்றான்.

நேரம் தாழ்ந்து வந்தார் முதலாளி. வேலை எல்லாம் கவனித்து விட்டுக் கடைசியில் இந்திரஜித்திடம் வந்தார்.

"இன்னும் இங்கே இருக்கிறீர்களே. வேலை எப்படி இருந்தது?" என்று விசாரித்தார்.

"பிடித்துத்தான் இருந்தது." நன்றியுடன் சிரிக்க முயற்சி செய்தான் இந்திரஜித்.

"வேலையில் கவனமிருந்தால் பிடித்துப் போகும். ஏமாற்றாமல் சீக்கிரம் வேலை செய்தால் முன்னுக்கு வரலாம்" என்றார்.

அடுத்த நாள் கொஞ்சம் நேரம் கழித்தே வந்தான் இந்திரஜித். அச்சுக்கூடம் திறந்திருந்தது. பிரபாகர் பாபுவும் வந்து போனதாய்த் தெரிந்தது. சசிபத பாபு முதலியவர்கள் இன்னும்வரவில்லை. தன் இடத்தில் போய் உட்கார்ந்தான் இந்திரஜித். கொஞ்சம் பொறுத்துச் சில புருஃப்களைக் கொண்டு வந்து போட்டான் ஒரு பையன். பின்னாலேயே நிவாரன் பாபுவும் வந்தார். "அடடே! இந்த வேலை எல்லாம் அப்படியே கிடக்கிறதே. சசிபத பாபு இன்னம் வரவில்லையோ? உங்களால் முடியுமா பாருங்கள், இந்திரஜித் பாபு. அவசரமாய் வேண்டும். ஒரு மணிக்கு முன்பே இவற்றை வெளியேற்றி விடவேண்டும்" என்றார்.

பயத்துடன் வேலையை ஆரம்பித்தான் இந்திரஜித். ஆனால் அவ்வளவு கஷ்டமாயில்லை. சின்னங்கள் அவனுக்குப் பாடந்தான். உசித இடத்தில் அவற்றைப் போடவேண்டும். பதினைந்து நிமிஷங்களில் முடித்துவிட்டான். நிவாரனுக்கு ரொம்பத் திருப்தி.

"அதற்குள் ஆய்விட்டதா? இந்த மாதிரி சட்பட் என்ற வேலை தான் வேண்டும். சசிபத பாபுவாயிருந்தால் இரண்டு மணி நேர மாக்கியிருப்பார்."

சுமார் பதினொரு மணிக்கு வந்து சேர்ந்தார் சசிபத பாபு. வேஷ்டியால் நெற்றியைத் துடைத்துக் கொண்டார். மேஜையையும் நாற்காலியையும் தூசி போகத் தட்டி விட்டு உட்கார்ந்து கொண்டார்.

"புரூஃப் இன்னும் வரவில்லை?" என்று கேட்டார்.

"வந்தாயிற்று. நான் திருத்திக் கொடுத்தேன்" என்று இந்திரஜித் நகைத்தவாறு சொன்னான்.

"திருத்திவிட்டீர்களா?" வியப்புடன் அவனைப் பார்த்தார் சசி பத பாபு. மகிழ்ச்சி அடைந்தாரா இல்லையா என்று தெரியவில்லை.

"நீங்கள் ரொம்ப முன்னாடியே வந்து விட்டீர்களா? வேலை நிறைய இருந்ததா?"

"அப்படி என்ன வேலை? அச்சுப் பிரதி திருத்திக் கொடுத்தேன், அவ்வளவுதான்!"

அதிகமாய் உங்கள் திறனைக் காட்டிக்கொள்ள முடியவில்லை போலும். போம் ஐயா, போம். இந்த மாதிரி கெட்டிக்காரத் தனம் எவ்வளவோ செய்து பார்த்தாய் விட்டது. பிரயோசனமில்லை. வேலை கைக்கு வராவிட்டால் முதலாளி தவித்துப்போவார். ஆனால் வேளைக்கு எல்லாம் சரியாய்ச் செய்து கொடுத்தால் மனமாற ஒரு வார்த்தை நன்றி சொல்லமாட்டார். இதெல்லாம் நீங்கள் கற்றுக் கொள்ளுவீர்கள் போகப் போக" என்றார். பிறகு இறங்கின குரலில், "பிரபாகர் பாடல் உங்களைச் சீக்கிரம் வரச்சொன்னாரா?" என்று கேட்டார்.

"இல்லையே. வேலையைப்பற்றி ஒன்றுமே சொல்லவில்லை அவர்."

"தெரியும் ஐயா, தெரியும்!" மர்மமாய்ச் சிரித்துக்கொண்டே பேசினார். நீங்கள் சொல்ல விரும்பாவிட்டால் போங்கள். இவர்கள்

தந்திரம் நன்றாய்ப் புரிகிறது. குறைந்த சம்பளத்தில் அதிக வேலை வாங்கப் பார்க்கிறார்கள். இரண்டு நாள் பொறுத்து ஏதோ நொண்டிச் சாக்கைச் சொல்லி என்னை விரட்டி விடுவார்கள். இந்தப் பூச்சி எல்லாம் எனக்குத் தெரியாதா என்ன? 45 வயதாகிறது எனக்கு. இப்போது குழந்தை குட்டிகளுடன் நடுத்தெருவில் நிறுத்திவிடுவார்கள் போல், இருக்கிறது."

அதற்குள் நிவாரன் பாபு அங்கு வந்து சேர்ந்தார். அவர் கையில் ஒரு தாள் இருந்தது. "இதென்ன, ஒரே தப்பும் தவறுமாய்த் திருத்தி இருக்கிறீர்களே? உங்கள் ஸைன்கள் கம்பாஸிட்டர்களுக்குப் புரியவில்லை. உடைந்த அச்சைக்கூடச் சீர்செய்யவில்லை. இது என்ன மாதிரி புரூஃப் ரீடிங்? இதற்குமுன் நீங்கள் இந்த வேலை செய்ததேயில்லை என்று தெளிவாய்த் தெரிகிறது" என்று இந்திரஜித் மேல் எரிந்து விழுந்தார்.

அந்தத் தாளை நிவாரனின் கையிலிருந்து வெடுக்கென்று பிடுங்கிக் கொண்டார் சசிபத பாபு, "பார்ப்போம், பார்ப்போம்! என்னிடம் கொடு அதை, நான் சரி செய்து விடுகிறேன். நீ கவலைப்படாதே, நிவாரன்" என்று ஆவல் ததும்ப உரைத்தார். கண்ணாடியைச் சரிப்படுத்திக்கொண்டு சசிபதன் வேலையில் ஈடுபட்டார். நடு நடுவே முணு முணுப்பும் கேட்டது.

"சட். எழுத்துப் பிழைகூட அப்படியே இருக்கிறது. கண்ணை மூடிக்கொண்டு கையெழுத்திடுவது பெரிய வேலையிலிருப்பவர் மட்டுமே செய்யலாம், ஐயா. அச்சுத் தாள் திருத்தும் நாம் அப்படி எல்லாம் செய்யலாகாது. அசலுடன் ஒப்பிட்டு ஒவ்வொரு வரியாய்ப் படிக்க வேண்டும். இதெல்லாம் மெள்ள நிதானமாய்ச் செய்யும் வேலை. சீக்கிரமாய் வந்து நல்ல பெயர் சம்பாதித்துக் கொள்ள ஆசையிருக்கிறது. ஆனால் வேலையை நன்றாய்க் கற்றுக் கொள்ள ஆவல் இல்லையே?"

***

மூன்றாவது நாள் நேரம் பொறுத்தே வேலைக்குப் போனான் இந்திரஜித். முதல் நாள் அநுபவத்தின் கசப்பு உள் நாவில் இன்னமும் இருந்தது. சசிபத பாபு சொன்னது சரிதான். வேலை ஒன்றும் தலை போகும்படி இல்லை. சீக்கிரமாய்ப் போவானேன்? மேலும் அவன்

சசிபத பாபுவின் வேலைக்கு உலைவைக்கிறான் என்ற தப்பெண்ணத்தையும் தகர்த்தெறிய வேண்டும். ஒன்றாய் வேலை செய்பவர்களுடன் ஒத்துழைக்காவிட்டால் நன்றாயிராது. அவனுக்குச் சசிபத பாபுவிடம் ஒருவித விரோதமும் இல்லையே. வயதாகிவிட்டது அவருக்கு, பெரிய சம்சாரமாக இருக்கலாம், பொறுப்புக்கள் அநேகம் இருக்கலாம். தம் நலத்தைக் காப்பாற்றிக்கொள்ள அவர் முயற்சி செய்வது நியாயந்தான். அதனால்தான் யாரைப் பார்த்தாலும் சந்தேகம் போலும் அவருக்கு! அவர் மனத்தை நிம்மதி அடையச் செய்ய வேண்டும்.

அன்று பிரபாகர் பாபு வந்துவிட்டிருந்தார். அவனைப் பார்த்ததும் கடிகாரத்தையும் கவனித்தார். "இப்போதான் வருகிறீர்களா? சட்டென்று இவற்றைத் திருத்திக் கொடும். இவற்றை எடுத்துக் கொண்டு நானே போய்வர வேண்டும். சசிபத பாபு இன்னமுமா வரவில்லை?" என்று உறுமினார்.

பதில் சொல்லாமல் வேலையை ஆரம்பித்து விட்டான் இந்திரஜித். சில விநாடிகள் ஆகும் முன்பே முதலாளி திரும்பி வந்தார். "ஆயிற்றா? இன்னும் பாக்கியா? ஆனாலும் நீங்கள் ரொம்ப ஸ்லோ. கொடுங்கள் இப்படி, சில தாள்களை. நானும் பார்க்கிறேன்" என்று கெடுபிடி செய்தார்.

நடுவில், "நீங்கள் காலையில் கொஞ்சம் சீக்கிரமாகவே வரப் பாருங்கள் இந்திரஜித் பாபு. வேலை சௌகரியமாக இருக்கும். சசிபத பாபு நாழி கழித்து வருவார், வயதானவர். அதனால் நாங்கள் ஒன்றும் சொல்லுவதில்லை. ஆனால் நீங்களும் வேளைக்கு வராவிட்டால் ரொம்பக் கஷ்டமாய்ப் போகும்" என்று எச்சரிக்கை செய்தார்.

மாலையில் பிரபாகர் பாபுவின் மனநிலைமை சரியாயிருந்தது. ஏதோ பெரிய ஆர்டர் கிடைத்துவிட்டது போலும். தைரியத்தை எல்லாம் வரவழைத்துக்கொண்டு முதலிலிருந்தே தன் மனத்தில் இருந்த விஷயத்தை வெளியிட்டான்.

"நீங்கள் ஏதாவது முன் பணம் உதவ வேண்டும் எனக்கு" என்றான்.

கொஞ்ச நேரம் அவனையே உற்றுப் பார்த்தார் பிரபாகர் பாபு. மேஜைமேல் பென்ஸிலால் தட்டிக்கொண்டே, "முன் பணம் கொடுக்கும் வழக்கம் இங்கே கிடையாது. மேலும் நீங்கள் மொத்தம் மூன்றே நாட்கள்தான் இங்கு வேலை செய்திருக்கிறீர். ஆனாலும் ஏதோ அவசியம் இருப்பதால் தானே கேட்கிறீர்!" ஒரு பத்து ரூபாய் நோட்டை அவனிடம் எடுத்துக் கொடுத்தார். "நீங்கள் இங்கே புதிது. அதனால்தான் தருகிறேன். ஆனால் இதை ஒரு பழக்கமாக்கிக் கொள்ளாதீர்கள். நான் இதைக் கடனாய்க் கொடுத்ததாய் நினைத்துக் கொள்ளுங்கள். முன் பணம் வாங்கும் வழக்கம் நல்லதல்ல, ஐயா" என்று உபதேசத்துடன் நிறுத்தினார்.

பிரபாகர் பாபு போனவுடன் சசிபதன் பக்கத்தில் வந்து குனிந்து, "கிடைத்ததா? எவ்வளவு?" என்றார்.

"பத்து ரூபாய்!"

சசிபதன் இந்திரஜித்தின் முதுகில் தட்டிக் கொடுத்தார். இலேசாய்ப் பொறாமை கலந்த குரலில், உங்களிடம் பரிவுதான் அவருக்கு. என் பிள்ளைக்கு டைஃபாய்டு வந்திருந்தபோது எவ்வளவோ கெஞ்சினேன். ஒரு பைசாகூடப் பெயரவில்லை" என்றார்.

இந்திரஜித் காலுக்குப் புதிதாய் ஒரு ஜோடி செருப்பு வாங்கிக் கொண்டான். கடையிலிருந்து வெளிவரும்போது அலங்காரமாய் வைத்திருந்த செருப்புக்கள் அவன் கண்ணில் பட்டன. வெல் வெட்டின் மேல் பட்டுப் பூ வேலை செய்த ஒரு ஜோடி அவனைக் கவர்ந்தது. நீலாவை நினைத்துக்கொண்டான். அவள் காலில் செருப்பில்லை பல நாட்களாகவே. ஆசை அடித்துக்கொண்டது. ஆனால் அதன் விலை நாலரை ரூபாய் என்று போட்டிருந்ததே. கையில் ஆறரை ரூபாய்தானே பாக்கி இருக்கிறது? என்ன செய்வது என்று தெரியாமல் கலவரப்பட்டான். கொஞ்சதூரம் போய்விட்டுத் திரும்பி வந்தான். அந்தச் செருப்பை வெளியில் எடுக்கச் சொல்லி அதை நன்றாய்ப் பார்த்தான். அளவும் சரியாயிருக்கும்போல் இருந்தது. அவனுக்காக நீலா எவ்வளவு செய்கிறாள்! பதிலுக்கு ஒரு செருப்புக்கூடவா வாங்கிக்கொடுக்க முடியாது அவனால்? அதை வாங்கி எடுத்துக்கொண்டு புறப்பட்டான். நீலாவின் மலர்ந்த முகத்தை எண்ணியபடியே காற்றில் மிதந்து வந்துவிட்டான் கினு

கோனார் தெருவில் 6 எஃப்பிற்கு. பாக்கி இரண்டே ரூபாய் இருந்தது. மாதச் சம்பளத்தில் பத்து ரூபாய் அதற்குள் ஆய்விட்டது.

ரொம்பக் குறைவுதான் சம்பளம் என்று அவனுடைய மனது உறுத்தியது. புதிதாய்த் தன் வாழ்வை அமைத்துக் கொள்ளத் துடித்தான் அவன். ஆனால் அதற்கு ஆதாரம் இருபத்தைந்தே ரூபாய்தான்! இதுவும் ஒரு சவால்தான். பார்ப்போம் ஒரு கை!